രാജൻ അഴീക്കോടൻ

ജനനം 1966 ആഗസ്ത് 22. അഴീക്കോടൻ രാമൻ, കസ്തൂരി പാറു എന്നിവരുടെ ഒമ്പത് മക്കളിൽ ഒമ്പതാമൻ. ഇപ്പോൾ കണ്ണൂർ ജില്ലയിൽ ചിറക്കൽ പഞ്ചായത്തിൽ കാഞ്ഞിരത്തറ എന്ന സ്ഥലത്ത് താമസം.

എൻ.എസ്.എസ് എഞ്ചിനീയറിങ് കോളേജിൽ നിന്ന് സിവിൽ എഞ്ചിനീയറിങ്ങിൽ ബിടെക് ബിരുദം. മൂന്ന് വർഷം ബോംബെയിൽ ജോലി ചെയ്തു. ഒരു വർഷം സൗദി അറേബ്യയിലും.

1994 മുതൽ കണ്ണൂർ കേന്ദ്രീകരിച്ച് കൺസ്ട്രക്ഷൻ കമ്പനി നടത്തിവരുന്നു.

ആദ്യപുസ്തകം 'പ്രണയപയോധി' (ചെറുകഥാ സമാഹാരം)

ഭാര്യ : സുദിന രാജൻ, മകൻ : വിഷ്ണു രാജ്, മകൾ : പാർവ്വതി രാജ്
വിലാസം : 'അഴീക്കോടൻ ഹൗസ്', കാഞ്ഞിരത്തറ, ചിറക്കൽ പി. ഒ.
കണ്ണൂർ 670011
ഫോൺ   : 9447487839, 04972 777839
ഇ.മെയിൽ : razhikodan@gmail.com

Malayalam Language
Amala
(Novella)
by
Rajan Azhikkodan

♦

Published in August 2023
by Kairali Books Private Limited
Thalikkavu Road, Kannur.
Ph : 0497-2761200
E-Mail : kairalibooksknr@gmail.com

♦

Cover Design
Mahesh Maroli

♦

51/23-24/Sl.No.1476/500/NS 18.6
ISBN 978-81-964954-6-6

അമല

രാജൻ അഴീക്കോടൻ

കൈരളി ബുക്സ്

ഉള്ളടക്കം

സ്നേഹസൗഹൃദങ്ങളുടെ നിത്യഹരിത മേഖല   07
ഡോ. മഹേഷ് മംഗലാട്ട്

- അജിതാനിലയം   13
- അമല   44
- തേനോളിത്തറവാട്   71
- നിനച്ചിരിക്കാതെ   109
- സുകൃതം   138

ആമുഖം

അറിവിലൂടെ ജീവിതം കാണുമ്പോൾ എഴുതുക എന്ന അതിയായ മോഹത്തിൽ പലതും എഴുതിയപ്പോൾ അമല എന്ന നോവലെറ്റ് രൂപപ്പെട്ടു എന്നു പറയുന്നതാണ് എനിക്കിഷ്ടം

കഥകൾ കണ്ടെത്തലുകളാണെന്ന് പറയുന്നതിൽ അതിശയോക്തിയില്ലായെന്നു തന്നെ പറയാം. സന്ദർഭോചിതമായി വീണു കിട്ടുന്ന ചില ജീവിതഘടകങ്ങൾ കഥകൾക്ക് പര്യാപ്തമാക്കുക എന്നതായിരുന്നു ആദ്യപുസ്തകം പുറത്തിറങ്ങിയപ്പോൾ കിട്ടിയ ആവേശത്തിലും അഭിപ്രായത്തിലും ഞാൻ കോർത്തിണക്കിയത്.

എവിടെ എത്തിയാലും കഥകൾ ഞങ്ങളെ കാത്തിരിപ്പുണ്ടാകും, അവയെ തനതായ രീതിയിൽ ചികഞ്ഞെടുക്കുക എന്നത് മനസ്സിന്റെ ഒരു താളാത്മകവും ഭാവനാത്മകവുമായ പ്രവർത്തനമാണ്. അത്തരം പ്രവർത്തനങ്ങൾക്ക് കണ്ണിലൂടെ കാണുന്നതും ചെവിയിലൂടെ കേൾക്കുന്നതുമായ എന്തിനെയും സ്വീകരിക്കുക എന്നതും, അതിനെ കഥയിലൂടെ വിലയിരുത്തുകയും കൊള്ളേണ്ടവയെ കൊള്ളുകയും തള്ളേണ്ടവയെ തള്ളുകയും പിന്നീട് മനസ്സിൽ മൂശയിൽ വച്ച് ചെത്തിമിനുക്കി മുത്തുമാലപോലെ കോർത്തെടുത്ത ശേഷം സാവധാനം രചനയിലേക്ക് എത്തിച്ചേരുകയുമാണ് ചെയ്യുന്നത്. ചില രചനകൾ വിജയിക്കും ചിലത് പരാജയപ്പെടും. രചനകൾ എന്നിൽ ആത്മസംതൃപ്തി നൽകുമ്പോഴാണ് അതൊരു സൃഷ്ടിയായി മാറുന്നത്. അതിന് ശേഷമാണ് ഞാൻ വായനക്കായി നിങ്ങൾക്ക് തരുന്നത്.

അമല എന്ന നോവലെറ്റിലെ ആറ് വ്യത്യസ്ത കഥകൾ ഞാൻ പറഞ്ഞു വച്ചിട്ടുണ്ട്. ഇതിൽ അമല എന്നത് ഒരു ചെറുനോവലാണ്. ഒക്കെ വ്യത്യസ്ത മണ്ഡലങ്ങളിൽ തീർത്ത കഥകൾ. ഈ കഥകൾ എഴുതുന്നതിന്റെ പുറകിൽ ആവേശമായി എന്റെ കുടുംബമുണ്ട് എന്നു പറയുമ്പോൾ ഒരു വല്ലാത്ത സുഖമാണ്. ഭാര്യയുടെ കട്ടൻ ചായയുടെ രുചിയും ഉൻമേഷവും തന്നെയാണ് എന്റെ കഥ എഴുത്തിന്റെ തീവ്രതയും ശ്രേഷ്ഠതയും.

എന്റെ കഥകൾ എഴുതി കൊണ്ടിരിക്കുമ്പോൾ തന്നെ മകനോടും മകളോടും പറഞ്ഞു കൊടുക്കാറുണ്ട്. അച്ഛനിൽ നിന്ന് കഥ കേൾക്കുമ്പോഴുള്ള അവരുടെ ശരീരഭാഷയിലൂടെ പ്രേക്ഷകരുടെ സ്വീകരണരീതി ഏ

തു തരത്തിലായിരിക്കുമെന്ന് ചെറിയ രീതിയിൽ എനിക്ക് മനസ്സിലാക്കാൻ സാധിക്കാറുണ്ട്.

അമല എന്ന നോവലറ്റ് പുറത്തിറങ്ങാൻ എന്നെ ഒരു പാട് പേർ സഹായിച്ചിട്ടുണ്ട്. അതിൽ പ്രധാനി കൈരളി ബുക്ക്സിന്റെ എഡിറ്റർ ആയ സുകുമാരൻ പെരിയാച്ചൂർ. മറ്റൊരാൾ എന്റെ സുഹൃത്ത് മുരളിമോഹൻ കെവി. കഥ ആദ്യം വായിക്കുന്നത് മുരളിയാണ്. സംശയദൂരീകരണങ്ങൾ നടക്കാറ് ഇദ്ദേഹത്തിലൂടെ തന്നെ. ഇവർക്കൊക്കെ എന്റെ സ്നേഹവും കടപ്പാടും നന്ദിയും എപ്പോഴും ഉണ്ടാകും.

എന്റെ സുഹൃത്ത് ഡോക്ടർ മഹേഷ് മംഗലാട്ട് ആമുഖം എഴുതി പുസ്തകത്തെ ധന്യമാക്കിയതിൽ ഞാൻ അവരോടും കൃതാർത്ഥനാണ്.

പ്രസാധകരായ കൈരളി ബുക്സിനും എന്നെ എഴുത്തിലേക്ക് നയിച്ചു കൊണ്ടിരിക്കുന്ന എല്ലാ അഭ്യുദയകാംക്ഷികൾക്കും നന്ദി പറയുന്നതോടൊപ്പം ഈ കഥകൾ ഇരു കൈയ്യാൽ നിങ്ങൾ സ്വീകരിക്കുമെന്ന വിശ്വാസത്തോടെ വായനക്കാരുടെ സമക്ഷം സമർപ്പിക്കുന്നു..

സ്നേഹത്തോടെ,

രാജൻ അഴീക്കോടൻ

സ്നേഹസൗഹൃദങ്ങളുടെ
നിത്യഹരിത മേഖല
ഡോ. മഹേഷ് മംഗലാട്ട്

കഥ പറയാനും കേൾക്കുവാനുമുള്ള താല്പര്യം മനുഷ്യസഹജമാ
ണ്. ജീവിതാനുഭവങ്ങൾ മാത്രമല്ല, ഭാവന ചെയ്തെടുക്കുന്ന സംഭവങ്ങളും
ശ്രോതാവിന്റെ ജിജ്ഞാസയുണർത്തുന്ന വിധത്തിൽ അവതരിപ്പിച്ച്
അവരെ ആനന്ദിപ്പിക്കുവാനുമുള്ള ഈ ചോദന ലോകമെമ്പാടുമുള്ള മനു
ഷ്യരിൽ ഉണ്ടായിരുന്നു. ആദിമമായ ഈ ആഖ്യാനങ്ങളിൽനിന്നാണ്
സാഹിത്യം ഉടലെടുക്കുന്നത്. മതവും ഭരണകൂടവും സാമൂഹികസംവി
ധാനങ്ങളും അവരുടെ മൂല്യസങ്കല്പങ്ങൾ ഇത്തരം ആഖ്യാനങ്ങളിൽ
സന്നിവേശിപ്പിക്കുകയും പാശ്ചാത്യലോകത്തിലെയും പൗരസ്ത്യദേശ
ത്തെയും ആചാര്യന്മാർ സാഹിത്യത്തിന്റെ പ്രമാണങ്ങൾ ചിട്ടപ്പെടുത്തു
കയും ചെയ്തു. ആത്മാവിനെ വിമലീകരിക്കുകയാണ് കലയുടെ ലക്ഷ്യ
മെന്ന് യവനചിന്തകനായ അരിസ്റ്റോട്ടിലും ബ്രഹ്മാനന്ദസഹോദരന്മാരായ
ആനന്ദം പ്രദാനം ചെയ്യുകയാണ് ഫലമെന്ന് ഭാരതീയാചാര്യനായ ആന
ന്ദവർദ്ധനും സിദ്ധാന്തിച്ചു. ഇവയൊക്കെയാണ് സ്വന്തം രചനയുടെ ലക്ഷ്യ
മെന്നോ ഫലമെന്നോ സമകാലികരായ എഴുത്തുകാർ ആരും തെറ്റിദ്ധരി
ക്കുന്നില്ല. മഹത്തായ ഒരു ലക്ഷ്യം സാധിക്കാനുള്ള ഒരു ഉപാധിയാണ്
സ്വന്തം സാഹിത്യമെന്ന് അവർ അവകാശപ്പെടുന്നില്ല. മനുഷ്യരാശി നേരി
ടുന്ന മൂന്ന് മഹാവിപത്തുകൾ തുടരുന്നടത്തോളം ഈ പുസ്തകം പ്രയോ
ജനരഹിതമാവുകയില്ലെന്ന്[1] നമ്മുടെ കാലത്തെ ഒരു രചയിതാവും ഇത്ര
ത്തോളം ആത്മവിശ്വാസത്തോടെ അവകാശപ്പെടുകയില്ല. കഴിഞ്ഞ നൂറ്റാ

---

[1]So long as there shall exist, by reason of law and custom, a social conemnation, which, in the face of civilization, artificially creates hells on earth and complicates a destiny that is divine with human fatality; so long as the three problems of the age - the degradation of man by poverty, the ruin of woman by stravation, and the dwarfing of childhood by physical and spiritual night - are not solved; so long as, in certain regions, social asphyxia shall be possible; in other words and from a yet more extended point of view so long as ignorance and misery remain on earth, ooks like this cannot be useless..

Victor Hugo, Preface of Les Miserables

ണ്ടിന്റെ രണ്ടാംപാതിയിൽ എഴുത്തുകാരുടെ സർഗ്ഗപ്രക്രിയയെക്കുറിച്ച് പത്രാധിപരും നിരൂപകരും വായന്കാരും ജിജ്ഞാസുക്കളായിരുന്നു. നിങ്ങൾ എന്തിന് എഴുതുന്നു എന്നത് അക്കാലത്തെ ഒരു ചോദ്യമായിരു ന്നു. നാം ജീവിക്കുന്ന സത്യാനന്തര കാലം ഇത്തരം ചോദ്യങ്ങളെയെല്ലാം അസംഗതമാക്കിക്കഴിഞ്ഞിട്ടുണ്ട്. സാഹിത്യത്തിന്റെ രൂപഭാവങ്ങളെക്കുറി ച്ചുള്ള സങ്കല്പങ്ങളെല്ലാം പൊളിച്ചെഴുത്തിന് വിധേയമാക്കിയിട്ടുണ്ട്.

'പ്രണയപയോധി' എന്ന ചെറുകഥാസമാഹാരവുമായി കടന്നുവന്ന രാജൻ അഴീക്കോടൻ കഥ പറയുന്നതിൽ തല്പരനായ എഴുത്തുകാര നാണ്. സരസമായി കഥ പറയുകയെന്നതാണ് ഈ എഴുത്തുകാരന്റെ രീതി. വീടും തൊഴിലിടവും സുഹൃത്തുക്കളോടൊപ്പം പെരുമാറുന്ന സ്ഥല ങ്ങളും തന്നെയാണ് ഈ ആഖ്യാനങ്ങളുടെ ഭൂമിക. നമുക്ക് അപരിചിത മല്ലാത്ത ഒരു ലോകം ഇതിലൂടെ രാജൻ അഴീക്കോടൻ അനാവൃതമാക്കു ന്നു. സ്നേഹസൗഹൃദങ്ങളുടെ ഒരു നിത്യഹരിതഭൂമിയാണ് തന്റെ രച നകളിലൂടെ ഈ എഴുത്തുകാരൻ നമുക്ക് കാണിച്ചുതരുന്നത്. ഒട്ടും പ്രസാ ദാത്മകമല്ലാത്ത വർത്തമാനകാലത്ത് നന്മയും സ്നേഹവും സൗഹൃദ ത്തിന്റെ ഊഷ്മളതയും അലംഭാവമെന്യേ ആവർത്തിച്ച് ആവിഷ്കരി ക്കാൻ ഈ എഴുത്തുകാരന് ശക്തി പകരുന്നത് തന്റെ വൈയക്തിക ലോകം തന്നെയാണ്.

അഞ്ച് ലഘുനോവലുകളുടെ സമാഹാരമാണ് എന്റെ മുന്നിലുള്ള 'അമല' എന്ന പുസ്തകം. പ്രണയപയോധിയിൽനിന്നും വഴിമാറി സഞ്ച രിക്കുന്ന ആഖ്യനങ്ങളാണ് ഇവയെല്ലാം. കഥയുടെ തുടക്കം വർത്തമാന കാലത്തിൽ സുഹൃത്തുക്കൾ നടത്തുന്ന സംഭാഷണത്തിലായിരിക്കാം. എന്നാൽ, പെട്ടെന്നുതന്നെ അത് വ്യത്യസ്തമായ സ്ഥലകാലങ്ങളിലേക്ക് വഴിമാറി സഞ്ചരിക്കും. മാത്രമല്ല, അതിഭൗതികമായ വിതാനത്തിലേക്ക് അവ ഒഴുകിപ്പരക്കുന്നതും കാണാം. ഈ സമാഹാരത്തിലെ 'തേനോളി ത്തറവാട്' ഇതിന് ഉദാഹരണമാണ്. നവീകരണം നടത്തുന്ന ഒരു കൊട്ടാ രസദൃശ്യമായ പഴയ കെട്ടിടത്തിലേക്ക് സുഹൃത്ത് വിളിച്ചതിനാൽ ചെല്ലു കയാണ് ഈ കഥയിലെ ആഖ്യാതാവ്. അവിടത്തെ അഞ്ചാംപുരയെക്കു റിച്ചുള്ള വർത്തമാനത്തിലൂടെ കഥ ഭൂതകാലത്തിലേക്കും ദുർമരണങ്ങ ളിലേക്കും പ്രേതബാധയിലേക്കുമെല്ലാമായി ഒഴുകിപ്പരക്കുന്നു. ഈ സമാ ഹാരത്തിലെ 'അജിതാനിലയം' നേരെ ഭൂതകാലത്തിലേക്ക് സഞ്ചരിക്കു ന്നു. പഴയ കളവും അതിനടുത്തുള്ള വലിയ ആൽമരവും അജിതാനി ലയം എന്ന വീടിനെക്കുറിച്ചുള്ള കഥകളും ചേർന്ന് പഴങ്കഥകളുടെ വിഭ്രാ മകമായ ലോകം അനാവരണം ചെയ്യപ്പെടുകയാണ്.

പണ്ട് ഒരു ദേശവാഴിയുടെ കൊട്ടാരമായിരുന്ന അജിതാനിലയം ഇന്ന് എഞ്ചിനിയറിംഗ് കോളേജിലെ കുട്ടികൾ വാടകയ്ക്ക് താമസിക്കുന്ന സ്ഥല

മാണ്. പഴമയുടെ മുദ്രപേറി വിജനമായിക്കിടക്കുന്ന കെട്ടിടങ്ങൾ പലതും പ്രേതകഥയുമായി കഴിയുന്നവയായിരിക്കും. ഇന്ത്യൻ സിനിമയുടെ പ്രാരം ഭകാലത്ത് ഇത്തരം പ്രേതകഥകൾ പ്രിയപ്പെട്ട വിഷയമായിരുന്നു. ഹിന്ദി യിൽ ബിമൽ റോയ് സംവിധാനം ചെയ്ത 'മധുമതി'യും മലയാളത്തിൽ, വൈക്കം മുഹമ്മദ് ബഷീറിന്റെ 'നീലവെളിച്ചം' എന്ന കഥയെ ആധാര മാക്കി എ. വിൻസെന്റ് സംവിധാനം ചെയ്ത 'ഭാർഗ്ഗവിനിലയം' എന്ന സിനിമയും പ്രശസ്തങ്ങളായ രണ്ട് ഉദാഹരണങ്ങൾ മാത്രം. ഇത്തരം പ്രേതകഥകളുടെ തൊട്ടുപിന്നാലെ യുക്തിവാദികൾ രംഗപ്രവേശം ചെയ്യു ന്നുണ്ട്. എ.ടി. കോവൂർ എന്ന മനഃശാസ്ത്രജ്ഞനായ യുക്തിവാദി പ്രേത കഥകൾ മനോദൗർബല്യമുള്ളവരുടെ വിചിത്രഭാവനകളാണെന്നും പല പ്പോഴും അവ രോഗാവസ്ഥയെയാണ് കാണിക്കുന്നതെന്നും വെളിപ്പെടു ത്തിയിട്ടുണ്ട്. മനുഷ്യർ യുക്തികൊണ്ട് മാത്രമല്ല ജീവിക്കുന്നത്. അവർക്ക് ഭാവനകളും സങ്കല്പങ്ങളും പ്രിയപ്പെട്ടവയാണ്. അസംതൃപ്തരായ പരേ താത്മാക്കൾ ഭൂമിയിൽ അലഞ്ഞുനടക്കുന്നുവെന്നു അവരിൽ ചിലരെ ങ്കിലും പ്രതികാരദാഹികളാണെന്നും വിശ്വസിക്കുന്നവർ ഇന്നും വിരള മല്ല.

അജിതാനിലയത്തിലെ കഥ ബോബൻ എന്ന വിദ്യാർത്ഥിയിൽനി ന്നാണ് ആരംഭിക്കുന്നത്. അജിതാനിലയത്തിലെത്തിയ ആദ്യത്തെ ദിവസം രാത്രിയിൽ ഉറങ്ങാൻ കിടന്ന ബോബനെ മുറിക്കുപുറത്തുനിന്ന് സുന്ദരി യായ ഒരു സ്ത്രീ പേരുചൊല്ലി വിളിക്കുന്നു. അവനെ മുറിക്ക് പുറത്തേക്ക് വിളിച്ചുകൊണ്ടുപോകുന്നു. സുഭദ്ര എന്ന ആ സുന്ദരിയിൽനിന്നും ആരം ഭിക്കുന്ന കഥ കുറവനും കോവിലകത്തെ പെൺകുട്ടിയുമായുള്ള പ്രണ യകഥയിലേക്കും പതിമൂന്ന് പ്രേതങ്ങളിലേക്കും വികസിക്കുന്നു. ഭൂത-വർത്തമാനങ്ങൾക്കും ഭാവനാ-യാഥാർത്ഥ്യങ്ങൾക്കും ഇടയിൽ ഊയലാ ടിക്കൊണ്ട് വികസിക്കുന്ന ഈ കഥയിലെ ബോബനെയും മറ്റുള്ളവരെയും വർത്തമാനകാലത്തിലേക്കും യാഥാർത്ഥ്യത്തിലേക്കും തിരിച്ചുകൊണ്ടു വരുവാനുള്ള ഉച്ചാടനക്രിയയിലാണ് ആഖ്യാനം അവസാനിക്കുന്നത്. അതിൽ ഹൈന്ദവരുടെയും മുഹമ്മദീയരുടെയും മന്ത്രവാദപൈതൃകങ്ങൾ കൈകോർക്കുന്നുമുണ്ട്.

ഒരു പ്രണയത്തിന്റെ വിചിത്രപരിണാമമാണ് അമല എന്ന കഥ അവ തരിപ്പിക്കുന്നത്. പ്രശോഭും അമലയുമാണ് ഇതിലെ കഥാപാത്രങ്ങൾ. പ്രണയികളായ ഇവർ സാഹചര്യങ്ങളുടെ സമ്മർദ്ദത്താൽ വിവാഹിതരാ വാതെ പിരിയുന്നു. വർഷങ്ങൾക്കുശേഷം കഥാന്ത്യത്തിൽ, തികച്ചും അപ്ര തീക്ഷിതമായ സ്ഥലത്ത്, സമയത്ത് അവർ കണ്ടുമുട്ടുന്നു. ആ സമാഗമ സന്ദർഭം അമലയുടെയും പ്രശോഭിന്റെയും പ്രണയത്തിന്റെ സാക്ഷാത്കാ രവേളയായി മാറുകയാണ്. പ്ലാറ്റോണിക് പ്രണയം ചിത്രീകരിക്കുന്ന കഥ

കൾ ഇക്കാലത്ത് അപൂർവ്വമാണ്. ആ അപൂർവതയോടൊപ്പം ഹിമാലയ സാനുക്കളിൽ ദിവാകരയോഗിയുടെ മാറിലേക്ക് ചാഞ്ഞ് ശരീരം വെടിഞ്ഞ കുമാരനാശാന്റെ നളിനി എന്ന കഥാപാത്രത്തെ ഓർമ്മയിലെത്തിക്കുന്നുണ്ട്, ഈ കഥ.

'നിനച്ചിരിക്കാതെ' എന്ന കഥ ലോകകപ്പ് ഫുട്ബോൾ മത്സരം കാണാനായി ഗൾഫിലെത്തിയ വിത്സന്റെയും ബ്രസീലുകാരികളായ രണ്ട് സുന്ദരിമാരുടെയും കഥ പറയുന്നു. വളരെ ലാഘവത്തിൽ ആരംഭിക്കുന്ന കഥ നാടകീയമായ പരിണാമങ്ങളോടെയാണ് വളരുന്നത്. കെ. സുകുമാരന്റെ ഒരു കഥയിലെ നായകനെപ്പോലെ സ്ത്രീസൗന്ദര്യത്തിൽ മുഗ്ദ്ധനായി ബ്രസീലിയൻ സുന്ദരികളോടൊപ്പം ബീർ കുടിച്ചും സല്ലപിച്ചും രസിച്ചു കഴിയുന്നതിനിടയിൽ അവർ ദുരൂഹമായി ഓടി രക്ഷപ്പെടുന്നു. അവരുടെ കൈയ്യിൽ കഠാര കണ്ട് അതെന്തിനാണെന്ന് വിത്സൻ ചോദിക്കുന്നുണ്ട്. പ്രൈവറ്റ് ഡിറ്റക്ടീവുകളാണെന്ന് വിത്സനെ ധരിപ്പിച്ച സുന്ദരിമാരെ വേറെ ഡിറ്റക്ടീവുകൾ പിന്തുടരുന്നുണ്ടായിരുന്നു. അപകടകാരികളായ അവരെ പിടികൂടുന്നതിന് വിത്സൻ കാരണമായി. അതിന് പ്രത്യുപകാരമായി ബ്രസീലിയൻ പ്രസിഡന്റിന്റെ സമ്മാനമായി പത്തുലക്ഷം ഡോളർ വിത്സൻ ലഭിക്കുന്നു.

ദാമ്പത്യത്തിന്റെ കഥയാണ് സുകൃതം. കുടുംബത്തിൽ സ്ത്രീയുടെയും പുരുഷന്റെയും സ്ഥാനമെന്തെന്ന് പരമ്പരാഗതസമൂഹം രൂപപ്പെടുത്തിയ ധാരണകളാണ് ഈ കഥയുടെ നിർണ്ണായകഘടകം. കഥാപാത്രങ്ങളെ അവരുടെ സംഭാഷണങ്ങളിലൂടെ അവതരിപ്പിക്കുകയും ആഖ്യാനത്തെ അതിലൂടെ വികസിപ്പിച്ചെടുക്കുകയും ചെയ്യുകയെന്ന രചനാതന്ത്രമാണ് ഈ കഥയുടെ മുഖ്യസവിശേഷതയായി എടുത്തുകാണിക്കാനുള്ളത്.

അഞ്ച് ലഘുനോവലുകൾ ഉൾക്കൊള്ളുന്ന അമല എന്ന ഈ സമാഹാരം കഥ പറച്ചിലിന്റെ കൗതുകത്തിൽ അഭിരമിക്കുന്ന പുസ്തകമാണ്. ഇത് അഭിസംബോധന ചെയ്യുന്നത് കഥകൾ കേൾക്കാൻ താല്പര്യമുള്ളവരെയാണ്. മലയാള ചെറുകഥയുടെ ചരിത്രത്തിലെ ആദ്യത്തെ തലമുറയിലെ കഥാകൃത്തുക്കൾ കഥ പറയുകയും വായനക്കാരെ രസിപ്പിക്കുകയും ചെയ്തവരാണെന്ന് ചെറുകഥയുടെ ചരിത്രകാരനായ എം. അച്യുതൻ എടുത്തുകാണിക്കുന്നുണ്ട്. വേങ്ങയിൽ കുഞ്ഞിരാമൻ നായനാരും മൂർക്കോത്ത് കുമാരനും കെ. സുകുമാരനും അമ്പാടി നാരായണ പൊതുവാളും ഇ.വി. കൃഷ്ണപിള്ളയുമെല്ലാം രസിപ്പിക്കാനായി കഥകൾ പറഞ്ഞ മലയാള ചെറുകഥയിലെ പൂർവ്വികരാണ്. അവരുടെ വഴി പിന്തുടരാനാണ് ഈ കഥാകൃത്ത് ശ്രമിക്കുന്നതെന്ന് പറയാം. തത്വശാസ്ത്രപരമായ ഗഹനതയോ രചനാതന്ത്രത്തിലും രൂപശില്പത്തിലുമുള്ള പരീക്ഷണമോ ഈ കഥകളുടെ കർത്താവായ രാജൻ അഴീക്കോടനെ പ്രലോ

ഭിപ്പിക്കുന്നില്ല. തന്റെ പരിചിതവലയം തന്നെയാണ് ഇദ്ദേഹത്തിന്റെ കഥ കളുടെയെല്ലാം പശ്ചാത്തലം. ആ ലോകത്തിലെ മനുഷ്യരെല്ലാം ഈ കഥാ കൃത്തിന് പ്രിയപ്പെട്ടവരാണ്. അതിനാൽ ഹീനപ്രകൃതികളില്ലാത്ത കഥാ ലോകമാണ് രാജൻ അഴീക്കോൻ സൃഷ്ടിക്കുന്നത്. തന്റെ ചുറ്റുമുള്ള പ്രിയ ജനങ്ങളുടെ ജീവിതത്തിന്റെ രസനീയത എടുത്തുകാണിക്കുകയാണ് എഴു ത്തുകാരൻ ചെയ്യുന്നത്. ഇതിലെ ആദ്യത്തെ കഥാപാത്രം എഴുത്തുകാ രൻ തന്നെയാണ്. കഥാകൃത്തിന്റെ ആത്മകഥയല്ല, ആത്മാംശമാണ് നാം ഈ കഥകളിൽ കണ്ടെത്തുക. വ്യക്തിയിൽനിന്ന് കഥാപാത്രം വേർതിരി യുന്ന വളരെ നേർത്ത അതിർത്തിരേഖയാണ് കഥകളുടെയെല്ലാം മുഖ്യ സവിശേഷത. കഥ പറച്ചിലിനിടയിൽ തന്നെ മറച്ചുപിടിക്കാൻ ഈ എഴു ത്തുകാരൻ ബദ്ധപ്പെടുന്നില്ല. എഞ്ചിനിയർ എന്ന തന്റെ ജോലിയും യാത്ര കളും കുടുംബവും കൂട്ടുകാരുമെല്ലാം എഴുത്തുകാരനോടൊപ്പം ഈ കഥ കളിലുണ്ട്.

ലോകത്തെ പ്രസാദാത്മകമായി വീക്ഷിക്കുന്ന ഒരാളാണ് അമല എന്ന ഈ സമാഹാരത്തിന്റെ കർത്താവ്. ഉത്തരാധുനികതയുടെയും സത്യാന ന്തരതയുടെയും കാലത്താണ് നാം ജീവിക്കുന്നത്. അതിന്റെ ഡൈഷണി കത തന്റെ രചനകളുടെ ഭൂമികയാക്കുവാൻ ഈ എഴുത്തുകാരൻ ശ്രമി ക്കുന്നില്ല. പുതിയ കാലത്തെ ആഖ്യാനങ്ങൾ നാട്യങ്ങൾ ഉപേക്ഷിക്കു വാൻ തന്നെയാണ് തീരുമാനിക്കുന്നതെന്ന് വർത്തമാനകാലത്തെ മല യാള സിനിമ സാക്ഷ്യപ്പെടുത്തുന്നുണ്ട്. വീരനായകന്മാരോ ധർമ്മയുദ്ധ ങ്ങളോ സമകാലികാഖ്യാനങ്ങളിൽ വഴിതെറ്റിപ്പോലും വന്നെത്തുന്നില്ല. ജീവിതത്തിന്റെ സാധാരണതയിൽ കല കണ്ടെത്തുവാനുള്ള ശ്രമങ്ങളാണ് നാം കാണുന്നത്. രാജൻ അഴീക്കോടിന്റെ ഈ സമാഹാരം നാട്യങ്ങളൊ ന്നുമില്ലാതെ സാധാരണതയെ തന്റെ സർഗ്ഗാവിഷ്കാരത്തിൽ ഉൾക്കൊ ള്ളുവാനുള്ള ശ്രമമാണ്. കഥ പറയാനും കേൾക്കാനും താല്പര്യമുള്ള വരെ ഈ പുസ്തകം സ്നേഹപൂർവ്വം ചേർത്തുപിടിക്കുന്നു.

ഹൃദ്യമായ വായനാനുഭവം പ്രദാനം ചെയ്യുന്ന ലഘുനോവലുകളുടെ സമാഹാരമായ അമല എന്ന കൃതി സസന്തോഷം വായനക്കാർക്കു മുന്നിൽ അവതരിപ്പിക്കട്ടെ. പുസ്തകത്തിനും അതിന്റെ കർത്താവായ പ്രിയസുഹൃത്ത് രാജൻ അഴീക്കോടനും വിജയാശംസകൾ നേരുന്നു.

അമല

ഉച്ചക്ക് ഭക്ഷണം കഴിക്കാൻ ധൃതി പിടിച്ചു ഹോട്ടലിലേക്ക് പോകു മ്പോൾ പെട്ടെന്നൊരു ഫോൺ കോൾ.

ഫോൺ എടുത്ത ഉടനെ ഔപചാരികത ഇല്ലാതെ..

നീയെന്താ ഇപ്പോൾ ഞങ്ങളെ ഒന്നും മൈന്റ് ചെയ്യാത്തത്?

അയ്യോ ഞാൻ അങ്ങനെ ചെയ്തുവോ?

നീ അറിയാതെ അവൻ അങ്ങനെ ചെയ്യുമോ?

ആര് ? എന്തു ചെയ്തുവെന്നാ പറയുന്നത്?

ഒന്നുമില്ല. ഞാൻ നിനക്ക് ഇപ്പോൾ അന്യയായി അല്ലേ?

എന്താ നീ ഇങ്ങനെ ഒക്കെ പറയുന്നത്. മനസ്സാ വാചാ കർമ്മണാ ഞാൻ ആർക്കും മോശം ചെയ്യാൻ ഇഷ്ടപ്പെടാത്ത വ്യക്തിയാണ്.

അതെ എനിക്കു മനസ്സിലായി. എനിക്ക് ഇങ്ങനെ തന്നെ കിട്ടണം.

എങ്ങനെ കിട്ടണം എന്നാണ് നീ പറയുന്നത്?

ഞാനൊക്കെ നിനക്ക് എന്തും പറയുവാനുള്ള ആളല്ലേ? ഞാൻ അങ്ങനെയൊന്നുമല്ല നിന്നെ കാണുന്നത്.

നിനക്ക് എന്താണ് പറ്റിയത് എന്നു പറയൂ. എനിക്ക് വല്ലാതെ വിശ ക്കുന്നുണ്ട്.

എന്നോട് സംസാരിക്കാൻ തന്നെ ഇപ്പോൾ ഇഷ്ടമല്ലെന്ന് എനിക്ക റിയാം. ശ്രുതിയുടെ കല്യാണത്തിന് പോയപ്പോൾ അവിടെ വച്ച് ഒര ക്ഷരം എന്നോട് സംസാരിച്ചുവോ?

അതാണോ പ്രശ്നം?

അതൊന്നുമല്ല. എന്നാലും മറ്റുള്ളവരുമായി നീ ചിരിച്ചും കളിച്ചും സംസാരിക്കുമ്പോൾ നീ എന്നെ മറന്നതായി തോന്നി.

നീ എന്തൊക്കെയാണ് പറയുന്നത്?

നീ അവരുടെയൊക്കെ എത്ര ഫോട്ടോ എടുത്തു. അതിൽ എത്ര എണ്ണം എന്റെ ഉണ്ട് എന്നു നോക്കൂ..

അതാണോ പ്രശ്നം? കല്യാണത്തിന് പോയാൽ കല്യാണപ്പെണ്ണി ന്റെയല്ലേ ഫോട്ടോ എടുക്കുക. അല്ലാതെ കൂടെ നടക്കുന്നവരുടെ ഫോ ട്ടോ ആരെങ്കിലും എടുക്കുമോ?

അതൊന്നുമല്ല പ്രശ്നം.

നീ പ്രശ്നം പറഞ്ഞാൽ എനിക്ക് കാര്യങ്ങൾ നിന്നിൽ വ്യക്തമാ ക്കാൻ പറ്റും. അല്ലാതെ ഞാൻ ചിന്തിച്ച് ക്ഷീണിക്കുകയേയുള്ളൂ.

നീ തന്നെ ആലോചിക്കൂ..

നിന്നെക്കുറിച്ച് ഞാൻ ആരോടും കുറ്റം പറഞ്ഞിട്ടില്ല. മാത്രമല്ല ര ണ്ട് ദിവസമായി ഞാൻ നല്ല തിരക്കിലുമായിരുന്നു.

എനിക്ക് പ്രശ്നമൊന്നുമില്ല. എന്നാൽ ശരി. ഞാൻ ഫോൺ വെ ക്കുകയാണ്.

അങ്ങനെ അവൾ ഫോൺ വച്ചു. ഹരി ഭക്ഷണം കഴിക്കാനുള്ള തി രക്കൊക്കെ മാറ്റിവച്ചു കുലംകഷമായി അവളുടെ വർത്തമാനത്തിന്റെ ചിന്തയിലാണ്ടു. ഹരിയുടെ ഭക്ഷണം കഴിക്കാനുള്ള ധൃതിയും വിശ പ്പുമൊക്കെ അപ്പൊഴേക്കും പമ്പ കടന്നിരുന്നു.

വെറുതെ ആരും കുറ്റം കണ്ടെത്തുകയയിലല്ലോ? അവളുടെ എന്തെ ങ്കിലും തെറ്റിദ്ധാരണകളാവും എന്നു കരുതി ഹരി ഭക്ഷണം കഴിക്കാൻ ഹോട്ടലിൽ കയറി.

കൈ കഴുകി ഭക്ഷണം കഴിക്കാൻ ഇരുന്നപ്പോൾ രണ്ടു പേർ എ ന്റെ മുന്നിൽ സീറ്റിന് വേണ്ടി തപ്പുന്നുണ്ട്. ഹരിയുടെ മുന്നിൽ രണ്ടു കസേരകൾ ഒഴിഞ്ഞിരിപ്പുണ്ട്. അവർ ചെറുപ്പക്കാരനും ചെറുപ്പക്കാരി യുമാണ്. വലിയ പരിഷ്ക്കാരികളൊന്നുമല്ലെന്ന് വസ്ത്രവിതാനത്തിൽ നിന്നും വർത്തമാനത്തിൽ നിന്നും മനസ്സിലായി. രണ്ടു പേർക്കും അ തിരുകവിഞ്ഞ വല്ലാതൊരു ഭംഗിയുണ്ട്.

പ്രായത്തിന്റെ ഭംഗിയും അവരുടെ ചുറ്റുപാടുകളുടെ ഭംഗിയും അധികം പരിഷ്ക്കാരങ്ങളില്ലാത്തതിന്റെ ഭംഗിയും ഹരി അവർ അറി യാതെ നോക്കികൊണ്ടിരുന്നു.

അവർ എന്തോ ഹരിയുടെ മുന്നിലുള്ള സീറ്റിൽ ഇരുന്നു. നേർക്കു നേർ നോക്കിയപ്പോൾ, ഞാനൊന്നു ചിരിച്ചു. അവളും അവനും ചിരി ച്ചു.

ഹരിയുടെ മനസ്സിൽ തികച്ചും നേരത്തെ വന്ന ഫോണിലെ സംസാ രമായിരുന്നുവെങ്കിലും, ഇവർ മുന്നിൽ ഇരുന്നപ്പോൾ ഹരിയുടെ ചി ന്തകൾ വഴി മാറി തുടങ്ങി. ഹരിയുടെ എല്ലാ മനസ്സും മുന്നിലിരിക്കു ന്നവരിൽ ആയി. വളരെ അടുത്തായതിനാൽ ഹരിക്ക് അധികം നോ

ക്കുവാൻ സാധിക്കുന്നുണ്ടായിരുന്നില്ല. പക്ഷേ നോക്കുകയും വേണം.

അവർ സംസാരിക്കുവാൻ തുടങ്ങി. ഹരിക്ക് പെട്ടെന്നു തന്നെ കാ ര്യം ബോധ്യമായി. ഇവർ പ്രണയം കൊണ്ടുനടക്കുന്നവരാണ്. എന്താ യാലും പുതിയ പ്രണയമല്ല. വർഷങ്ങൾ പഴക്കമുള്ള പക്വതയുള്ള പ്രണയം. ആക്രാന്തങ്ങളില്ലാത്ത പ്രണയം. തന്മയത്വമുള്ള പ്രണയം.

സ്നേഹമുള്ള പ്രണയം. വികാരങ്ങളില്ലാത്ത പ്രണയം. വിചാരങ്ങ ളില്ലാത്ത പ്രണയം.ബഹുമാനമുള്ള പ്രണയം

നല്ല ശരീരഭാഷ. സംസാരിക്കുന്നതൊക്കെ വളരെ ഭവ്യതയോടെ യും സ്നേഹത്തോടെയും. ഇലക്കും മുള്ളിനും കേടില്ലാതെയുള്ള പ തിഞ്ഞ സംസാരം. പ്രണയം എന്ന പദത്തിന്റെ ഭംഗി നഷ്ടപ്പെടുത്താ തെ പൂർണ്ണതയിലുള്ള പ്രണയം.

ഹരിക്ക് അവരെ ഇഷ്ടായി.

പ്രേമം അല്ലെങ്കിൽ പ്രണയം അനശ്വരമാകുന്നത് വിവാഹം കഴി ക്കുമ്പോഴല്ല, മറിച്ച് ഒരു ആയുഷ്ക്കാലം മുഴുവൻ അപരൻ അല്ലെ ങ്കിൽ അപരയുടെ മനസ്സിൽ ഇളംകാറ്റായി, പ്രതീക്ഷയായി, കാത്തിരി പ്പായി തണുപ്പ് പടർത്തുമ്പോഴാണ് എന്നത് എവിടെയോ വായിച്ചൊ രോർമ്മ ഹരിയുടെ മനസ്സിനെ കുളിർപ്പിച്ചു.

ഹരി മുന്നിലിരുന്നവരിൽ പ്രേമത്തിന്റെ ദിവ്യത കണ്ടുകൊണ്ടിരി ക്കുമ്പോൾ അവരിലുണ്ടായ ആ തണുത്ത കാറ്റ് ഹരിയിലേക്ക് പകർ ന്നിരുന്നു.

ഞാനും ഒരുത്തിയെ പ്രേമിച്ചിരുന്നു. അതിലൊക്കെ വെറും വ്യഥ മാത്രമെ എന്നും ഉണ്ടായിരുന്നുള്ളൂ.

അങ്ങനെ ഹരി പഴയ കാമുകിയെ ശപിച്ചു കൊണ്ടിരിക്കുമ്പോൾ പെട്ടെന്ന് ചോറുവിളമ്പുവാൻ ഇലവച്ചു.

ഇല തുടച്ചുകൊണ്ട് അവൾ ഹരിയെ ശ്രദ്ധിക്കുന്നുണ്ടെന്ന് ഹരി ക്ക് മനസ്സിലായി.

അവൾക്കു മനസ്സിലായിക്കാണുമോ ഇയാൾ പഴയ കാമുകിയെ ഓർ ത്തു വിഷമിക്കുകയാണെന്ന്.

അത്രയും വായനാമൃതമായിരുന്നു അവളുടെ ആനനം.

ഇലയിൽ ഭക്ഷണം വിളമ്പുകയായി. അച്ചാറ്, പച്ചടി, പിന്നെ സകല പച്ചക്കറിയുടെ കഷ്ണങ്ങളിട്ട ഒരു സാമ്പാറ് പിന്നെ ഒരു വറവ്. വറ വ് ഇലയിൽ വിളമ്പിയപ്പോൾ ഇലയിൽ ഒരു പൂക്കളം ഒരുക്കിയതു പോലെയായി. വറവും വിഭിന്ന പച്ചക്കറികളാൽ സമൃദ്ധം.

വറവ് ഇലയിൽ വീണപ്പോൾ അവൾ ചിരിക്കാൻ തുടങ്ങിയിരുന്നു.

ഇങ്ങനെ ഒരു വറവ് ജന്മത്തിൽ കണ്ടിട്ടില്ല എന്ന ഭാവത്തിൽ. ആ മു ഖഭാവം ഹരി മൊത്തത്തിൽ ഒപ്പിയെടുത്തിരുന്നു. അവൾക്കും മന സ്സിലായി ഇയാൾ ഞങ്ങളെ ശ്രദ്ധിക്കുന്നുണ്ടെന്നും ആസ്വദിക്കുന്നു ണ്ടെന്നും.

അന്യോന്യം നോക്കി വല്ലാതൊരു രൂപത്തിൽ നോക്കി ഇരിക്കുന്ന തിനേക്കാൾ നല്ലത് വല്ലതും സംസാരിക്കാം എന്ന മട്ടിൽ പെട്ടെന്ന് അവൾ ഹരിയോട് ചോദിച്ചു, നിങ്ങൾ ഇതിന് മുന്നേ ഇത്തരം വറവ് കണ്ടിട്ടുണ്ടോ?

ഹരി ഒരു ഞെട്ടലോടെ ഇല്ല എന്നു പറഞ്ഞ് ഒപ്പിച്ചു.

പരിചയമില്ലാത്ത ഒരു പെൺകുട്ടി ആദ്യമായിട്ടാണ് ഹരിയോട് സം സാരിക്കുന്നത്. അല്ലെങ്കിൽ എത്ര കടമ്പകൾ കഴിയണം ഒരു പെൺ കുട്ടി ഒരാണിനോട് സംസാരിക്കുവാൻ. ഹരിയുടെ മനസ്സൊന്നു കു ളിർത്തു. ഹരിക്കും അവളോട് സംസാരിക്കണം എന്നുണ്ടായിരുന്നു. പക്ഷേ നമ്മുടെ സാമൂഹിക പരിതഃസ്ഥിതി അതിന് അനുവദനീയമ ല്ലല്ലോ?

എന്തോ അവർ രണ്ടു പേർക്കും ഹരിയോട് സംസാരിക്കണം എ ന്ന തോന്നലിൽ ഹരിയോട് സംസാരിക്കുവാൻ തുടങ്ങി. അങ്ങനെ മൂ ന്ന് പേരും സംസാരിച്ചുകൊണ്ടിരിക്കെ ചോറ് വിളമ്പി കഴിഞ്ഞിരുന്നു. നിങ്ങൾ ഈ ഹോട്ടലിൽ നേരത്തെ ഭക്ഷണം കഴിച്ചിട്ടുണ്ടോ എന്നാ യി അവൾ.

തീർച്ചയായും. ഞാൻ അധിക ദിവസവും ഉച്ചഭക്ഷണം ഇവിടെ നിന്നാണ് കഴിക്കുന്നത്.

ഞങ്ങൾ ആദ്യമായാണ്.

കുഴപ്പമില്ല. അത്യാവശ്യം വൃത്തിയും നല്ല ഭക്ഷണവുമാണ്. കഴി ച്ചു നോക്കൂ.

ഞങ്ങൾ ഈ അടുത്തുള്ള ഹോസ്പിറ്റലിൽ വന്നവരാണ്. അവി ടെ നിന്ന് ചോദിച്ചപ്പോൾ പറഞ്ഞു വിട്ടത് ഇവിടേക്കാണ്.

വിളമ്പക്കാരൻ മീൻ പൊരിച്ചതുമായി വന്നു. അവളോട് ചോദിച്ച പ്പോൾ അവനാണ് ഉത്തരം പറഞ്ഞത്. രണ്ടു പേർക്കും അയക്കൂറ ആ യിക്കോട്ടേ. അത് അവൾക്ക് അവനോടുള്ള കീഴ്‌വഴക്കമായി ഹരിക്ക് തോന്നി. ഭക്ഷണം കഴിച്ചു കൊണ്ടിരിക്കുമ്പോൾ അവൾ പരിസരം മ റന്ന് സംസാരിച്ചുകൊണ്ടിരിക്കുന്നതിൽ എന്നെയും പങ്കുചേർപ്പിച്ചു.

എന്തിനാണ് ഹോസ്പിറ്റലിൽ എത്തിയത് എന്നായി ഹരി

ഇവളുടെ കൂടെ പഠിച്ച കുട്ടിയുടെ ഡെലിവറി ഇന്നലെ നടന്നിരു

ന്നു. അങ്ങനെ കാണുവാൻ വന്നതാണ്.

കാണുവാൻ വന്നതിൽ ദുരൂഹത ഉണ്ടെന്ന് ഹരിക്ക് തോന്നി. ദിവ സങ്ങൾ കഴിഞ്ഞ് കാണുന്നതുപോലെയായിരുന്നു അവരുടെ സംസാ രവും രീതിയും. കൂട്ടുകാരിയെ കാണുക എന്നതിൽ കവിഞ്ഞ് രണ്ടു പേരും കാണുക സംസാരിക്കുക എന്നതിൽ തന്നെയാണ് പ്രാധാന്യം.

നിങ്ങൾ രണ്ടു പേരും?

രണ്ടു പേരും പതുക്കെ സ്നേഹത്തോടെ ചേട്ടൻ എന്തു ചിന്തി ക്കുന്നുവോ അതു തന്നെയെന്ന് കണ്ണുകൾ കൊണ്ടവർ പറഞ്ഞു ത ന്നു.

ഹരി ചിരിച്ചു കൊണ്ട്

'പ്രണയിനികൾ'

അതെ.

ആ നിമിഷം പല കരടുകളിലും വെപ്രാളങ്ങളിലും കുടുങ്ങി നഷ്ട പ്പെട്ട സ്വന്തം കാമുകിയെയാണ് ഹരിക്ക് ഓർമ്മ വന്നത്. മനസ്സിൽ വ ല്ലാത്തൊരു വ്യഥയോടെ അവളെ നോക്കിയപ്പോൾ അവൾ അയക്കൂറ കഷ്ണം ഭംഗിയായി കഴിക്കുക ആയിരുന്നു. എന്റെ കാമുകി ഒരു ചാ യയപോലും എന്റെ കൂടെ കുടിച്ചിട്ടില്ല. ഇവിടെ പൊരിച്ച അയക്കൂറ തി ന്നുന്നു. കേബേജ് തിന്നുന്നു.അങ്ങനെ എന്തൊക്കെ.. ഹരി മനസ്സിൽ വേദനയോടെ കാമുകിയെ ഓർത്ത് വിഷണ്ണനായി. അവളുടെ ഭക്ഷ ണം കഴിക്കുന്ന രീതിയും ഇടക്കിടക്ക് അവനെ നോക്കുന്ന രീതിയും ഭാവവും താളവും ലയവും ഹരിയെ വല്ലാതെ അസൂയപ്പെടുത്തിക്കൊ ണ്ടിരുന്നു.

എനിക്കും ഉണ്ടായിരുന്നു ഒരു കാമുകി. അവളെക്കൊണ്ട് എന്തു ഗുണം. അവൾ ചായ കുടിക്കാൻ പോലും കൂടെവരില്ല. ആരെങ്കിലും കാണും. ഞങ്ങളെ മറ്റുള്ളവർ ശ്രദ്ധിക്കും എന്നൊക്കെ പറഞ്ഞ് മുട ക്കും. ഒരു കഷ്ണം പഴംപൊരിപോലും വാങ്ങി കൊടുക്കാൻ പറ്റിയി ട്ടില്ല. വാങ്ങി കൊടുത്താൽ തിന്നില്ല. ഞാൻ വായിച്ചതും പഠിച്ചതും പ്രേമത്തിന് കണ്ണില്ല മൂക്കില്ല എന്നൊക്കെയാണ്. പക്ഷേ എന്റെ കാ മുകിക്ക് ആയിരം കണ്ണുകളായിരുന്നു. അതുകൊണ്ടുതന്നെയാണ് എ ന്റെ പ്രേമം അനശ്വരമാകാതെപോയത്. അവൾ നാടുനിറച്ചു നോക്കും. ഇങ്ങനെ നോക്കിയാൽ പ്രേമം പൊളിയുമെന്ന് പല തവണ അവളോ ട് പറഞ്ഞിട്ടുണ്ട്. അതുപോലെ തന്നെയാണ് നടന്നതും. ഹരി വേദന യോടെ ആത്മഗതം പറഞ്ഞുകൊണ്ടിരുന്നു.

ഇന്ന് അവൾ ഒരു വലിയ കുന്നിൻ ചരിവിൽ പതിനായിരം നിലവി

ളക്ക് കത്തിച്ച് ബാലു മഹേന്ദ്രയുടെ യാത്രയിൽ തുളസി കാത്തിരി ക്കുന്നതു പോലെ എന്നെ കാത്തിരിക്കുകയാണ്. പക്ഷേ ആ വഴിക്ക് പോകുന്ന ഒരു ബസ്സെങ്കിലും എന്റെ നാടുവഴിയോ ഞാൻ പോകുന്ന വഴിയോ വരണ്ടേ..എന്നിട്ട് വേണ്ടേ അവളുടെ നാട്ടിൽ എത്താൻ.

അവൾക്ക് അങ്ങനെ തന്നെ വേണം.

അന്ന് നാലുഭാഗവും നോക്കുമ്പോൾ പറഞ്ഞിരുന്നു. ഇങ്ങനെ നോ ക്കിയാൽ ഞാൻ നിനക്ക് ഇല്ലാതാകും. നിനക്ക് എന്നെ നഷ്ടപ്പെടും. നീ എന്നെ മാത്രം ശ്രദ്ധിച്ചാൽ മതി.

എന്തു ചെയ്യാൻ അവൾ കുളിപ്പിച്ച് കുളിപ്പിച്ച് കുട്ടിയെ തന്നെ ഇ ല്ലാതാക്കി.

ഇപ്പോൾ നിലവിളക്കുകത്തിച്ച് കുന്നിൻചരിവിൽ ഉണങ്ങിയ പ്ലാ വിൻ ചോട്ടിൽ ഇരിക്കുന്നുണ്ടുപോലും. അവൾ അവിടെ ഇരിക്കുക യേയുള്ളൂ. നിലവിളക്കിൽ ഒഴിക്കുന്ന എണ്ണയും അവൾക്ക് നഷ്ടപ്പെടു മെന്ന് ഉറപ്പാണ്.

ഇവിടെ വന്ന് എത്ര എത്ര അയക്കൂറ പൊരിച്ചത് അന്യോന്യം നോ ക്കിയിരുന്നു കഴിക്കേണ്ടവളായിരുന്നു. ഒക്കെ അവളുടെ ശ്രദ്ധക്കുടു തൽ കൊണ്ട് പറ്റിയതല്ലേ. എല്ലാ കാര്യവും ഇങ്ങനെ തന്നെ. കൂടു തൽ ശ്രദ്ധിച്ചാൽ ഒന്നും നന്നാവില്ല. അത് പച്ചക്കറിയുടെ കാര്യത്തി ലും മക്കളെ പോറ്റുന്ന കാര്യത്തിലും മറ്റു പലതിലും അങ്ങനെ ത ന്നെ.

ഇതൊക്കെ ചിന്തിച്ച് ഒരു ഉരുള ചോറ് ഹരി വായിൽ ഇട്ടപ്പോൾ ഒ രുമണി ചോറ് ഇടത്തൊണ്ടയിൽ കുടുങ്ങി.

അവൾ പണ്ടാരമടങ്ങാൻ ഇരുന്ന് ആലോചിക്കുന്നുണ്ടാവും.

ഹരി ചുമക്കുവാൻ തുടങ്ങി. അയ്യോ ചേട്ടാ എന്തുപറ്റി എന്നു പറ ഞ്ഞു മുന്നിലിരുന്നവൾ ഹരിയുടെ മുതുകിൽ വന്ന് ഒരു ഇടി തന്നു. അതാ പറക്കുന്നു തൊണ്ടയിൽ നിന്ന് ഒരുമണി ചോറ്. ഹരി പിറകി ലോട്ട് ഒന്ന് നോക്കിയപ്പോൾ അവളുടെ മുഖത്തിന് ഒരു സൂര്യതേ ജസ്സ്. കറുത്ത വലിയപൊട്ടും വിടർന്ന പുരികവും സൂര്യഗ്രഹണം പോ ലുള്ള കൃഷ്ണമണിയും വിടർന്ന ചുണ്ടും തുടുത്ത കവിൾത്തടവും നീണ്ട മൂക്കും കാതിലെ കിളിക്കൂടും അവളുടെ മുടിയും ഹരിയെ വ ല്ലാതെ ആകർഷിച്ചു. ഇതൊക്കെ കണ്ടുകൊണ്ട് ഹരിയുടെ കണ്ണിൽ കണ്ണുനീർ കണങ്ങൾ നിറഞ്ഞു കവിഞ്ഞു. ഹരിയുടെ മുതുകത്ത് അ ടിച്ചവളോടുള്ള സ്നേഹം കൊണ്ടോ കാമുകി എന്നെ നല്ല വാക്കു പ റയുന്നതുകൊണ്ടോ ഹരി അവളെ ഓർത്തു വിഷമിച്ചതുകൊണ്ടോ

എന്നറിയില്ല ഹരിയുടെ മനസ്സിന്റെ വിഷമം കണ്ണിലൂടെ തുളുമ്പുവാൻ തുടങ്ങി.

എല്ലാ പ്രാർത്ഥനകളുടെയും ആരാധനകളുടെയും ഇടികളുടെയും അവസാനം മറഞ്ഞു കിടക്കുന്ന കണ്ണീർ കണങ്ങളുടെ നിറഞ്ഞു ക വിയലുകളിലാണ്. അവയെന്നും പരിശുദ്ധമാണെന്നും അനുഗ്രഹീത മാണെന്നും ഹരി വെറുതെ മനസ്സിൽ കുറിച്ചുവച്ചു.

എന്താണു ചേട്ടാ പെട്ടെന്നൊരു കണ്ണുനീർ?

ഒന്നുമില്ല.

എന്തോ ഉണ്ട്.

എനിക്കുമുണ്ടായിരുന്നു നിന്നെ പോലെ ഒരു പെൺകുട്ടി എന്റെ കൗമാരപ്രായത്തിൽ.

എന്നിട്ട് എന്തായി?

അവൾ 'ചത്തു'.

അങ്ങനെ ഒന്നുമായിരിക്കില്ല.

നീ ഭക്ഷണം കഴിച്ചോളൂ.

ഭക്ഷണം കഴിഞ്ഞ് പുറത്ത് വന്നപ്പോൾ അവർക്ക് ഹരിയുടെ കൂ ടെ വരണം, എന്തൊക്കെയോ പറയണം ചോദിക്കണം എന്നായി. ആ രെയോ സഹായത്തിന് കിട്ടിയപോലെ ആയിരുന്നു ഇരുവരും.

ഹരിയും ചിന്തിച്ചു. ഭക്ഷണം കഴിച്ചതല്ലേ, കുറച്ച് വിശ്രമം ഇവരു ടെ കൂടെ ആവാമെന്ന്. അങ്ങനെ അടുത്തുള്ള അത്തിപ്പഴമരത്തിന്റെ തണലിൽ ഇരുന്ന് കഥ പറയുവാൻ തുടങ്ങി

രണ്ടു പേരും വിദ്യാസമ്പന്നർ.രണ്ടു പേർക്കും പറയത്തക്ക ജോലി യൊന്നുമില്ല. ഇവർക്ക് പിരിഞ്ഞിരിക്കാൻ വയ്യ. വീട്ടിലും നാട്ടിലും വി ഷയം പ്രമാദമാണ്. കുടുംബക്കാർ തമ്മിൽ കത്തിയും കഠാരയുമായി നിൽക്കുന്നു. കാമുകിയുടെ വിവാഹ നിശ്ചയം കഴിഞ്ഞിരിക്കുന്നു. വ യസ്സ് രണ്ടു പേർക്കും മുപ്പത്തിനാല്. ഞങ്ങൾ എന്തു ചെയ്യണം..

കാര്യങ്ങൾ പിടികിട്ടി. കൗമാരത്തിൽ പൂർണ്ണമായും നിസ്വാർത്ഥ പ്രണയത്തിന്റെ അതിർവരമ്പുകൾക്കപ്പുറം എത്തിയവരാണ്. ഇപ്പോൾ യൗവ്വനത്തിൽ എത്തി നിൽക്കുമ്പോഴും പ്രണയത്തിന്റെ ചുഴിയിൽ നിന്ന് അവർക്ക് രക്ഷപ്പെടുവാൻ സാധിക്കുന്നില്ല. പുറത്തിറങ്ങണമെ ന്ന് രണ്ടു പേർക്കും ആഗ്രഹം ഉണ്ടെങ്കിലും അവരുടെ പ്രണയത്തി ന്റെ മനസ്സും ആത്മാർത്ഥയും എവിടെയോ കെട്ടിയിടപ്പെട്ടിട്ടുണ്ട്. സാ ധാരണ പ്രണയിനികൾക്കിടയിൽ വഴക്കും പരിഭവവും സർവ്വസാധാ രണമാണെങ്കിൽ ഇവർക്കിടയിലുള്ള പ്രണയത്തിന്റെ പതിനെട്ട് വർ

ഷങ്ങൾ പരിഭവങ്ങളും പരാതികളും പരാധീനതകളും ഇല്ലാതെയു
ള്ള സഞ്ചാരമായിരുന്നു.

ആഗ്രഹങ്ങളുടെ ആവലാതിയില്ലാതെ എന്നും വർത്തമാനകാല
ങ്ങൾക്കപ്പുറമെന്ന ചിന്തയില്ലാത്ത ഒരു സംസാരരീതിയാണ് അവരെ
കൗമാരത്തിൽ സ്വർഗീയമാക്കിയത്. യൗവനത്തിന്റെ കാവൽ ഭടൻ ആ
രാണെന്നറിയാതെ ഇന്ന് ഹരിയുടെ മുന്നിൽ ഈ അത്തിമരച്ചുവട്ടിൽ
ഇരുന്ന് ഇനി എന്ത് എന്ന് ചോദിക്കുമ്പോൾ ഹരിക്ക് ഹരിയുടെ പ്ര
ണയിനിയെ വീണ്ടും കല്ലെറിയുവാൻ തോന്നി.

ജീവിതം സുന്ദരമാകണം. പ്രണയത്തിലൂടെ ഉള്ള മനസ്സിന്റെ സൗ
ന്ദര്യം അനിർവചനീയമാണ്. അചഞ്ചലവുമാണ്. ഇത്തരം സുഖമൊ
ന്നും എത്ര കാശ് ഇറക്കിയാലും കിട്ടില്ല. എത്ര വലിയ നൗകയിൽ സ
ഞ്ചരിച്ചാലും എത്ര വലിയ വീഞ്ഞ് കുടിച്ചാലും കിട്ടില്ല. വലിയ വലി
യ സുഖങ്ങൾ തേടി പലരും പല അത്ഭുതലോകത്ത് കൂടി നടക്കുന്നു
ണ്ടെങ്കിലും അവരൊന്നും യഥാർത്ഥ സുഖം അറിയാത്തവരാണ്. സു
ഖം കാശിറക്കി അനുഭവിക്കാൻ കഴിയുന്ന ഒന്നല്ല. സുഖം മറ്റുള്ളവരി
ലൂടെ ഞങ്ങൾ അനുഭവിക്കേണ്ട മാസ്മരിക ലഹരിയാണ്. അതിന്
പ്രത്യേകം താളവും മേളവും ലയവുമൊക്കെയുണ്ട്. ആർഭാടം കുറ
വായിരിക്കാം. ആർഭാടം കൂടുമ്പോൾ എല്ലാം പ്രഹസനമായി മാറി
പോകും.

അവരുടെ സുഖങ്ങൾക്കിടയിൽ കല്യാണനിശ്ചയം കഴിഞ്ഞ ഒരു
പെൺകുട്ടിയുടെ ചോദ്യം ഹരിക്ക് വളരെ നിസ്സാരമായാണ് തോന്നി
യത്. എന്നിരുന്നാലും ഹരി അവളോട് ചോദിച്ചു.അച്ഛന്റെയും അമ്മ
യുടെയും ജീവതാളം നീ ഓർത്തിട്ടുണ്ടോ?

ഇല്ല.

എന്തുകൊണ്ട് ആലോചിക്കുന്നില്ല.

അതിനുള്ള മാനസികാവസ്ഥയിലല്ല ഞാൻ.

ആ താളം നീ അറിയണം. അവരുടെ മനസ്സിന്റെ ദ്രുതതാളം നീ
അറിയണം. മനസ്സിലാക്കണം.

അവർ എന്നും ശകാരമാണ്. ഞാൻ കേട്ടു മടുത്തു.

സ്നേഹമുള്ളമിടമാണ് ശകാരമുണ്ടാകുക. സ്നേഹശൂന്യർ അ
ജ്ഞാനികളാണ്. പ്രണയം സ്നേഹമല്ല. പ്രണയം ഒരുതരം വികാര
മാണ്. ശരിക്ക് പറഞ്ഞാൽ പ്രണയം സാന്നിദ്ധ്യമാണ്.

ഞങ്ങൾ സ്നേഹത്തിലാണ്. പ്രണയത്തിലല്ല.

ഞാൻ വിശ്വസിക്കുന്നില്ല.

പ്രണയത്തിൽ ആയതു കൊണ്ടാണ് നിങ്ങൾക്ക് തിരിച്ചു നടക്കു വാൻ സാധിക്കാത്തത്. നിങ്ങൾ സ്നേഹശൂന്യരാണ്. എല്ലാവരോടും നമുക്ക് സ്നേഹം തോന്നാം പക്ഷേ പ്രണയം ഒരാളോട് മാത്രമായിരി ക്കും. അതിനെ വേർതിരിക്കുക എന്നത് ചിന്തിക്കുന്നതിലുമപ്പുറമുള്ള കാര്യമാണ്.

ഞങ്ങൾ എന്തു ചെയ്യണമെന്നാണ് പറഞ്ഞു വരുന്നത്.

ഞാൻ നിങ്ങളുടെ ആരുമല്ല. ഭക്ഷണം കഴിക്കുമ്പോൾ നിങ്ങളുടെ പ്രകൃതമാണ് എന്നെ നിങ്ങളിൽ അടുപ്പം ഉണ്ടാക്കിയത്. മാത്രമല്ല ആ രുമല്ലാത്ത ഞാൻ ചുമച്ചപ്പോൾ ആരുമല്ലാത്ത നീ ഒരു മകൾക്ക് അച്ഛ നോടുപോലുള്ള വാത്സല്യം പോലെ എന്നെ സ്പർശിച്ച് പ്രതിഫലി പ്പിച്ചു. ആ സ്പർശനമാണ് ദൈവം. ഇപ്പോൾ ഞാനല്ല നിന്നോട് സം സാരിക്കുന്നത്. നിന്റെ പിതാവ് തന്നെയാണ്. നിന്നോട് മടങ്ങി വരു വാൻ ഞാൻ പറയില്ല. ഇവൻ നിർജ്ജീവമാണ്. നിന്റെ യന്ത്രമാണ്. പ്രണയം എന്ന ഒരു വികാരത്തിന് അടിമപ്പണിയെടുക്കുന്നവൻ. നീ എന്തു പറഞ്ഞാലും അവൻ തയ്യാറാണ്. നീ വാശി പിടിക്കാതെ പതു ക്കെ പതുക്കെ പ്രണയത്തിൽ നിന്ന് അകലാൻ പറഞ്ഞാൽ ഇവൻ ത യ്യാറാകും. ഇവൻ നിന്റെ യന്ത്രമാണ്. എത്രയോ പേർ പ്രണയത്തിൽ നിന്ന് വേർപിരിഞ്ഞ് ശൂന്യതയെ പ്രണയിക്കുന്നുണ്ട്. അവർ കഷ്ടപ്പെ ടുന്നവരെ ബഹുമാനിക്കാൻ പഠിച്ചവരാണ്. അവർ വിവേകികളാണ്. നിസ്വാർത്ഥരാണ്. അവരുടെ ജീവിതത്തിനും ഒരു പ്രത്യേക സുഖമു ണ്ട് മകളേ, പ്രണയിക്കാൻ രണ്ട് ജീവൻ വേണമെന്നില്ല. നിനക്ക് ശ ക്തി ഉണ്ടെങ്കിൽ സ്നേഹിക്കുവാനും പ്രണയിക്കുവാനും സാധിക്കും.

എനിക്കൊന്നും മനസ്സിലാകുന്നില്ല.

ആലോചിച്ചു നോക്കൂ.

എങ്ങനെ ആലോചിക്കാൻ.

ഞാൻ ഒരു ചോദ്യം തന്നെന്നേയുള്ളൂ. നീ തന്നെ ആലോചിച്ച് അ തിന്റെ ഉത്തരം എങ്ങനെ കണ്ടു പിടിക്കുന്നുവോ അവിടെയാണ് നി ന്റെ വിജയം. എനിക്ക് കുറച്ച് തിരക്കുണ്ട്. ഇതുവരെ പരിചയമില്ലാ ത്ത നമ്മൾ ഇത്രയും നേരം സംസാരിച്ചത് എനിക്ക് തന്നെ അതിശ യം തോന്നുന്നു.

ചേട്ടന്റെ ഫോൺ നമ്പർ തരുമോ?

എഴുതിക്കൊള്ളൂ.

ഓക്കെ.. ഞാൻ ആവശ്യമുള്ളപ്പോൾ വിളിക്കാം.

ഇന്ന് ഇനി എവിടെക്കാണ്?

വീട്ടിലേക്കു തന്നെ.

അതുതന്നെയാണ് നല്ല തീരുമാനം.

എന്നാൽ കാണാം.

ഹരി ഓഫീസ് ലക്ഷ്യമാക്കി നീങ്ങി.

അവർ രണ്ടു പേരും എന്തു ചെയ്യണമെന്നറിയാതെ അത്തിമര ചു വട്ടിൽ തന്നെ കുറേ നേരം ഇരുന്നു. സാധാരണ പ്രണയിനികളെ പോ ലയല്ല അവർ. അവർക്ക് ജീവിതസുഖമെന്തെന്നറിയാം. പക്ഷേ അവ രുടെ മായാലോകത്ത് അവർ മാത്രം മതി എന്നതാണ് അവരുടെ പ്ര ഥമ ചിന്ത. പക്ഷേ വീട്ടുകാർ അതിന് വഴങ്ങുന്നില്ല. രണ്ടു പേർക്കും വീട്ടുകാരെ ഒഴിച്ചു നിർത്തുവാനും പറ്റുന്നില്ല.

നിനക്ക് അവനെ കല്യാണം കഴിച്ചുകൂടേ അമല.

അതെന്താ അങ്ങനെ പറഞ്ഞത്?

നീ സുരക്ഷിതമാകുമല്ലോ?

വരുന്നവൻ ശരിയല്ലെങ്കിലോ?

ഇപ്പൊഴെ അങ്ങനെ ചിന്തിക്കേണ്ട. നല്ലതാവാനുള്ള പ്രാർത്ഥന യാണ് വേണ്ടത്. നീ നല്ലവളാണ്. നിനക്ക് ദൈവം കൊണ്ടുതന്നവ നും നല്ലവനായിരിക്കും.

അപ്പോൾ പ്രശോഭിനെ എനിക്ക് ദൈവം തന്നതല്ലേ?

ആയിരിക്കാം. പക്ഷേ പരീക്ഷണങ്ങളിൽ അടിപതറാതെ കഴിയു ക എന്നതിലായിരിക്കണം ശ്രദ്ധ. ആ പോയ മനുഷ്യൻ പറയുന്നത് കേട്ടിരുന്നുവോ?

എനിക്ക് നല്ല പരിചയം തോന്നി. നല്ല മനുഷ്യൻ. പ്രശോഭിന് എ ന്തു തോന്നുന്നു.

ചില സന്ദർഭങ്ങൾ അങ്ങനെയാണ്. അറിയാത്ത ചുറ്റുപാടുകൾ നമ്മളെ ഉപദേശിക്കുവാൻ തുടങ്ങും. അതുകേൾക്കുക എന്നതായിരി ക്കണം നമ്മുടെ കടമ.

അവിടെ വിജയത്തിന്റെ തീപ്പൊരി എവിടെയെങ്കിലും കാണും. ഭഗ വാൻ മാർഗ്ഗം കാണിക്കുക മാത്രമാണ് ചെയ്യുക. ലക്ഷ്യം ഞങ്ങളു ടെതാവണം.

അദ്ദേഹം പറഞ്ഞതിന്റെ അകക്കാമ്പ് എന്താണ്?

പിന്നെ നീയെന്താണ് അദ്ദേഹത്തിലൂടെ കേട്ടത്.

എന്താണ് അദ്ദേഹം പറഞ്ഞത്?

പ്രണയിക്കാനും സ്നേഹിക്കുവാനും നിനക്ക് സാധിക്കുമെന്നാണ് പറഞ്ഞത്.

അതെല്ലാവർക്കും പറ്റുന്നതല്ലേ?

ശരിയാണ്. നിനക്കത് സത്യസന്ധമായി ചെയ്യുവാൻ സാധിക്കുമെ ങ്കിൽ നമ്മൾ രണ്ടു പേരും വിജയിക്കും.

ഒരുവന്റെ കൂടെ കഴിയുന്നവൾ എങ്ങനെ പ്രശോഭുമായി സമ്പർ ക്കം പുലർത്തും.

പ്രബുദ്ധതയ്ക്ക് വേണ്ടി ദാഹിച്ചു കൊണ്ടിരിക്കുന്നവരുടെ കണ്ണു കൾ അത്യാകാംക്ഷ നിറഞ്ഞതായിരിക്കണം. അത് കൂടുതൽ മുൻവ ശം കാണുവാൻ സാധിക്കണം. അവിടെയാണ് നീ നീയാവുക.

ഞാൻ സാഹസികതക്ക് മുതിരണം എന്നാണോ പറഞ്ഞു വരുന്ന ത്.

അതെ.

നിശ്ചയിക്കപ്പെട്ടവനെ കല്യാണം കഴിക്കണം.

അതെ. എനിക്ക് വേണ്ടി. നമ്മുടെ നന്മക്ക് വേണ്ടി.

രണ്ടു പേരും വാശിയോടെ സംസാരിച്ചുവെങ്കിലും അവർ രണ്ടു പേരും കൂടി നിശ്ചയിക്കപ്പെട്ട കല്യാണത്തിന് സമ്മതിക്കാമെന്ന് തീ രുമാനിക്കുന്നു. ഒരു വിധത്തിലും പ്രതിശ്രുതവരനെ ബുദ്ധിമുട്ടിക്കരു തെന്ന് പ്രശോഭ് അമലയെ പറഞ്ഞു മനസ്സിലാക്കുന്നു. അമലയാണ് എല്ലാം അനുഭവിക്കേണ്ടവൾ. നീയാണ് മറ്റൊരുവന്റെ കൂടെ പോകു ന്നവൾ. സൂക്ഷിക്കേണ്ടത് നീയാണ്. ഞാൻ മറ്റൊരു കല്യാണത്തിനി ല്ല. എന്റെ കൂടെ ഒരു പെണ്ണ് വേണ്ട. നിന്റെ കൂടെ ഒരു ആണ് ഉണ്ടാ വുന്നതിൽ എനിക്ക് ഭയപ്പാടില്ല. ഞാൻ നിന്റെ കൂടെ ഉണ്ടെന്ന് അവൻ ഒരിക്കലും അറിയരുത്. അതായിരിക്കണം ഞാനും നീയും തമ്മിലു ള്ള വിശ്വാസം.

അമലയുടെ കല്യാണം നടക്കുന്നു. അമല സന്തോഷവതി തന്നെ. കുടുംബക്കാരും സന്തോഷിച്ചു. പ്രശോഭ് അമലയുമായി യാതൊരു ബന്ധവും വച്ചു പുലർത്താതെ ജോലിതേടി ഇറങ്ങി. മാസങ്ങൾക്ക് ശേഷം പ്രശോഭിന് നല്ലൊരു ജോലി മറുനാട്ടിൽ ശരിയായി. പ്രശോഭ് അമലയോട് പറയാതെ സ്വന്തം നാടിനോട് വിടപറഞ്ഞു.

വർഷങ്ങൾ കഴിഞ്ഞു. പല സംഭവ ബഹുലമായ കഥകൾ നടന്നു. ആരും ആരേയും വിളിക്കാറില്ല. രണ്ടു പേർക്കും പരിഭവങ്ങളില്ലാതെ വർഷങ്ങൾ കഴിഞ്ഞിരിക്കുന്നു. എന്നിരുന്നാലും രണ്ടു പേർക്കും മറ ക്കാൻ പറ്റാത്ത അനുഭവങ്ങൾ അയവിറക്കിയായിരിക്കും ഇത്രയും വർ ഷങ്ങൾ തള്ളി നീക്കിയത്.

വർഷങ്ങൾക്കു ശേഷം അമല ഹരിയെ വിളിക്കുന്നു. ചേട്ടൻ എവി

ടെയുണ്ട്.

ഒന്ന് കാണണമായിരുന്നു.

ആരാണെന്ന് മനസ്സിലായില്ല.

അമലയാണ്. പണ്ട് ഭക്ഷണശാലയിൽ നിന്ന് പരിചയപ്പെട്ടവൾ.

ഓാ.. എനിക്ക് മനസ്സിലായി. കൂടെ ഉണ്ടായിരുന്നവൻ കൂടെയുണ്ടോ?

ഇല്ല.

അവന്റെ പേര് എന്തായിരുന്നു?

പ്രശോഭ്.

ആ.. ഓർക്കുന്നു.. പ്രണയമൊക്കെ?

കൂടെ തന്നെയുണ്ട്. ഞങ്ങൾ രണ്ടു പേരും അന്ന് പിരിഞ്ഞതാണ് പിന്നെ കണ്ടിട്ടില്ല. ഞാൻ വിളിച്ചതുമില്ല. സാർ എന്റെ ആരുമല്ലായിരു ന്നു പക്ഷേ സാർ ഇന്നെനിക്ക് ദൈവമാണ്.

നിന്റെ ദൈവം നീ തന്നെയാണ് ഞാനല്ല മോളേ. ഞാൻ വഴികാട്ടി തന്നു കാണും. നിന്നിലെ നല്ലതും ചീത്തയും നീ തന്നെയാണ് തിരി ച്ചറിയുന്നത് ഞാനല്ല. നിന്റെ മനസ്സിന്റെ വിവേകത്തിന് മറ്റുള്ളവരെ ബഹുമാനിക്കാനും സ്നേഹിക്കാനുമറിയാം. അതാണ് നിന്നിലെ ദി വൃത്വം. ആട്ടേ.. പ്രശോഭ് എവിടെയാണ് ഉള്ളത്?

അറിയില്ല സാർ.

നീ ഇപ്പോൾ എവിടെയാണ് ഉള്ളത്?

വീട്ടിൽ തന്നെ.

നീ കല്ല്യാണം കഴിച്ചില്ലേ?

കഴിച്ചു. അന്ന് നിശ്ചയിച്ചുറപ്പിച്ചവൻ തന്നെ.

മക്കൾ?

രണ്ടു പേര്. രണ്ടു പേരും ജോലി ചെയ്തു വരുന്നു.

നന്നായി. ഭർത്താവ് എന്തു ചെയ്യുന്നു?

ഭർത്താവ് ജോലി ചെയ്യുന്നുണ്ട്. അധ്യാപകനാണ്. നല്ല അധ്യാപ കനുള്ള രാഷ്ട്രപതിയുടെ അവാർഡ് വാങ്ങിയവർ ആണ്.

ഓാ.. അപ്പോൾ വലിയ മനുഷ്യനാണല്ലോ അദ്ദേഹം. എന്താ വിശേ ഷിച്ച്?

സാറെ എനിക്കൊന്ന് കാണണം.

ഞാൻ അധികം പുറത്തിറങ്ങാറില്ല മോളേ..

ഞാൻ സാറുടെ വീട്ടിൽ വരാം.

വേണ്ട. അത് ഗുണകരമാകില്ല.

ഞാൻ ടൗണിൽ വരാം.

അങ്ങനെ അമല ടൗണിൽ വരുന്നു. ഹരിയും അമലയും ടൗണിൽ തിരക്കില്ലാത്ത ഒരു കോഫി ഷോപ്പിൽ കയറുന്നു.അമലക്ക് പ്രശോഭി നെ കാണണം. പ്രശോഭ് എവിടെയാണ് ഉള്ളതെന്ന് അറിയണം.

എന്റെ ഫോൺ പ്രശോഭ് എടുക്കില്ല സാർ. അന്ന് പിരിയുമ്പോൾ ശപഥം ചെയ്തതാണ്. സാറ് ഈ നമ്പർ ഒന്നു കറക്കി നോക്കൂ.

ശരി ഞാനൊന്ന് വിളിച്ചു നോക്കാം ഹരി പ്രശോഭിനെ വിളിക്കു ന്നു.

പ്രശോഭാണോ?

അതെ. ആരാണ്?

വർഷങ്ങൾക്ക് മുമ്പ് പ്രശോഭിനെ പ്രണയിനിയിൽ നിന്ന് അകറ്റി യാൾ.

ഓ.. ഹരിസാറോ എന്നും ഓർക്കാറുണ്ട്.

എന്തുണ്ട് വിശേഷം?

സുഖമായി പോകുന്നു. അമല?

ആ.. അവളും

വിളിക്കാറുണ്ടോ?

ഇല്ല.

പിന്നെ എങ്ങനെ അറിയുന്നു.

അവൾ സുഖമായിരിക്കാൻ എപ്പോഴും എന്റെ പ്രാർത്ഥനയുണ്ട് സാർ. സാർ ഇപ്പോൾ എവിടെയാണ്?

ഞാൻ നാട്ടിൽ തന്നെ. ഈ വയസ്സാൻ കാലത്ത് എവിടെ പോ കാൻ.

സാർ വിളിച്ചത്?

എന്റെ കൂടെ അമലയുണ്ട്.

അവൾ എന്തു പറയുന്നു?

അവൾക്ക് നിന്നോട് സംസാരിക്കണം.

സാർ അതിന് അവസരം ഉണ്ടാക്കരുത്. ഉണ്ടാക്കി കൊടുക്കരുത്.

എനിക്ക് താല്പര്യമില്ല. അവൾ എന്റെ മനസ്സിൽ ഒരു പ്രതിഷ്ഠയാ യിട്ടുണ്ട്. അതുമതി. അവൾ ഇന്ന് അന്യന്റെ ഭാര്യയാണ്.

അന്യന്റെ ഭാര്യയെ പ്രതിഷ്ഠയാക്കുവാൻ സാധിക്കുമോ?

ഉപദ്രവങ്ങളില്ലാത്ത കള്ളത്തരങ്ങൾ ഞങ്ങളെ സ്വർഗ്ഗീയമാക്കുന്നു ണ്ടെങ്കിൽ അതല്ലേ സാർ നമ്മുടെ സുകൃതം.

പ്രശോഭിന്റെ ഭാര്യ?

ഉപദ്രവമില്ലാത്ത കള്ളത്തരം സ്വർഗ്ഗീയമാക്കുമെങ്കിലും എന്റെ ഭാര്യ

യിൽ അതൊരു വഞ്ചനയായിരിക്കും. അതു കൊണ്ട് ഞാൻ കല്യാ ണം കഴിച്ചിട്ടില്ല.

അപ്പോൾ അമല കള്ളി എന്നാണോ പറഞ്ഞു വരുന്നത്. അതു കൊണ്ടാണോ സംസാരിക്കാൻ മടിക്കുന്നത്.

അല്ല. എന്റെ പൂർണ്ണമനസ്സാലെയാണ് അവൾ അതിന് മുതിർന്ന ത്. അവൾ കള്ളിയല്ല. അവൾ എന്റെ മനസ്സിലെ പ്രതിഷ്ഠയാണ്. ഞാൻ എന്നും മനസ്സിൽ താലോലിക്കുന്നത് അവളെയാണ്. അവളാണ് എ ന്നെ എന്നും താരാട്ടുപാടി ഉറക്കുന്നത്.

ഇപ്പോൾ അവൾ എന്റെ കൂടെയുണ്ട്. പ്രശോഭിനോട് അവൾക്ക് സംസാരിക്കണമെന്നുണ്ട്.

വേണ്ട സാർ. ഇത്രയും നാൾ അവൾ എന്നോട് സംസാരിക്കാതെ കഴിഞ്ഞല്ലോ. അതു തന്നെയല്ലേ നല്ലത്. ഇന്ന് എന്റെ സന്തോഷം അ വളെ കാണാതിരിക്കുന്നതിലാണ്. ഇത്രയും നാൾ പഠിച്ചുകൊണ്ടിരു ന്നത് അതാണ്. എന്റെ ആനന്ദം അത്തരത്തിലുള്ളതായി മാറി. അ വൾ എവിടെയാണ് ഉള്ളത് എന്ന് എനിക്കറിയാം. അതിനാൽ ആ സ്ഥലം ഒഴിവാക്കിക്കൊണ്ട് ബാക്കിയുള്ള സ്ഥലത്തെല്ലാം ഞാൻ അ വളെ അന്വേഷിച്ചു കൊണ്ടിരിക്കുകയാണ്. ഇവിടെ ഞാൻ സ്വർഗീയ തയിലാണ്. അജ്ഞാതമായതിനെ കണ്ടെത്തുവാനുള്ള നിങ്ങളുടെ അ ന്വേഷണം ഒരുനാൾ നിർത്തി വെക്കേണ്ടിവരും.

ശരിയായിരിക്കാം. കാലത്തിനനുസരിച്ച് തീരുമാനം മാറ്റാമെന്ന് ഗാ ന്ധിജി ഞങ്ങളെ പഠിപ്പിച്ചിട്ടുണ്ട്. അതുകൊണ്ട് ഞാൻ എന്റെ വാക്കിൽ ഉറച്ചു നിൽക്കുന്നില്ല.അതുകൊണ്ട് ഇപ്പോൾ മാറണമെന്നുമില്ല.

ഇതൊക്കെ കേട്ടുകൊണ്ട് അമല അടക്കി വച്ചിരുന്ന വേദന പതു ക്കെ വെളിയിൽ വരുവാൻ തുടങ്ങി.

വേണ്ട മോളേ നീ ഇങ്ങനെ ആവരുത്. അവൻ നിന്നെ ബഹുമാനി ക്കുന്നുണ്ട്. അവന്റെ ഹൃദയത്തിൽ നീയുണ്ട്. അവൻ പറയുന്നതിൽ തെറ്റൊന്നുമില്ല. നീ രണ്ടു മക്കളുടെ അമ്മയാണ്. ഇതൊന്നും മറക്ക രുത്. ഉള്ളിലെ നിന്റെ ദിവ്യമായ പ്രണയം ഞാൻ മനസ്സിലാക്കുന്നു.

പ്രശോഭ് എവിടെ നിന്നാണ് സംസാരിക്കുന്നത്.

കുറച്ച് അകലെ നിന്നാണ്.

എന്നാലും

സാർ നല്ല രീതിയിൽ തന്നെയാണ്. എന്നെ ഓർത്ത് ആവലാതി കൊള്ളുവാനൊന്നുമില്ല. ഞാൻ നാടുവിട്ടുവന്നവനല്ല. എല്ലാവരോടും പറഞ്ഞിട്ട് വന്നതുതന്നെയാണ്. പിന്നെ

അമല.. അവളോട് ഞാൻ പറഞ്ഞിട്ടില്ല എന്നത് ശരി തന്നെ.

പക്ഷേ അവളും ഞാനും തമ്മിൽ വാക്കാൽ ഒരു കരാറുണ്ട്. അത് ഞാനായി തെറ്റിക്കില്ല. അവൾ തെറ്റിക്കുന്നത് എനിക്കിഷ്ടവുമല്ല. അവൾ ഞാനാണ് ഞാൻ അവളുമാണ്. ഇതൊക്കെ ചെറിയ സമയത്ത് സാറിൽ നിന്ന് ഞാൻ പഠിച്ചതാണ്. എല്ലാറ്റിനും ഒരു നിമിത്തം കാണും സാർ.. ശരിയല്ലേ?

ശരിയാണ്. ഞാൻ ഫോൺ വെക്കട്ടെ.. ഒരു വാക്ക് നീ അമലയോട്.

വേണ്ട സാർ..

ഞാൻ അമലയോട് എന്തു പറയണം?

അവൾ സുഖമായി കഴിയണമെന്നും ഭർത്താവിനെ കൺകണ്ട ദൈവമായി കരുതണമെന്നും. മക്കളെ പൊന്നുപോലെ നോക്കണമെന്നും സാർ അവളെ ഉപദേശിക്കണം. സാർ പറഞ്ഞാൽ അവൾ അനുസരിക്കും. ഇത്രയും വർഷങ്ങൾ അവൾ അക്ഷരം പ്രതി അനുസരിച്ചില്ലേ..

ഞാൻ അമലയോട് സംസാരിക്കാം.

നീ ഫോൺ വച്ചോളൂ..

പ്രശോഭ് ഫോൺ വച്ചു. പ്രശോഭിന്റെ മനസ്സ് പിടഞ്ഞു കൊണ്ടിരുന്നു. അവൾ നല്ല നിലയിലാണെന്നറിഞ്ഞത് പ്രശോഭിന് തെല്ലൊന്ന് ആശ്വാസമായി. എന്നിരുന്നാലും കാണാമറയത്തിരുന്ന് മനസ്സിൽ പ്രണയത്തിന്റെ മൊട്ടുകൾ തുന്നിച്ചേർത്ത് അമലക്ക് നൽകിയതിന്റെ ഇരട്ടി മധുരം അവളുടെ സാന്നിധ്യത്തിലുള്ള ഒരു ഫോൺ വിളിയിലൂടെ പ്രശോഭിൽ തിളങ്ങി നിന്നു. ഇന്നും ഞാൻ അവളിൽ കുടികൊള്ളുന്നുണ്ടല്ലോ എന്ന ആശ്വാസവും പ്രശോഭിനെ പ്രണയ സല്ലാപത്തിന്റെ അത്യുന്നതങ്ങളിൽ എത്തിച്ചു. പ്രശോഭിന്റെ ആനന്ദത്തേക്കാൾ അവളിൽ ഇത്രയും നാൾ ശേഖരിച്ചു വച്ച പ്രണയകഥകൾ എത്രത്തോളമുണ്ടാകും എന്നതായിരുന്നു.

എങ്ങനെ ഞാൻ അവളിൽ എത്തിപ്പെടും.

ഒരിക്കലും ചിന്തിക്കാൻ പോലും പാടില്ലാത്തതാണ്.

അവൾ എന്ത് പാപമാണ് ചെയ്തത്.

മനസ്സിൽ ഒരാളെ ഭജിച്ചു പൂജിച്ചുകൊണ്ടിരിക്കുക എന്നിട്ട് മറ്റൊരുവനെ സ്നേഹപുഷ്പത്തിൽ തളികയിൽ കൊണ്ടുനടക്കുക. ഞാൻ അവളെ എന്തു വിളിക്കണം.

അവളുടെ മാനസികാവസ്ഥയുടെ തലം എന്തായിരിക്കും?

അതും എല്ലാം എനിക്കുവേണ്ടിയും.

ഞാൻ അവൾക്ക് എന്തുനൽകണം.

എന്തു നൽകിയാലാണ് അവൾ തൃപ്തിനേടുക.

എനിക്കറിയില്ല..

എന്തെന്നറിയാതെ നീറുന്ന മനസ്സുമായി അമല ഹരിയങ്കിളിന്റെ ചുമലിൽ തല ചായ്ച്ചുവച്ചു. എന്തൊക്കയോ വ്യക്തമാകാത്ത ഭാഷ യിൽ അവൾ പിച്ചും പേയും പറഞ്ഞുകൊണ്ടിരുന്നു. കണ്ണുകളിൽ നി ന്ന് ധാരധാരയായി കണ്ണുനീർ വീഴുന്നുണ്ട്. ഹരി ഒന്നു പറയാതെ ഒര ച്ഛൻ മകളോടെന്നപ്പോലെ അവളുടെ വേദനയറിഞ്ഞ് പതുക്കെ തല തടവിക്കൊണ്ടിരുന്നു. അമലയുടെ മനസ്സിൽ ഒരു അഗ്നിപർവ്വതം പൊട്ടിയതുപോലെ, നാലുഭാഗത്തു നിന്നും വേദന പിടിച്ചു നിർത്താ നാവാതെ സ്വയം സഹിച്ച് കടിച്ചമർത്തി കൊണ്ടിരിക്കുകയായിരിന്നു. ഈ മകളെ ഞാൻ എങ്ങനെ ആശ്വസിപ്പിക്കും ഭഗവാനേ..

എത്രനാൾ എന്ന് വിചാരിച്ചാണ് ഞാൻ ഇങ്ങനെ കഴിയുക സാർ. എന്റെ ഭർത്താവ് നല്ലവൻ തന്നെ. ഇനിയുള്ള ജീവിതമെങ്കിലും എനി ക്ക് പ്രശോഭിന്റെ കൂടെ കഴിയണമെന്ന ആഗ്രഹം ആര് സഫലീകരി ച്ചുതരും. വീട്ടുകാരെ വെറുപ്പിക്കരുത് എന്ന് ചിന്തിച്ചാണ് ഇത്രയും നാൾ അദ്ദേഹത്തിന്റെ കൂടെ കഴിഞ്ഞത്. ഇന്ന് എന്നെ ഓർത്ത് വിഷ മിക്കാൻ ആരുമില്ല. എന്റെ അച്ഛനും അമ്മയും ജീവിച്ചിരിപ്പില്ല. മക്കൾ അവരുടെ നിലയിലായി. ഇനിയെങ്കിലും പ്രശോഭിന്റെ കൂടെ എനിക്ക് ജീവിക്കണം. എനിക്ക് അദ്ദേഹത്തിന്റെ ജീവിത സഖിയാവേണ്ട, ദൈ നംദിന ജീവിതത്തിലുള്ള ഒരു സഹായി ആയെങ്കിലും എന്നെ അദ്ദേ ഹത്തിനെകൊണ്ട് സ്വീകരിപ്പിക്കണം.

അമല നീ എന്താണ് ഈ പറയുന്നത്?

അന്ന് അദ്ദേഹത്തോടൊപ്പം പോയിരുന്നെങ്കിൽ എനിക്ക് ഈ ഗതി കേട് വരില്ലായിരുന്നു. ഞാൻ എവിടെ വിളിച്ചാലും അദ്ദേഹം അന്ന് എന്റെ കൂടെ വരുമായിരുന്നു. ഇന്ന് ഞാൻ ആർക്കും വേണ്ടാത്തവളാ യി..

അങ്ങനെ പറയരുത്. നിനക്ക് രണ്ടു മുതിർന്ന മക്കളുണ്ട്. അവരെ നീ ഓർക്കണം.

എല്ലാവരെയും ഓർത്താണ് ഇത്രയും നാൾ കഴിഞ്ഞത്. ഞാൻ എ നിക്ക് വേണ്ടി എന്റെ ഇഷ്ടത്തിനൊത്ത് എന്നു ജീവിക്കും. എന്ന് ജീ വിക്കുവാൻ തുടങ്ങും. ഇത്രയും നാൾ മറ്റുള്ളവർക്ക് വേണ്ടി ഒരു യാ ന്ത്രിക ജീവിതമായിരുന്നു എന്റെത്. ആരേയും വെറുപ്പിക്കാതെ. എ ന്തു വിഷമം വന്നാലും പ്രശോഭിന് വേണ്ടി ഞാൻ ക്ഷമിച്ചിരുന്നു. ഇ തുവരെ ഞാൻ ആരേയും വെറുപ്പിച്ചിട്ടില്ല. ഇത്രയും വർഷം തികണ്ഞി

ട്ടും.. എന്നിട്ടും..

സമയമായില്ലപോലും...

കുറച്ച് ശാന്തമാകൂ അമല. എല്ലാം നല്ലതിനുവേണ്ടി മാത്രമായി ക ണ്ടാൽ മതി. ഇനിയും ധാരാളം ദിവസങ്ങൾ ജീവിക്കുവാനുണ്ട്.

വാർദ്ധക്യത്തിലുള്ള സുഖം എനിക്ക് വേണ്ട. വാർദ്ധക്യത്തിലുള്ള പ്രശോഭിനെയും എനിക്ക് വേണ്ട.. കുറച്ചു ദിവസമെങ്കിലും..

എന്താണ് അമല നീ ഇങ്ങനെ സംസാരിക്കുന്നത്.

ഇല്ല സാർ.. എനിക്ക് മടുത്തു. ഞാൻ എന്തു പാപമാണ് ചെയ്ത ത്. എന്റെ മനസ്സ് തുറന്നു സംസാരിക്കാനെങ്കിലും എന്റെ വേദന കേൾ ക്കാനെങ്കിലും എന്റെ പ്രശോഭിനോടു വരുവാൻ പറയൂ..

സമയം ഏറെയായി. എനിക്ക് വീട്ടിൽ എത്തിയിട്ട് എണ്ണയിട്ടു ചൂട് പിടിക്കേണ്ടതാണ്. വൈകി എത്തിയാൽ അവളുടെ ശകാരമായിരിക്കും.

അല്ലെങ്കിലും അവൾ ശകാരവാദിയാണ്. നീ നിന്റെ മാഷോട് എ ങ്ങനെയാണ്?

മാഷിന് ഞാനൊന്നും ചെയ്തുകൊടുക്കേണ്ട ആവശ്യമില്ല. അദ്ദേ ഹം തന്നെ ഒക്കെ ചെയ്തുകൊള്ളും മാത്രമല്ല അടുക്കളക്കാര്യത്തിൽ എന്നെ സഹായിക്കുകയും ചെയ്യാറുണ്ട്.

ഞാൻ അടുക്കളയിൽ പോകാറെയില്ല. പോയാൽ തന്നെ ചെയ്യു ന്നതൊക്കെ അവൾക്ക് കുറ്റമായിരിക്കും.

അമല ചിരിക്കുന്നു.

പിന്നെ അവൾക്ക് എന്നെ കാണുമ്പോൾ തന്നെ ദേഷ്യം വരും. അ ത് എന്തിനാണെന്ന് എനിക്ക് ഇതുവരെ മനസ്സിലായിട്ടില്ല. ഞാൻ അ വളോട് ചോദിക്കാനും പോയിട്ടില്ല. മോള് എന്റെ വീട്ടിൽ വരട്ടെ എന്ന് ചോദിച്ചില്ലേ? വരേണ്ട എന്നു പറയുവാൻ കാരണം അവൾ തന്നെയാ ണ്. നീ എന്നെയും തേടിവന്നിരുന്നെങ്കിൽ ഞാൻ മരിക്കുന്നതുവരെ അതു കേൾക്കേണ്ടിവരുമായിരുന്നു. എന്തു ചെയ്യാൻ.. ഭൂരിഭാഗം പു രുഷന്മാരുടെയും ജന്മം സ്ത്രീകൾക്ക് അടിമപ്പെട്ടതാണ്. പറഞ്ഞിട്ട് കാര്യമില്ല. പുരുഷന്മാരുടെ കളിയും അങ്ങനെ തന്നെ.

സാറെ ഞാൻ വീട്ടിൽ കൊണ്ടുവിടണോ?

വേണ്ട വേണ്ട. ഞാൻ ഇവിടെ നിന്ന് ഓട്ടോ പിടിച്ച് വീട്ടിൽ പോ യിക്കൊള്ളാം. വീടിന്റെ നടവരെ ഓട്ടോ എത്തും. മോളെങ്ങനയാ തി രിച്ചുപോകുന്നത്

ഞാൻ ഇവിടെ നിന്ന് ബസ്സിൽ പോയിക്കൊള്ളാം.

ഞാൻ സാറെ വിളിക്കുന്നതിൽ ഉപദ്രവമുണ്ടോ?

അയ്യോ..

മോൾക്ക് എപ്പോൾ വേണമെങ്കിലും വിളിക്കാം. ഒക്കെ മോള് ചിന്തിക്കുന്നതുപോലെ ആയിവരും. തീർച്ചയാണ്. എപ്പോഴും ഭഗവാൻ ഒരാളെ തന്നെ പരീക്ഷിച്ചു കൊണ്ടിരിക്കില്ല. നിന്റെ ആത്മാർത്ഥമായ പ്രണയം നിനക്ക് നിന്റെ ഉദ്ദേശ്യം പോലെ സഫലീക്കരിക്കാൻ സാധിക്കും. ഞാനാണ് പറയുന്നത്. മകൾ ധൈര്യമായി കാത്തിരിക്കൂ. ഈ ഹരിയങ്കിൾ ആണ് പറയുന്നത്. ഞാൻ പ്രശോഭിനെ നാളെ കഴിഞ്ഞ് ഒന്ന് വിളിക്കാം. നീ ഇപ്പോൾ പോയിക്കൊള്ളൂ.. മനസ്സിനെ ഒരിക്കലും നീ തടവറയിൽ ആക്കരുത് എന്നൊരു അപേക്ഷ മാത്രമാണ് അമലയോട് എനിക്കു പറയാനുള്ളത്..

ഇല്ല സാർ..

ഞാൻ സാധാരണ പോലെയായി.

ഞാൻ കാത്തിരിക്കാം..

അമല വീട്ടിൽ എത്തിയപ്പോൾ ഒരു നോട്ടീസ് ശ്രദ്ധയിൽപ്പെട്ടു. സ്ത്രീകൾക്കായി ഒരു തീർത്ഥാടന യാത്ര. മാഷ് കൊണ്ടുവച്ചതായിരിക്കും.

ഈ നോട്ടീസ് എവിടെ നിന്ന് കിട്ടി?

ക്ഷേത്രത്തിൽ നിന്ന് ഒരു കൂട്ടം സ്ത്രീകൾ തന്നതാണ്. എനിക്ക് ഇതുവരെ നിന്നെ എവിടെയും കൂട്ടിക്കൊണ്ടുപോകുവാൻ സാധിച്ചിട്ടില്ല. ഞാൻ സ്കൂളിന്റെ ഹെഡ് മാഷ് ആയിപോയില്ലേ. നീ ഇപ്പോൾ വീട്ടിൽ വലിയ ജോലിയൊന്നും ഇല്ലാതെ ഇരിക്കുകയല്ലേ. നിനക്ക് ഇവരുടെ കൂടെ ഒരു യാത്ര പോകുന്നതിൽ ഒരു കുഴപ്പവുമില്ല.

ഞാൻ നിങ്ങളില്ലാതെ എങ്ങനെ പോകാനാണ്.

ഈ കാര്യത്തിൽ നീ എനിക്ക് ഒരിളവുതരണം. ഇത്രയും നാൾ നീ എനിക്കും മക്കൾക്കും വേണ്ടി രാവും പകലും ഉറക്കമൊഴിഞ്ഞു പണിയെടുത്തു. മക്കൾ ഇത്രയും നല്ല നിലയിൽ ആയത് നിന്റെ മാത്രം പരിശ്രമമാണ്. ഞാൻ എന്നും എന്റെ ജോലി മാത്രമെ ശ്രദ്ധിച്ചിരുന്നുള്ളു. ഞാൻ നമ്മുടെ മക്കളെ ശ്രദ്ധിച്ചിരുന്നില്ല എന്ന കുറ്റബോധം എന്നിൽ ധാരാളമുണ്ട്. ഇനിയെങ്കിലും നീ കുറച്ച് വിശ്രമിക്കൂ. എനിക്ക് വേണ്ടി..

ചിലർ മനുഷ്യരെ ആൾക്കഹോളിക്കാണെന്ന് പറയാറുണ്ട്. ഞാൻ വർക്ക് ഹോളിക്കാണെന്ന് മറ്റുള്ള അദ്ധ്യാപകർ പറയുന്നത് കേൾക്കാറുമുണ്ട്. ഞാൻ ഒരു അദ്ധ്യാപകനല്ലേ അമല. ഞാൻ മോശമായാൽ എന്റെ കുട്ടികൾ മോശമാകില്ലേ? നീ ഈ തീർത്ഥാടന യാത്ര

ക്ക് പോകണം. എന്റെ ആഗ്രഹമാണ്.

എനിക്ക് അവരെ ആരേയും അറിയില്ല.

അതു കുഴപ്പമില്ല. നിനക്ക് മാഷുടെ ലേബൽ ഉണ്ടല്ലോ?

ഞാൻ പോകുന്നില്ല. ഞാൻ അവരുമായി ചേർന്നു പോകുമോ എ ന്നറിയില്ല.

അങ്ങനെയല്ലേ അമല മറ്റുള്ളവരെ പരിചയപ്പെടുക. അവസരങ്ങൾ ഉപയോഗപ്പെടുത്തണം എന്നാണ് പ്രമാണം. നീ പോകണം അമല. എനിക്ക് വേണ്ടിയെങ്കിലും.

ഞാൻ പോയാൽ നിങ്ങൾ ഇവിടെ ഒറ്റയ്ക്ക് എന്തു ചെയ്യാനാണ്. പുറത്തുള്ള ഭക്ഷണം നിങ്ങൾ കഴിക്കുന്നത് എനിക്ക് ഇഷ്ടമല്ല.

എന്തു തന്നെ ആയാലും ഞാൻ നിന്റെ പേര് അവരോട് ചേർക്കു വാൻ പറയും. അവർക്കൊക്കെ നിന്നെ നല്ലവണ്ണം അറിയാം. നീ അവ രെ ശ്രദ്ധിക്കാത്തത് കൊണ്ടാണ്. അവർക്ക് നിന്നെ കുറിച്ച് നല്ല അഭി പ്രായവുമാണ്. അവസരം കിട്ടുമ്പോൾ അവർ എന്നോട് പറയുന്നത ല്ലേ.

എത്ര ദിവസമാണ് യാത്ര?

പത്ത് ദിവസം. ഒരു സ്ഥലം മാത്രമല്ല കുറേ സ്ഥലങ്ങൾ ഉണ്ട്. എ ല്ലാം നോട്ടീസിൽ വിശദമായിട്ടുണ്ട്. പോകുന്നവരുടെ ഒരു മീറ്റിങ് അ മ്പലത്തിന്റെ ഊട്ടുപുരയിൽ ഒരുക്കിയിട്ടുണ്ട്. അന്ന് ഞാനും നിന്റെ കൂടെ വരാം. എല്ലാവരെയും നിനക്ക് പരിചയപ്പെടുകയും ചെയ്യാം.

അങ്ങനെ അമല തീർത്ഥാടന യാത്രക്ക് ഒരുക്കമായി. യാത്രകൾ മ നസ്സിനെ മനോഹാരിതയിലേക്ക് നയിക്കുമെന്നാണല്ലോ യാത്ര ചെയ് തവർ പറഞ്ഞു വച്ചത്. അത്തരം മനോഹാരിത എന്റെ മനസ്സിനെയും ശോഭനമാക്കുമായിരിക്കും. എനിക്ക് പ്രശോഭിനെ മാത്രം ചിന്തിച്ചിരി ക്കാൻ ദൈവം തന്ന അവസരം. അവസരങ്ങൾ പാഴാക്കരുത് എന്ന ല്ലേ മാഷുപറഞ്ഞു തന്നത്. എന്തും വരട്ടേ..മാഷുടെ സന്തോഷമല്ലേ എന്റെയും സന്തോഷം. അമല സന്തോഷവതിയായി യാത്ര പുറപ്പെട്ടു.

ട്രയിനിൽ ഡൽഹി വരെ. ഡൽഹിയിൽ നിന്ന് ബസ്സിൽ ക്ഷേത്ര ങ്ങളിലേക്കും. ആദ്യം ഹരിദ്വാറിലേക്ക്.

അങ്ങനെ അമലയും കൂട്ടുകാരും ഡൽഹിയിൽ നിന്ന് ഹരിദ്വാറി ലെത്തി. അവിടെ മോശമല്ലാത്ത ഒരു ഹോട്ടലിൽ താമസം. ഗൈഡ് ഒ രു ലേഡിയാണ്. ശാരദ.

ഹരിദ്വാറിൽ എത്തിയ ദിവസം ടൂർ പ്രോഗ്രാം പ്രകാരം എവിടെ യും പോകാനില്ല. യാത്രാക്ഷീണം തീർക്കാൻ ഇന്ന് വിശ്രമമാണെന്ന്

ഗൈഡ് ശാരദ പറഞ്ഞു. പക്ഷേ ഭാഷ അറിയാവുന്നവർക്ക് പുറത്തിറ ങ്ങി നടക്കുന്നതിൽ ഭയപ്പെടേണ്ട ആവശ്യമില്ല. പുറത്ത് പോകുന്ന എല്ലാവരും ഹോട്ടലിന്റെ വിസിറ്റിങ് കാർഡ് കൈവശം വെക്കുന്നത് നന്നായിരിക്കും. ശാരദയോട് പലരും പല രൂപത്തിലുള്ള ചോദ്യങ്ങൾ ചോദിച്ചു കാര്യങ്ങൾ മനസ്സിലാക്കി. കൂടെ അമലയും.

ആദ്യമായിട്ടാണ് അമല ഇത്രയും ദൂരം വീട് വിട്ട് ഇറങ്ങുന്നത്. പ ക്ഷേ അമലക്ക് വീട് വിട്ടതിൽ പിശകൊന്നും തോന്നിയില്ല. പക്ഷേ മ റ്റുള്ള സ്ത്രീകളൊക്കെ ധാരാളം തവണ യാത്ര ചെയ്തിട്ടുണ്ടെങ്കിലും അവരൊക്കെ പറഞ്ഞു കൊണ്ടിരിക്കുന്നത് മക്കളുടെ കാര്യവും ഭർ ത്താക്കന്മാരുടെ കാര്യവും മാത്രം. പക്ഷേ അമലക്ക് ആരെക്കുറിച്ചും ഒന്നും പറയുവാനുണ്ടായിരുന്നില്ല.

പുറത്തിറങ്ങിയവരുടെ കൂടെ അമലയും ഒരു രസത്തിന് ഇറങ്ങി. ഇത്രയും സ്ത്രീകൾ ഒരുമിച്ച് നടക്കുമ്പോൾ നാട്ടുകാരായ ആണു ങ്ങൾ അമലയിൽ ആയിരുന്നു ശ്രദ്ധ. അമല അത്രയും സുന്ദരി ആയി രുന്നു. കൂടെ ഉണ്ടായിരുന്ന എല്ലാ സ്ത്രീകളും അമലയിൽ കണ്ണുവെ ക്കുകയും അമലയെ കമന്റ് അടിക്കുകയും ചെയ്തു കൊണ്ടിരുന്നു. അമല ഒക്കെ ബാഹ്യമായി ആസ്വദിക്കുന്നുണ്ടെങ്കിലും ആന്തരികമാ യി അവൾ പ്രശോഭിന്റെ കൂടെ ആയിരുന്നു.

അമലയുടെ എല്ലാവരുമായുള്ള സമ്പർക്കം അമലയെ കൂടുതൽ സുന്ദരിയാക്കിക്കൊണ്ടിരുന്നു.

അല്ല അമല.. എന്താണ് നിന്റെ സൗന്ദര്യത്തിന്റെ രഹസ്യം. പൂർ ണ്ണിമ ചോദിച്ചു.

മാഷുടെ സ്നേഹമായിരിക്കുമെന്ന് ജ്യോതി തുറന്നടിച്ചു.

ഹേ.. അതൊന്നും ആയിരിക്കില്ല വല്ല കാമുകന്മാരും ഉണ്ടാവുമാ യിരിക്കും.

എല്ലാവരും അമലയെ നോക്കി ചിരിക്കുന്നു. കൂടെ അമലയും ചി രിക്കുന്നു.

ചില പ്രണയങ്ങൾ സ്ത്രീകളെ വല്ലാതെ സുന്ദരികളാക്കാറുണ്ട് എ ന്നതാണ് സത്യം. അതിന് വലിയ മനസ്സു വേണം. ആപ്പയുപ്പ ഭർത്താ ക്കന്മാരെ കിട്ടിയാൽ ഞങ്ങളെപോലെ കാണാൻ കൊള്ളില്ലെന്ന് ജ്യോ തിയുടെ മൊഴി.

നിന്റെ അപ്പുക്കുട്ടേട്ടൻ അത്ര മോശമാണോ?

കല്യാണം കഴിഞ്ഞ സമയം നല്ലതായിരുന്നു. ഇപ്പോൾ അറുപഴ ഞ്ചൻ.

ആണുങ്ങളല്ലേ ഞങ്ങളെ സുന്ദരി ആക്കേണ്ടത്. എന്റെ ഭർത്താ വൊന്നും എന്റെ മുഖത്തുപോലും നോക്കാറില്ലെന്ന് കൂടെയുള്ള സര ള പറഞ്ഞു.

അതിന് നീ അയാളെ ഭയപ്പെടുത്തുന്നുണ്ടാവും.

എന്റെ അഭിപ്രായത്തിൽ ഭൂരിഭാഗം ആണുങ്ങളും പാവങ്ങളാണ്. ഞങ്ങളാണ് അവരെ വഷളന്മാരാക്കുന്നത്. ഉമയുടെ അഭിപ്രായവും വന്നു.

കല്യാണം കഴിഞ്ഞാൽ രണ്ടു മൂന്ന് വർഷം അവൻ പറയുന്നതു കേൾക്കുമെന്നല്ലാതെ പിന്നെ പെണ്ണിന്റെ കൈയ്യിൽ തന്നെയല്ലേ ഭര ണം. പക്ഷേ പുറത്തു കാണിക്കാറില്ലെന്ന് മാത്രം. മക്കളുടെ കല്യാ ണം കൂടി കഴിഞ്ഞാൽ ആണുങ്ങളെ നീങ്ങാനും നിരങ്ങാനും ഞങ്ങൾ വിടാറുണ്ടോ പൂർണ്ണിമേ..

പൂർണ്ണിമ ചിരിച്ചു കൊണ്ട് എന്നെ വിളിക്കേണ്ട ഭഗവാനേ എന്നാ യി.

കിഞ്ചന വർത്തമാനവും സവാരിയും കഴിഞ്ഞ്എല്ലാവരും തിരിച്ചു മുറികളിൽ എത്തി. അമലയും കുളിച്ച് ഏറെ സുന്ദരിയായി . എല്ലാവ രും ഒന്നിച്ച് രാത്രി ഭക്ഷണത്തിനായി റസ്റ്റോറന്റിൽ എത്തി തുടങ്ങി. എല്ലാവരും കസേരകളിൽ ഇരുന്നപ്പോൾ അമല മാത്രം ഒറ്റക്കായി. എല്ലാരും ഒരു ചെയർ എടുത്ത് അടുത്ത ടേബിളിൽ ഇടാൻ പറഞ്ഞ പ്പോൾ അമലക്ക് ഒറ്റക്കിരിക്കണമെന്നായി. എനിക്ക് അധികം ഭക്ഷ ണം വേണ്ട. ഞാൻ തനിച്ചിരിക്കാം അതാണ് എനിക്കിഷ്ടം. നിങ്ങൾ പ റയുന്നതൊക്കെ ഞാൻ കേട്ടിരിക്കാം. അവിടെ ചെയർ വച്ചാൽ സപ്ല യർ മാർക്ക് വിളമ്പുവാനും പ്രയാസവുമായിരിക്കും.

അങ്ങനെ എല്ലാവരും ഭക്ഷണം കഴിക്കുന്നു. എല്ലാവർക്കും ഭക്ഷ ണം ഏറെ ഇഷ്ടപ്പെട്ടു. ഭക്ഷണത്തിന്റെ രുചി അതീവ ശ്രേഷ്ഠമായിരു ന്നതിനാൽ എല്ലാവർക്കും ഷഫിനെ കാണണം എന്നായി. അത് ഹോ ട്ടൽ മേനേജ്മെൻറിനെ അറിയിക്കുന്നു. രുചികരമായ ഭക്ഷണം കഴി ച്ചതിൽ സന്തുഷ്ടരായി തീർത്ഥാടന സംഘം ഷഫിന് പരിതോഷികം നൽകുവാനും തീരുമാനിക്കുന്നു.

അന്ന് റസ്റ്റോറന്റിനെ സംബന്ധിച്ചെടുത്തോളം ഉത്സവമായിരുന്നു. മാനേജ്മെൻറും ഇൻമേറ്റ്സിന്റെ സന്തോഷത്തിൽ പങ്കുചേർന്നു. പ ത്ത് മുപ്പത് സുന്ദരിമാർ ചേർന്നൊരുക്കുന്ന സദസ്സിൽ വാദ്യമേളങ്ങൾ മേനേജ്മെൻറ് ഒരുക്കി..

അതാ ഷഫ് വരുന്നു..

ഷഫ് വലിയ നീളൻ വെള്ളത്തൊപ്പിയും കറുത്ത ഡ്രസ്സും ഇട്ടു കൊണ്ട് പട്ടാളക്കാർ വരുന്നതു പോലെ അടിവച്ചടിവച്ച് വരുന്നു. ഇട വും വലവും അസ്സിസ്റ്റൻറ് ഷഫുമാരുടെ അകമ്പടിയോടെ. ഇരുണ്ട മെഴുകുതിരി വെളിച്ചത്തിൽ മാത്രമല്ല തീർത്ഥാടന സംഘത്തിന് വേ ണ്ടി ഷഫ് പുതുതായി ഉണ്ടാക്കിയ ഷഫിന്റെ പ്രത്യേക സമ്മാനം ഒരു ട്രോളിയിൽ രാജകീയമായി മുന്നിൽ വരുന്നുണ്ട്. അതിൽ സന്തോഷ ത്തിന്റെയും സ്നേഹത്തിന്റെയും സ്വാദിന്റെയും വെളിച്ചവുമായി നിറ യെ മെഴുകുതിരികൾ.

വലിയ നീളമുള്ള കറുത്തതാടിയിൽ വെളുത്ത ചുരുട്ടി വച്ച കൊ മ്പൻ മീശ. വെളുത്തു സുന്ദരനായ ഒരുവൻ. കൗമാരത്തിന്റെ തുടിപ്പും യൗവ്വനത്തിന്റെ ചങ്കൂറ്റവും ഒട്ടും മാഞ്ഞ് പോയിട്ടില്ലാത്ത നെഞ്ചുവി രിച്ചു വരുന്ന ഒരുവൻ.എല്ലാ സ്ത്രീകളും ആ പൗരുഷത്തിൽ ഒന്നു മ യങ്ങി. ഷഫിന്റെ പൗരുഷത്തിൽ മയങ്ങിയ തീർത്ഥാടന സംഘം പി ന്നെ ഒക്കെ യാന്ത്രികമായിരുന്നു. ഷഫിനെ കണ്ടതു മുതൽ എല്ലാ സ് ത്രീകളും മരവിച്ച അവസ്ഥയിലായി. എല്ലാവരും ഷഫിൽ ആകൃഷ്ട രായി. എനിക്കൊരു ജന്മം കൂടി ഉണ്ടെങ്കിൽ ഇത്തരം ഒരു പുരുഷനെ മതി എന്ന പ്രാർത്ഥനയിലായി തീർത്ഥാടക സംഘം.

ഇടറിയ സ്വരത്തിൽ ഇയാൾക്ക് ആര് പാരിതോഷികം നൽകും എ ന്നായി. പൂർണ്ണിമ പറഞ്ഞു ഞങ്ങളുടെ അമല കൊടുക്കട്ടേ. എല്ലാവ രും വല്ലാത്തൊരു ആഹ്ലാദത്തോടെയും വല്ലാത്തൊരു ആരവത്തോ ടെയും കരഘോഷമുയർത്തി. തനിച്ചിരിക്കുന്ന അമലയെ എല്ലാവരും കൂട്ടിക്കൊണ്ടുവരുന്നു. സുന്ദരിയായ അമലയുടെ കൈവശം ഒരു മാ ലയും ബൊക്കെയും ഏൽപ്പിക്കുന്നു. ഇത് നീ ഷഫിന് നൽകണം. നീയാണ് അതിന് ഞങ്ങളുടെ കൂട്ടത്തിൽ അർഹതപ്പെട്ടവൾ.

നാണത്തോടെ അമല ആ ദൗത്യം സ്വീകരിക്കുന്നു.അമല ഷഫി ന്റെ അടുത്ത് നമ്രമുഖിയായി എത്തുന്നു. മുഖം നോക്കാതെ ബൊ ക്കെ ഷഫിന് നൽകുന്നു. പിന്നിട് അമല മാലയണിക്കുമ്പോൾ ഷഫി ന്റെ മുഖം മനസ്സിൽ ആഞ്ഞുത്തറിക്കുന്നു. ആയിരം സൂര്യൻ ഉദിച്ച ചുടിനാൽ അമല മാലയണിഞ്ഞ് എന്റെ പ്രശോഭേ എന്ന് ഇടറിയ സ്വ രത്തിൽ വിളിച്ച് ബോധക്ഷയായിവീഴുന്നു. വീഴുമ്പോൾ ഷഫിന്റെ ഇ രുകരങ്ങളിൽ അമല ഒരു പട്ടുസാരിപോലെ..എല്ലാവരും ഒന്നു ഞെ ട്ടി.

എന്റെ അമലേ... എന്ന് ആർത്ത് വിളിക്കണമെന്നുണ്ടായിരുന്ന പ്ര ശോഭിന്. പെട്ടെന്ന് തന്നെ സദസ്സിന്റെ ദിവ്യത്വം മനസ്സിലാക്കി എല്ലാ

വരെയും ബഹുമാനിക്കേണ്ടിവന്നു. ഒന്നുമറിയാതെ ഇരുകണ്ണുകൾ ശ
ക്തിയായി അടച്ച് സകല ദൈവങ്ങളെയും വിളിച്ച് വിറക്കുന്ന മനസ്സി
നെയും ശരീരത്തെയും നേർക്കു നിർത്തുവാൻ ദൈവങ്ങളോട് പ്രശോ
ഭ് പ്രാർത്ഥിച്ചുകൊണ്ടിരുന്നു.

എത്ര നല്ല ചേർച്ച.. ഇവരൊക്കെയാണ് സുന്ദരനും സുന്ദരിയും.
ഇവർ തമ്മിൽ ചേരേണ്ടതാണ്. ജ്യോതി അതിനിടയിൽ ആത്മഗതം
നടത്തി. ബാക്കി ഉള്ളവരും.

പ്രശോഭ് അമലയെ ഇരു കൈകളാൽ എടുത്ത് അവളുടെ മുറിയി
ലേക്ക് പോകുന്നു. പ്രശോഭ് പറയുന്നുണ്ടായിരുന്നു. ആരും ഭയപ്പെ
ടേണ്ട. യാത്രാക്ഷീണമായിരിക്കും. എന്റെ കൈവശം ഒരു ഒറ്റമൂലിയു
ണ്ട്. നിങ്ങൾ ഈ അവസരം ഉപയോഗപ്പെടുത്തൂ. ഓർക്കസ്ട്ര നടക്ക
ട്ടേ.. പാട്ടുകൾ പാടട്ടേ.. നൃത്തങ്ങൾ മുറുകട്ടേ..

ആരും ഞങ്ങൾ തമ്മിലുള്ള ബന്ധം അറിയരുത് എന്ന് കരുതി
പ്രശോഭ് മനസ്സ് ചാഞ്ചാടാതെ അമലയുടെ മുറിയിലേക്ക്..കൂടെ പൂർ
ണ്ണിമയും.

അമലയെ അവളുടെ കിടക്കയിൽ കിടത്തിയ ശേഷം പൂർണിമയെ
ഏൽപിക്കുന്നു. പ്രശോഭ് കുറച്ച് തണുത്ത വെള്ളവും ഒരു ചെറുനാര
ങ്ങയും പിന്നെ ഒറ്റമൂലിയുമായി വന്നു. തണുത്ത വെള്ളത്തിൽ മുഖം
കഴുകിയപ്പോൾ അമലയുടെ വായയിൽ പ്രശോഭ് ഒറ്റമൂലി കൊടുത്തു.
അമല ഉണർന്നു.അമലയും സംയമനം പാലിച്ചു. പ്രശോഭിന്റെയും അ
മലയുടെയും മനസ്സ് പിടഞ്ഞു കൊണ്ടിരുന്നു. ആ അനശ്വരപ്രണയം
മറ്റുള്ളവർ അറിയരുത് എന്ന് രണ്ടു പേർക്കും അറിയാത്ത നിർബന്ധ
ബുദ്ധി ഉണ്ടായിരുന്നു.

അമല ഉണർന്നതോടെ.. എനിക്ക് എന്താണ് പറ്റിയത് എന്നായി.

പൂർണിമ പറഞ്ഞു. ഹേ.. ഒന്നുമില്ല. യാത്രാക്ഷീണത്തിൽ ഒന്നു ക
റങ്ങി വീണതാണ്. നീ കുറച്ച് കിടന്നാൽ ഒക്കെ ശരിയാകും. ക്ഷീണം
പമ്പ കടക്കും. നമ്മുടെ ഷഫിന്റെ കൈവശത്തു നിന്ന് നിനക്ക് വെ
ള്ളവും ഒറ്റമൂലിയും കിട്ടിയല്ലോ എന്ന് ഒന്നാക്കി സംസാരിക്കാനും
പൂർണ്ണിമ മറന്നില്ല.

പ്രശോഭ് പറഞ്ഞു നിങ്ങൾ പോയി ഓർക്കസ്ട്ര കണ്ടോളൂ. ഞാൻ
ഇവരെ ശ്രദ്ധിച്ചുകൊള്ളാം. ഇനി ഇത്തരം പാട്ട് നിങ്ങൾക്ക് കേൾ
ക്കാൻ സാധ്യമായെന്നുവരില്ല. നിങ്ങൾക്കായി മുതലാളി ഏർപ്പാട് ചെയ്
തതാണ്. നിങ്ങൾക്ക് യാത്രാക്ഷീണം തീർക്കാനും പറ്റും. ഉശിരൻ പ
രിപാടിയാണ്. ഞാൻ നിങ്ങൾക്ക് അന്യനല്ല. ഞാൻ നിങ്ങളുടെ നാട്ടു

കാരനാണ്. നിങ്ങൾക്ക് ധൈര്യമായി പോകാം..പൂർണിമ വേദിയിലേ
ക്ക് മനസ്സില്ലാ മനസ്സോടെയും അമലയുടെ സമ്മതത്തോടെ പോകു
ന്നു.

അമല പ്രശോഭിനെ കണ്ടതിൽ നിന്ന് മുക്തി നേടിയിട്ടില്ല. വിളറി
യ കണ്ണ് അനങ്ങാതെ കിടക്കുന്നു. പ്രശോഭ് അമലയെ വിളിച്ചുകൊ
ണ്ടിരിക്കുന്നു. ഏതോ മായാപ്രപഞ്ചത്തിൽ അമല സഞ്ചരിച്ചുകൊണ്ടി
രിക്കയാണ്.

നീ എന്റെ പ്രശോഭല്ലേ?

അതെ.

നീ എന്നെ ഒന്ന് കെട്ടിപ്പുണരുമോ?

നീ എഴുന്നേൽക്കൂ. എന്നിട്ടാവാം..

നീ എന്നെ എഴുന്നേൽപ്പിക്കൂ..

ഞാൻ നിന്നെ എഴുന്നേൽപ്പിക്കാം. ഞാനല്ലേ നിന്നെ ഇവിടെ എടു
ത്തുകൊണ്ടുവന്നത്.

എനിക്കൊന്നും മനസ്സിലാകുന്നില്ല. ഞാൻ എവിടെയാണ് ഉള്ളത്.
വരാണസിയിൽ.

മാഷ് ഇവിടെയുണ്ടോ?

ഇല്ല. നീ ഭയപ്പെടേണ്ട. ആർക്കും ഒന്നും മനസ്സിലായിട്ടില്ല. നീ ധൈ
ര്യമായിരിക്കൂ..

അമല സാധാരണ നിലയിൽ ആകാൻ സമയം എടുത്തു. അപ്പോ
ഴേക്കും സംഗീത വിരുന്ന് കഴിഞ്ഞിരുന്നു. എല്ലാവരും മുറിയിൽ എ
ത്തിയപ്പോൾ അമല സാധാരണ രീതിയിൽ ഷഫുമായി സംസാരിക്കു
ന്നുണ്ടായിരുന്നു.

എത്ര നല്ല ജോഡി എന്നായി കൂട്ടത്തിൽ ഒരാൾ.

അമല നിർവികാരയായി. പക്ഷേ ഷഫ് ചിരിച്ചു. നിങ്ങൾ രണ്ടു
പേരും നല്ല ചേർച്ചയുണ്ട്. മേഡ് ഫോർ ഈച്ച് അതർ. ഷഫ് വീണ്ടും
ചിരിക്കുന്നു.

എന്നെ നിങ്ങൾക്ക് അത്രയും ഇഷ്ടപ്പെട്ടുവോ?

ആരാ ഇഷ്ടപ്പെടാതിരിക്കുക.

ഷഫ് ചിരിക്കുന്നു..

അമലയെ എടുത്തു കൊണ്ടുപോകുമ്പോൾ ഞാനും ബോധം കെ
ടുവാൻ ഒരുങ്ങിയതാണ് എന്ന് പൂർണിമ. എല്ലാവരും ചിരിക്കുന്നു.

ഞാൻ ചേച്ചിയെ ഒന്ന് എടുക്കട്ടേ.. ഷഫ് വെറുതെ ഒന്ന് ചോദിച്ചു.
വേണ്ട വേണ്ട.. അമല ചിരിക്കുന്നു.

ഇതാ നിങ്ങളുടെ സുന്ദരിക്കുട്ടി ചിരിക്കുവാൻ തുടങ്ങിയിരിക്കുന്നു.

അതെ.. എന്റെ ഒറ്റമൂലി പ്രതികരിക്കുവാൻ തുടങ്ങിയിരിക്കുന്നു.

പ്രശോഭിന്റ ആഹ്ലാദം ഒരോ നിമിഷവും കൂടിക്കൊണ്ടിരുന്നു.

അമല മനസ്സിലെ അനശ്വരപ്രണയത്തിന്റെ പുസ്തകത്താളിൽ ഒ രോ ദിവസവും എഴുതിവച്ച കാര്യങ്ങൾ വായിക്കുവാൻ തുടങ്ങി. പ്ര ശോഭിനെ മുന്നിൽ എത്തിച്ച ഭഗവാന് അവൾ സ്തുതി പറഞ്ഞുകൊ ണ്ടിരുന്നു.

എല്ലാവരും രാവിലെ എഴുന്നേറ്റു. വരാണസി കാണുവാൻ ഇറങ്ങി. ഗൈഡ് ശാരദയുടെ നേതൃത്വത്തിൽ. പക്ഷേ അമല വരാണസി കാ ണുവാൻ മടിച്ചു. നല്ല ക്ഷീണമുണ്ട്. ഞാൻ ഇവിടെ തന്നെ ഇരിക്കാം. നിങ്ങൾ പോയി വരൂ.

അമലയെ ആരും നിർബന്ധിച്ചില്ല. അവളുടെ താല്പര്യം പോലെ നടക്കട്ടെ എന്നായി. ശരീരവും കൂടെ നോക്കണമല്ലോ. അവൾ വരാ തിരിക്കുന്നതാണ് അവൾക്കും നല്ലത് എന്ന് പൂർണ്ണിമ പറഞ്ഞു നിർ ത്തി.

ആയിടയിൽ ഷഫും അമലയും തമ്മിൽ എന്തെങ്കിലും ഉണ്ടോ എ ന്ന് ജ്യോതി പൂർണ്ണിമയോട് സ്വകാര്യം ചോദിച്ചു.

അല്ല ലൗ അറ്റ് ഫസ്റ്റ് സൈറ്റ് എന്നാണല്ലോ?

നിനക്ക് വേറെ ഒന്നും സംസാരിക്കുവാനില്ലേ ജ്യോതി?

ഇപ്പോഴെങ്കിലും ഒന്ന് ഞാൻ ഞാനാവാൻ ആഗ്രഹിക്കട്ടേ. നാട്ടിൽ എല്ലാ കുരങ്ങന്മാരെയും പേടിക്കേണ്ട. ഒന്നുപറഞ്ഞെങ്കിലും ഞാൻ എന്റെ പൂതി തീർക്കട്ടേ..

അമല എല്ലാവരെയും വരാണസി ക്ഷേത്രങ്ങളിലേക്ക് യാത്ര അയ ച്ചു. ദൈവം എന്റെ മുന്നിൽ പ്രത്യക്ഷപ്പെട്ടിരിക്കുമ്പോൾ എന്തിന് ഞാൻ ദൈവത്തിന്റെ വീട്ടിൽ പോകണം. എന്റെ പ്രാർത്ഥന ദൈവം കേട്ട ല്ലോ..ഇന്ന് ദൈവം എന്റെ കൂടെയാണ്.

അമല സാധാരണയിൽ കവിഞ്ഞ് സുന്ദരിയായി മുറിയിൽ തന്നെ ഇരുന്നു. പ്രശോഭിനെയും കാത്ത്.

മുറിയിൽ ഫോൺ ബല്ലടിക്കുന്നു.

ആരാണ്?

ഞാനാണ്. പ്രശോഭ്

ഒന്നു വേഗം വരുമോ?

ഞാൻ കിച്ചണിലാണ്. ഇന്ന് ലീവ് എടുക്കാൻ പറ്റിയില്ല. ഇന്നലെ രാത്രി ലെയ്റ്റ് ആയതിനാൽ ലീവ് അപേക്ഷ സ്വീകരിച്ചിരുന്നില്ല. ഞാൻ

ഉച്ച സമയം ഭക്ഷണവുമായിവരാം.

എന്നാൽ ഞാൻ കിച്ചണിൽ വരട്ടേ?

വേണ്ട. ആരേയും ഒന്നും അറിയിക്കേണ്ട. ഞാൻ കല്യാണം കഴി ക്കാത്തതിൽ ഹോട്ടലിൽ മുഴുവൻ പേർക്കും എന്നോട് വെറുപ്പാണ്. ഇത്രയും നല്ലൊരു മദ്രാസ്സിയെ ഇവിടെയുള്ളവർ കണ്ടിട്ടില്ലെന്ന് ഇ വർ പറയാറുണ്ട്. നല്ല നല്ല പെൺകുട്ടികളെ ഇവിടെയുള്ള മുതലാളി എനിക്ക് കാണിച്ചു തന്നിരുന്നു. ഇന്നും കാണിച്ചു തന്നിരുന്നു.

എന്നാൽ പിന്നെ കെട്ടിക്കൂടായിരുന്നോ?

അതാ.. ദേഷ്യം പിടിച്ചു. ഞാൻ ഇവിടെ നിന്ന് മാറി പോകാതിരി ക്കുവാനായിരുന്നു മുതലാളി കല്യാണവുമായി വന്നത്. പക്ഷേ ഞാൻ മുതലാളിക്ക് വാക്കുകൊടുത്തിട്ടുണ്ട് ഞാൻ ഇവിടെ തന്നെ കാണും. എന്റെ ഭഗവാൻ ഇവിടെ ഉള്ളിടത്തോളം..

എനിക്ക് ഇതൊന്നും കേൾക്കേണ്ട. നീ വേഗം ഒന്ന് ഇങ്ങോട്ടുവാ..

കുറച്ചു സമയം എനിക്കു തരൂ.. ഞാൻ ഇവിടെത്തെ ജോലിക്കാര നല്ലേ.. നീ പോകുന്നതുവരെ ഞാൻ നിന്റെ കൂടെ തന്നെ.

അപ്പോൾ എന്റെ കൂടെ വരില്ലേ.

എവിടെ?

നാട്ടിലേക്ക്.

അയ്യോ..

ഞാനില്ലാതെ ഈ ഹോട്ടൽ നടന്നു പോകില്ല.

വരാണസിയിലെ ഏറ്റവും തിരക്കുള്ള ഒരു ഹോട്ടലാണ് ഇത്. 360 ദിവസവും ഇവിടം ഹൗസ്ഫുൾ ആണ്. ഞാൻ വന്നതിന് ശേഷമാ ണ് ഇവിടെ ഇത്രയും തിരക്കെന്ന് മുതലാളി പറയാറുമുണ്ട്. എന്നെ നല്ല വിശ്വാസമാണ്. എനിക്ക് തിരിച്ചും. അദ്ദേഹത്തിന് ഞാൻ മകനും അനുജനുമാണ്. നിനക്ക് അദ്ദേഹത്തെ പരിചയപ്പെടുത്തിത്തരുന്നുണ്ട്. ഇനി നിന്റെ കാര്യം എനിക്ക് അദ്ദേഹത്തോട് പറയണം. ഉച്ചക്ക് അദ്ദേ ഹം വരും. ഞങ്ങൾക്ക് ഒരുമിച്ച് ഇരുന്ന് ഭക്ഷണം കഴിക്കാം. അദ്ദേഹ വും എനിക്ക് നിന്നെ പോലെ തന്നെയാണ്. പരിചയപ്പെടണം ദയാലു വാണ്. ദാനശീലനാണ്. മഹാമനുഷ്യനാണ്.

ഹോട്ടൽ മുതലാളി ഗോകുൽദാസിന്റെ മുറിയിൽ അന്ന് അമലക്ക് പ്രശോഭ് ഭക്ഷണം ഒരുക്കി. പ്രശോഭ് ഹോട്ടലിലെ ഏറ്റവും ഉന്നതർ ക്ക് കൊടുക്കുന്ന ആദരവോടെ അമലക്ക് ഉച്ചഭക്ഷണം ഒരുക്കുന്നു. പ്രശോഭ് അതിനിടയിൽ മുതലാളിയോട് ഇതുവരെ പറയാതിരുന്ന ര ഹസ്യം വെളിപ്പെടുത്തുന്നു. മുതലാളി ഞെട്ടുകയും സന്തോഷത്തിൽ

മതിമറക്കുകയും ചെയ്യുന്നു.

അങ്ങനെ അമല ഒരു മാലാഖയെ പോലെ ഗോകുൽദാസിന്റെ മു റിയിൽ. ഇവൾ ഇനി എവിടെയും പോകേണ്ട. ഞങ്ങൾക്ക് ഒരു ഡോ കൂറുടെ കള്ളക്കുറിപ്പ് ഉണ്ടാക്കാം, ഇനിയുള്ള പത്തു ദിവസം യാത്ര അമലക്ക് സുഖകരമല്ല എന്ന രീതിയിൽ എഴുതി ഉണ്ടാക്കിക്കാം, അ ത് ഇവരുടെ കൂടെ ഉള്ളവരെ വിശ്വസിപ്പിക്കാം. ഇവർ യാത്ര കഴി ഞ്ഞു തിരിച്ചു പോകുന്നതും ഹരിദ്വാർ വഴിയാണല്ലോ?അപ്പോൾ ശാ രദയോട് പറഞ്ഞ് തിരിച്ചു പോകുമ്പോൾ ഇവളെ ഇവിടെ വന്ന് കൂട്ടി യാൽ മതിയല്ലോ.

പ്രശോഭിനും അമലക്കും ഗോകുൽദാസ് മുതലാളിയുടെ ഐഡി യ ബുദ്ധിപരമാണെന്ന് തോന്നി. ശാരദയെ അവർക്ക് വിശ്വാസം കാ ണും. ഞാൻ ശാരദയോട് പറഞ്ഞ് ഒക്കെ ശരിയാക്കാം. ഇനിയുള്ള ദി വസങ്ങൾ നിങ്ങൾ രണ്ടു പേരുടെതായിരിക്കും.

പിറ്റെന്ന് എല്ലാവരും ഋഷികേശിലേക്കാണ് പോകുന്നത്. അവിടെ താമസം മറ്റാരു ഹോട്ടലിലാണ്. ശാരദ അമലയുടെ കാര്യങ്ങൾ എ ല്ലാവരെയും ബോധിപ്പിച്ചു. അവളെ നിർബന്ധിച്ചു കൂട്ടിയാൽ ചില പ്പോൾ ഞങ്ങളുടെ യാത്ര സുഖകരമാകില്ല. ഏതായാലും അവൾ ഇ വിടെ താമസിക്കട്ടെ. ഇവിടെ മറ്റു ബുദ്ധിമുട്ടൊന്നുമില്ല. മലയാളികൾ ധാരാളം ഉണ്ടല്ലോ. കൂടെ പ്രശോഭും ഉണ്ടല്ലോ. മാത്രമല്ല അമലക്ക് ധൈര്യവുമുണ്ട്. പേടിക്കാനൊന്നുമില്ല. ഹോട്ടലിന്റെ മുതലാളി ഗോ കുൽദാസ് ഇവിടെത്തെ ജനപ്രിയനുമാണ്. അമലയുടെ സമ്മതത്തോ ടെ എല്ലാവരും മനസ്സില്ലാമനസ്സോടെ അമലയോട് തല്ക്കാലം വിട പ റഞ്ഞു..

കൂട്ടുകാർ പോയ ഉടനെ ഹോട്ടലിൽ നിന്ന് പ്രശോഭ് അമലയുമാ യി കാറിൽ പുറപ്പെട്ടു. ഇനി എവിടെ വേണമെങ്കിലും പോകാം എ ന്നായി പ്രശോഭ്.

എനിക്കിവിടെ ഒന്നുമറിയില്ല. വൈകുന്നേരം ആരതി കാണണമെ ന്നുണ്ട്.

ആരതി ഇവിടെ ഒരു ഗംഭീര പരിപാടിയാണ്. നമുക്ക് കാണാം.

അമലയും പ്രശോഭും ഹരിദ്വാറിൽ നിന്ന് കുറച്ച് അകലെയായി ഗംഗാ നദിക്കരയിലേക്കാണ് നീങ്ങിയത്. ഗംഗാനദി ശാന്തമായി ഒഴു കുന്ന ഒരിടം. അവിടെ മനോഹരമായ വൃക്ഷച്ചുവട്ടിൽ ഇരുന്ന് സം സാരിച്ചുകൊണ്ടിരുന്നു. ഭക്ഷണത്തിന്റെ ആവശ്യം പോലുമില്ലാതെ ദീർ ഘമായ സംസാരം. ഒന്നിച്ചു കാണാത്ത ദിവസങ്ങളുടെ വിശേഷങ്ങൾ

എണ്ണി എണ്ണി സംസാരിച്ചുകൊണ്ടിരുന്നു.

മാഷുടെയും മക്കളുടെയും കഥകൾ പറയുമ്പോൾ അമല വല്ലാ തെ വിങ്ങുന്നുണ്ടായിരുന്നു. പ്രശോഭ് ആ കാലഘട്ടത്തെ ഓർക്കാതെ, അവൾ പറയുന്നത് മുഴുവനും ദുഃഖത്തോടെ കേട്ടെങ്കിലും ഒന്നും പ്ര തികരിച്ചില്ല.

എല്ലാം നല്ലതിന് വേണ്ടിയല്ലേ, നിനക്ക് രണ്ട് മക്കളുണ്ടല്ലോ. നീ അമ്മയാണല്ലോ എന്ന് അമലയെ ഓർമ്മപ്പെടുത്തിക്കൊണ്ടിരുന്നു.

ഗംഗയും അമലയുടെ കഥകേട്ട് ശാന്തമായി ഒഴുകിക്കൊണ്ടിരുന്നു.

ഇവിടെയാണ് ഗംഗയുടെ ആഴം കുറഞ്ഞതും വീതി കൂടുതൽ ആ യതുമായ സ്ഥലം. ഇവിടെ നിന്ന് മറുകരയിലേക്ക് നടന്നുപോകാം. അപ്പുറം കാട്ടിൽ ഒരു ചെറിയ ക്ഷേത്രമുണ്ട്. അവിടെ അധികമാരും പോകാറില്ല.

ഞാനും മുതലാളിയും ഒഴിവു ദിവസങ്ങളിൽ പോകാറുണ്ട്. അവി ടെ ഒരു സ്വാമിയുണ്ട്. ഇവിടെ ഉള്ളവർ സ്വാമിക്ക് ഇരുനൂറ് വയസ്സിൽ കൂടുതൽ പ്രായമുണ്ടെന്ന് വിശ്വസിക്കുന്നവരാണ്. സ്വാമിയെ കണ്ടാൽ തോന്നുകയും ചെയ്യും. അധികമാരുമായി സ്വാമി സംസാരിക്കാറില്ല. പക്ഷേ ഞാനുമായി സംസാരിക്കാറുണ്ട്. പത്ത് പതിനഞ്ച് വർഷം മു തലാളിയുടെ കൂടെ വന്നതിന് ശേഷമുണ്ടായ പരിണാമഫലം. സ്വാമി പറയുന്നത് ഫലിക്കും. ദിവ്യത്വമുള്ള സ്വാമിയാണ്.. നമുക്ക് അവിടെ പോകണം. സ്വാമിയെ കാണണം. സ്ത്രീകൾ അധികം അവിടെ പോ കാറില്ലെങ്കിലും നമുക്ക് രണ്ടു പേർക്കും അവിടെ പോകണം..

പ്രശോഭ് വിളിക്കുന്നിടം ഞാൻ വരാം..

എല്ലാ ദിവസവും പ്രശോഭ് വാരാണസിയുടെ തുടിപ്പ് കാണിച്ചുകൊ ണ്ടിരിക്കുമ്പോഴും പ്രശോഭിന്റെ ആന്തരിക വലയം പരിഭ്രമത്തിൽ ത ന്നെ ആയിരുന്നു. പക്ഷേ ഒന്നും അമലയിൽ പ്രതിഫലിപ്പിച്ചിരുന്നില്ല. ചിരിക്കുക എന്നല്ലാതെ മറ്റൊന്നും പ്രശോഭിൽ നിന്ന് അവൾ മനസ്സി ലാക്കിയിരുന്നില്ല.

നാളെ കാലത്ത് സ്വാമിയെ കാണുവാൻ പോകാം. വെളുപ്പിന് എ ഴുന്നേൽക്കണം എന്നു പറഞ്ഞു രണ്ടു പേരും ഉറങ്ങാൻ കിടന്നു.

അവസാന ദിവസം അവർ സ്വാമിയെ കാണുവാനായി ഗംഗാ തീര ത്ത് എത്തി. അന്ന് ഗംഗ അതിശക്തയായി വളരെ വേഗത്തിൽ ഒഴുകു കയാണ്. ആഴം അധികമില്ലാത്തതിനാൽ അവർ ഗംഗയെ പതുക്കെ പതുക്കെ, മുറിച്ചു നടന്നു കൊണ്ടിരുന്നു. ഒരോ മിനിറ്റിലും ഗംഗയു ടെ വിരിമാറിൽ നിന്നുകൊണ്ട് അമലയും പ്രശോഭും അതീവ സാഹ

സികമായി കെട്ടിപ്പുണർന്നുകൊണ്ടിരുന്നു. അവരുടെ സ്പർശവും ഭാ
വവും ആലിംഗനത്തിന്റെ തീവ്രതയും ഗംഗാജലത്തെ കൂടുതൽ ചൂടു
പിടിപ്പിച്ചുകൊണ്ടിരുന്നു. മറുകര എത്തിയപ്പോഴെക്കും അമലയും പ്ര
ശോഭും വളരെ അധികം ക്ഷീണിതരായിരുന്നു.

മറുകര വനനിബിഡമായ പ്രദേശം. ഭംഗിയുള്ള പ്രദേശം. മുഴുവൻ
കരിംപച്ചിലക്കാടുകൾ. കാട്ടിന്റെ നടുക്കായി ചെറിയൊരു മല. മലയ
ടിവാരത്തിൽ ചെറിയൊരു കരിങ്കൽ ഒറ്റമുറി ക്ഷേത്രം. ക്ഷേത്രത്തിന്
ചുറ്റും തണുത്ത വെള്ളം നിറഞ്ഞു കിടക്കുന്നു. ക്ഷേത്രത്തിന്റെ പിറ
കിൽ മനോഹരമായി നൂലുപോലെ പതിക്കുന്ന ചെറുവെള്ളച്ചാട്ടം.
വേനൽക്കാലം വെള്ളച്ചാട്ടത്തിന്റെ തീവ്രത കൂടും. ഐസ് ഉരുകി വ
രുന്ന വെള്ളമാണ്.

ക്ഷേത്രനടയിൽ എത്തിയപ്പോൾ സ്വാമി പുറത്തു വന്നു.

ഞാൻ ഒക്കെ അറിഞ്ഞിട്ടുണ്ട്. പ്രശോഭ് ഇവൾക്ക്..

ഇവൾക്ക് എന്താണ് സ്വാമി ?

സ്വാമി പിന്നിട് മൗനം ഭജിച്ചു.

നിനക്ക് ഇവളുമായയുള്ള കൂടിക്കാഴ്ചക്കുള്ള സമയം അതിക്രമിച്ചു
കാണുന്നു. നിങ്ങളുടെ പ്രാർത്ഥനയാണ് നിങ്ങളെ ഈ രൂപത്തിൽ
കാണുന്നത്. ഭഗവാൻ നിശ്ചയിച്ചതു മാത്രമേ നടക്കൂ.. അതെ നടക്കു
വാൻ പാടുള്ളൂ. ഇവളെ ഇവിടെ നിന്ന് നീ ഇല്ലാതെ തനിച്ച് പറഞ്ഞു
വിടണം.

അല്ലെങ്കിൽ..

പറഞ്ഞു വിടണം.. സ്വാമി രൗദ്രഭാവത്തിൽ ആക്രോശിച്ചു.

ഇല്ല സ്വാമി. എനിക്കതിനാവില്ല.

എന്നാൽ രണ്ടുപേരും ഗംഗാ നദിയുടെ മദ്ധ്യത്തിൽ കാണുന്ന ആ
താമരക്കല്ലിൽ പോയിരുന്നോളൂ

എന്താണ് സ്വാമി പറയുന്നത്.

പോകാനാണ് ഞാൻ പറഞ്ഞത്. എനിക്ക് നിന്റെ അമലയെ കാ
ണാൻ വയ്യ. ഞാൻ അമലയെ കാണരുത്. കണ്ടാൽ ഞാൻ ഞാനല്ലാ
തായിത്തീരും. ഇനി അധികനേരം ദർശനം നിങ്ങൾക്കില്ല. ആ കാ
ണുന്ന താമരക്കല്ലിൽ പോയിരിക്കൂ..ഞാനാണ് പറയുന്നത്.

സ്വാമി പറഞ്ഞതുപോലെ അവർ രണ്ടു പേരും താമരക്കല്ലിനെ ല
ക്ഷ്യമാക്കി നീങ്ങി.

സ്വാമി ഞങ്ങളോട് അങ്ങനെ പറഞ്ഞത് എന്തിനാണെന്നായി അ
മല.

താമരക്കല്ലിന് പ്രത്യേകതകൾ ഏറെ ഉള്ളതാണ്. അവിടെ പോയി ഇരുന്നാൽ സുഖത്തോടെ നമുക്ക് മരിക്കാം. നേരിട്ട് സ്വർഗ്ഗത്തിൽ എത്താം അല്ലെങ്കിൽ മോക്ഷം എന്നൊക്കെയാണ് ഇവിടെ ഉള്ളവരുടെ വിശ്വാസം. എല്ലാവർക്കും കയറുവാൻ സാധ്യമല്ല. താമരക്കല്ലിന്റെ അടുത്തു തന്നെ പോകാൻ പറ്റില്ല. താമരക്കല്ലിന്റെ ചുറ്റും ഗംഗക്ക് അപാര ആഴമാണ്. തിളക്കുന്ന വെള്ളമാണ് ചുറ്റും. അവിടെ എത്താൻ വെള്ളത്തിന്റെ മുകളിലൂടെ നടക്കണം. അതിന് സാധിക്കണം. മോക്ഷം നേടുന്നവർക്ക് മാത്രമേ അത് സാധിക്കുകയുള്ളൂ എന്നാണ് പറയപ്പെടുന്നത്.

സ്വാമിയാണ് അതിന്റെ മാർഗ്ഗദർശി.

മോക്ഷപ്രാപ്തി ലഭിക്കുന്നവർക്കാണ് താമരക്കല്ല് ഒരുക്കിയിരിക്കുന്നത് എന്നതാണ് പ്രമാണം. ഇനി നമ്മുടെ ജീവിതത്തിന് അർത്ഥമില്ല. രണ്ടു പേർക്കും ഭഗവാനോടുള്ള സ്നേഹമാണ് നമ്മളെ ഇവിടെ എത്തിച്ചിരിക്കുന്നത്.

താമരക്കല്ലിൽ കയറാൻ പടികളില്ല.

കല്ലിന്റെ താഴെ നിന്നുള്ള പ്രാർത്ഥനയാണ് നമ്മളെ കല്ലിൻ മുകളിൽ എത്തിക്കുക. അതാണ് വിശ്വാസം.

ഇനി താമരക്കല്ല് മാത്രമേ ഞങ്ങളുടെ മുന്നിൽ ഉള്ളൂ. നമുക്ക് വൈകേണ്ട.

അങ്ങനെ രണ്ടു പേരും താമരക്കല്ലിൽ താഴെ പൂർണ്ണതയിലേക്കു ള്ള പ്രാർത്ഥനയിലായി..

പ്രശോഭും അമലയും കാന്തത്തിന്റെ ആകർഷണംപോലെ താമര ക്കല്ലിൻ മുകളിൽ. അമല കൂടുതൽ സുന്ദരിയും കൂടുതൽ ഐശ്വര്യ മുള്ളവളുമായി. പ്രശോഭ് താമരക്കല്ലിൽ ചമ്രം പടിഞ്ഞ് ഇരുന്നു. പ്ര ശോഭിന്റെ മടിയിൽ തല ചായ്ച്ച് കിടന്ന അമല പ്രശോഭിനെ നോക്കി ചിരിക്കുന്നു അമലയുടെ കണ്ണുകൾ പതുക്കെ പതുക്കെ അടഞ്ഞു കൊ ണ്ടിരുന്നു. ഇവൾ എന്റെ മടിയിൽ സുന്ദരമായി ഉറങ്ങട്ടെ എന്ന് സക ല ദൈവങ്ങളെയും വിളിക്കുമ്പോൾ പെട്ടെന്ന് അമലയുടെ ശ്വാസം നിലച്ചു.

അമലേ..

എന്റെ അമലേ..

എന്ന് നിലവിളിച്ച് പ്രശോഭ് കിടക്കയിൽ നിന്ന് ഞെട്ടി എഴുന്നേറ്റ പ്പോൾ അമല കൂടെ ഉണ്ടായിരുന്നില്ല.

ശബ്ദം കേട്ട് ഹോട്ടലിലെ മൊത്തം ആൾക്കാർ പ്രശോഭിന്റെ മുറി

യുടെ വെളിയിൽ എത്തിയപ്പോൾ..

എന്റെ അമല എവിടെ..

എന്റെ അമല എവിടെ..

ഒരു ഭ്രാന്തനെ പോലെ പ്രശോഭ് ചാടി അമലയുടെ മുറിയുടെ അടുത്ത് എത്തിയപ്പോൾ അവളുടെ മുറിയുടെ വാതിൽ തുറന്നു കിടക്കുന്നു.

ഓടിച്ചെന്ന് അവളെ വാരി പുണരുന്നു.

അവളെ കരഞ്ഞുകൊണ്ട് വിളിച്ചുണർത്താൻ ശ്രമിക്കുന്നു

പ്രശോഭിന് പരിഭ്രമമായി.

അമല മിണ്ടുന്നില്ല.

അമലയുടെ കൈകൾ തണുത്തുറഞ്ഞിരിക്കുന്നു

അമലേ..

അമലേ.. നീ പോയോ

അമലേ..

എന്റെ അമലേ..

നീ ഉണരൂ

നീ ഉണരൂ പൊട്ടിക്കരഞ്ഞ് കൊണ്ട് പ്രശോഭ് എല്ലാവരേയും നോക്കുന്നു.

എനിക്കും ഇവളുടെ കൂടെ പോകണം

എനിക്കും പോകണം

ഞാനും നിന്റെ കൂടെ വരാം...

ഞാനും വരാം..

●●●

തേനോളിത്തറവാട്

സമയം രാവിലെ ഏഴര.

മൊബൈൽ ഫോൺ ബെല്ലടിക്കുന്നു.

പുറത്ത് കനത്ത മഴ.

പുതപ്പിനുള്ളിൽ കഴിഞ്ഞുകൂടാൻ നല്ല സുഖം. ഏതോ പണ്ടാര ക്കാലന്റെ വിളി. എന്നാലും എടുത്തുനോക്കാം..

നീ എവിടെയാ എഞ്ചിനീയറേ?

ഞാൻ വീട്ടിൽ തന്നെ ഉണ്ടല്ലോ

ഒന്നു കാണണമായിരുന്നു.

നീ എന്നെ കണ്ടതല്ലേ?

രാവിലെ വെറും വയറ്റിൽ എന്നോട് തന്നെ വേണോ ഇത്തരം തമാശ.

നിന്നോടല്ലാതെ ഈ പല്ലു തേക്കാത്ത വായകൊണ്ട് മറ്റാരോട് ത മാശ പറയാനാ എന്റെ മുരളി.

നീ ഇപ്പോൾ വലിയ തമാശക്കാരനാണെന്നൊക്കെ കേൾക്കുന്നു ണ്ട്.

എടാ ഞാൻ ഇപ്പം കാറിൽ നിന്നും തമാശ പറയാറുണ്ട്.

ഇന്നലെ നമ്മുടെ രവിയേട്ടൻ നിന്നെ കണ്ടിരുന്ന കാര്യം പറഞ്ഞു. എന്നിട്ട്..

നീ കാറിൽ നിന്ന് തമാശ പറയുന്നതുകേട്ട് നിന്നെ ബുദ്ധിമുട്ടി ക്കേണ്ടെന്ന് കരുതി കാണാതെപോയി എന്നു പറഞ്ഞു.

അല്ല.. ഇന്നലെ കാറിൽ ആരും ഉണ്ടായിരുന്നില്ലല്ലോ?

നീ ഉണ്ടായിരുന്നല്ലോ..

ഓ.. അതെ..

രവിയേട്ടൻ നീ തനിയെ കാറിൽ നിന്ന് പൊട്ടി ചിരിക്കുന്നത് ക ണ്ടു എന്നു പറഞ്ഞു.

ഓാ.. അതോ.

അത് മൊബൈലിൽ താമാശ പറഞ്ഞ് ചിരിക്കുന്നതായിരിക്കും.

അപ്പോൾ നിനക്ക് മൊബൈൽ തമാശകളും അറിയുമോ?

ഞാൻ ആരാ മോൻ. എന്റെ മേഖലകളിൽ ഞാൻ അറിയപ്പെടുന്ന ഒരു തമാശക്കാരനാണ്.

ഏതാണ് നിന്റെ മേഖല.

അതൊക്കെയുണ്ട് മോനേ.

പറയപ്പ.. ഞനൊന്ന് കേൾക്കട്ടേ.

കാർഷിക മേഖല വ്യവസായ മേഖല എന്നൊക്കെ കേട്ടിട്ടില്ലേ..

കേട്ടിട്ടുണ്ട്.

അതുപോലത്തെ ഒരു മേഖല.

കാർഷിക മേഖലയിൽ നീ കാറിൽ പോയി തമാശ പറയുമോ? മേ ഖല എന്ന് പറഞ്ഞാൽ നീ എന്താ ഉദ്ദേശിച്ചത്.

നീ പറഞ്ഞ് കുളമാക്കേണ്ട. നീ വിളിച്ച കാര്യം പറ

നിന്നെ ഒന്ന് കാണണം.

എനിക്ക് കുറച്ചു കൂടി ഉറങ്ങണം.

നിന്റെ അച്ഛൻ രാമേട്ടൻ ഇങ്ങനെ ഒന്നും ആയിരുന്നില്ലല്ലോ. അദ്ദേ ഹം രാവിലെ എഴുന്നേൽക്കാറുണ്ടല്ലോ? നീ ഒരു എഞ്ചിനീയർ അ ല്ലേ? നിനക്ക് രാവിലെ എഴുന്നേറ്റൂ കൂടെ..

നിന്റെ അച്ഛൻ ഗോവിന്ദേട്ടൻ നേരത്തെ എഴുന്നേൽക്കുന്ന ആളാ യിരുന്നോ?

ഞാൻ കണ്ണൂരിലാണ് ഉള്ളത്. പുതിയതെരു എത്തുമ്പോഴേക്കും നീ അവിടെ എത്തണം. നീ വലിയ എഞ്ചിനീയറൊന്നും ആവേണ്ട എന്റെടുക്ക.

നിനക്ക് എന്റെ തമാശ കേൾക്കണമെങ്കിൽ പറഞ്ഞാൽ പോരെ. ഞാൻ പല്ലുതേച്ച് നൂഡിൽസ്സും കഴിച്ച് വേഗം നിന്റെ വീട്ടിൽ വരാം.

നീ രാവിലെ നൂഡിൽസാണോ കഴിക്കാറ്.

നിനക്ക് വെള്ളയപ്പമായിരിക്കുമല്ലേ? നീ പഴഞ്ചൻ.

അല്ലേ.. ഇന്ന് ദോശയാണ്

വെള്ളയപ്പത്തിന്റെ ഏട്ടനാണ് ദോശ അതായത് അറുപഴഞ്ചനാ ണ് നീ.

നീ ഇത്ര മോശമായത് ഞാൻ അറിയില്ല. വൃത്തികെട്ട ആഹാരം കഴിക്കുന്നവൻ.

നീ ടിവി പരസ്യം കാണാറില്ലേ.

ഉണ്ടല്ലോ

അയാം കോംപ്ലാൻ ബോയ് എന്ന് കേട്ടിട്ടില്ലേ?

ഉവ്വ്.

അതു പോലെ ഞാൻ ഇപ്പോൾ നൂഡിൽസ് ബോയിയാണ്.

നിന്നെ കാണുമ്പോൾ ന്യൂഡിൽസ്പോലല്ലല്ലോ.

ന്യൂഡിൽസ് കഴിച്ചാൽ ന്യൂഡിൽസ് പോലെ ആകില്ല. പക്ഷേ ത മാശകൾ അനർഗളനിർഗളം ഒഴുകിവരും.

അനർഗളനിർഗളമോ?

അതെ.. നൂല് പോലെ ഒഴുകി വരും എന്നർത്ഥം.

അനർഗളനിർഗളം?

തമാശയുടെ ഒഴുക്കിനെ അങ്ങനെയല്ലേ പറയുക.

അപ്പോ.. ഒഴുകുമ്പോൾ ഞാൻ ഏതു കരയിലാണ് നിൽക്കേണ്ടത്.

നീ കരയിൽ നിന്നാൽ അനർഗളനിർഗളം ഒഴുകുവാൻ പറ്റില്ല അ തുകൊണ്ട് ഒഴുക്കിൽ തന്നെ നിൽക്കണം.

ഏതായാലും അനർഗളനിർഗളം നീ പ്രഭാത കാര്യങ്ങൾ നിർവ്വ ഹിച്ചിട്ട് വേഗം വരുവാൻ നോക്കു.. നിന്നെ ഒന്ന് നമിക്കണമായിരു ന്നു. എന്നിട്ടാവട്ടെ ബാക്കി കാര്യം.

കുഴപ്പമില്ല. ഞാൻ ഇപ്പോൾ വീട്ടിലുണ്ട്. ഇവിടെ വന്നാൽ നമിക്കാം.

രാമേട്ടന്റെ വീട്ടിലാണോ?

അതെ..

അതവിടെ നിൽക്കട്ടേ.. നീ കണ്ണാടിച്ചിറയുടെ പടിഞ്ഞാറെ കര യിൽ വേഗം എത്തണം.

ഓക്കെ, വേഗം എത്താം.

ഒരു കാര്യം പറയാം. അവിടെ വന്ന് തമാശ പറഞ്ഞാൽ ഞാൻ രാമേട്ടൻ ഉള്ളടുത്ത് നിന്നെ എത്തിക്കും.

ഗോവിന്ദേട്ടൻ ഉള്ളടുത്ത് എന്ന് പറഞ്ഞാലും എനിക്ക് മനസ്സിലാ വും.

നീ വേഗം വരണം കേട്ടോ.

ശരി ഞാൻ പെട്ടെന്ന് എത്താം.

മുരളിയും ഗണേശനും ഒരുമിച്ച് പഠിച്ചവരാണ്. ഗണേശൻ എഞ്ചി നീയറായി, മുരളി നല്ല കൂട്ടുകാരാൽ സമ്പന്നനായ ഒരു ബിസ്സിനസ്സു കാരനുമായി. ഇവർ രണ്ടു പേരും ഒരേ നാട്ടിലാണ് താമസം.

അങ്ങനെ ഗണേശൻ അവന്റെ ടയോട്ടാ കാറുമായി കണ്ണാടി ചിറ യുടെ പടിഞ്ഞാറുവശത്തേക്ക് നീങ്ങിത്തുടങ്ങി. ശക്തമായ മഴ.

ഒരു രക്ഷയുമില്ലാതെ ആറേഴ് ദിവസമായി പെയ്യുന്ന മഴ. മഴയുടെ കാഠിന്യം കൂടുതലായതിനാൽ ഇന്ന് എല്ലാ വിദ്യാഭ്യാസ സ്ഥാപന ങ്ങൾക്കും അവധിയാണ്. പ്രൊഫഷണൽ കോളേജുകൾക്കടക്കം.

റോഡൊക്കെ ഏറെക്കുറേ വിജനമാണ്. രാവിലെ പത്തര ആയെ ങ്കിലും കാൽനടക്കാരും കുറവാണ്. ഗണേശന്റെ ടയോട്ടക്കാർ കണ്ണാ ടിച്ചിറയുടെ പടിഞ്ഞാറുവശത്ത് പാഞ്ഞെത്തി. അവിടെ വിശാലമായ കൊട്ടാര സദൃശ്യമായ വീട്ടിന് മുന്നിൽ ഗണേശൻ കാർ നിർത്തി.

മൂന്നാല് കാറുകൾ നേരത്തെ തന്നെ വീടിന് മുൻവശം സ്ഥലം പി ടിച്ചു കഴിഞ്ഞിട്ടുണ്ട്.

ഗണേശന് അറിയാവുന്ന വീട് തന്നെ. വലിയ ആഢ്യത്തരമുള്ള വീട്. ഓട് മേഞ്ഞ ഒരു ഉരിശൻ രണ്ടുനില വീട്. പുറമേനിന്ന് കണ്ടാൽ എട്ടുകെട്ട് തറവാടാണെന്ന് തോന്നും. പക്ഷെ നാല് കെട്ടാണ്. പറമ്പു നിറയെ വിശാലമായി പരന്നു കിടക്കുന്ന തേനോളി തറവാട്.

പുറത്ത് മൂന്ന് കാറുണ്ടെങ്കിലും വീട്ടിന് പുറത്ത് ആരെയും കാണു ന്നില്ല. ഗണേശൻ പതുക്കെ പൂമുഖത്ത് കയറുന്നു. എല്ലാ കാറുകളു ടെ നമ്പറുകളും പരിചിതമാണെന്നതിനാൽ അകത്തു കടക്കാൻ അ ധികം അമാന്തിച്ചില്ല. പെട്ടെന്നാണ് മുരളിയുടെ രംഗപ്രവേശനം.

നീ ഇത്ര വേഗം ഇവിടെ എത്തിയോ?

ഞാൻ പഴഞ്ചനല്ലെന്ന് നിനക്കറിയാമല്ലോ?

ഇവിടെ നിന്റെ അനർഗളനിർഗളം വേണ്ട.

വേണ്ടെങ്കിൽ വേണ്ട.

പെട്ടെന്ന് മുരളി മുഖം കറുപ്പിച്ച് ഗോവിന്ദേട്ടന്റെവിടെ എത്തിക്കും എന്നായി. പക്ഷേ ഗണേശന് എല്ലാം അനർഗളനിർഗളം തന്നെ.

അപ്പോഴേക്കും രവിയേട്ടനും സോമേട്ടനും മുന്നിൽ എത്തി. തേ നോളി തറവാട് ഇന്ന് രവിയേട്ടന്റെയും സോമേട്ടന്റെയും സ്വന്തമാണ്. തേനോളി തറവാട്ടുക്കാർ ശാപങ്ങളാലും ദുർമരണങ്ങളാലും ഒന്നുമ ല്ലാതായി. തറവാടു തന്നെ വിൽക്കേണ്ടിവന്നു. കൈവശപ്പെടുത്തിയ ത് ആവട്ടേ സോമേട്ടനും രവിയേട്ടനും.

ഗണേശാ.. ആശാരി മൂലഓടുവച്ചത് അത്ര ശരിയായില്ല എന്ന് തോ ന്നുന്നു. ഒന്നു നോക്ക്യേ എന്നായി രവിയേട്ടൻ

പഴയ കെട്ടിടത്തിന്റെ അറ്റകുറ്റപ്പണി നടന്നിരുന്നു. നൂറ് വർഷത്തി ലധികം പഴക്കമുള്ള കെട്ടിടമാണ്. എത്ര നന്നായി പണിയെടുത്താ ലും അല്ലറ ചില്ലറ ഏല് കേടുകൾ കാണും. അതൊക്കെ കണ്ടില്ല എ ന്ന് നടിക്കണം. പക്ഷേ നമ്മുടെ നാട്ടുകാർ അങ്ങനെയല്ല. എല്ലാം നേ

രെയായി തന്നെ കിട്ടണം. പണ്ടുള്ളവർ ഓടിനിടയിലൂടെ വെള്ളം വ
ന്നാൽ ഓല കീറി വെക്കാറാണ് പതിവ്.സാധാരണയാണ് ഓട് മേ
ഞ്ഞ വീട്ടിൽ ഓടിന്റെ വിടവിലൂടെയുള്ള വെള്ളമൂറ്റൽ. ഇതിനെ ചോർ
ച്ച എന്ന് ആരും പറയാറില്ല. ഓടിൽ നിന്ന് വെള്ളം ഊറ്റുന്നു എന്നാണ്
പറയുക.

അങ്ങനെ ഗണേശൻ നാലു ഭാഗവും നോക്കി അറ്റകുറ്റപ്പണിയുടെ
ഒരു താളം രവിയേട്ടനോടും സോമേട്ടനോടും പറഞ്ഞ് മനസ്സിലാക്കി
കൊടുത്തു. അവരിൽ കാര്യങ്ങളൊക്കെ തൃപ്തി ആയതിന്ന് ശേഷം
വേണു എന്നൊരാൾ ചില പരിപാടികളുമായി ഗണേശന്റെ മുന്നിൽ
പ്രത്യക്ഷപ്പെട്ടു. വേണു രവിയേട്ടന്റെ ഒരു ബന്ധുവാണ്.

അല്ല എഞ്ചിനീയറേ ഇവിടെ ഗ്രാനൈറ്റ് വച്ചാൽ എന്താണ് കുഴ
പ്പം?

ഇവിടെ സിമൻറ് ഇട്ടാൽ എന്താണ് കുഴപ്പം?

ഓടിന്റെ വിള്ളലിൽ അലുമിനിയം ഷീറ്റ് വച്ചാൽ എന്താണ് കുഴ
പ്പം?

ഇങ്ങനെ ധാരാളം കുഴപ്പിക്കുന്ന ചോദ്യങ്ങൾ ചോദിച്ചപ്പോൾ ഗണേ
ശന് ഈ ചോദ്യങ്ങളൊക്കെ അനർഗളനിർഗളം ഉത്തരം പറയാവുന്ന
തന്നെ. വേണുവിനോട് ഗണേശൻ പറഞ്ഞു ഒന്നിനും ഒരു കുഴപ്പവു
മില്ല. എല്ലാം നമുക്ക് ഇപ്പം ശരിയാക്കാം. ഇത് നൂറ് വർഷത്തിലധികം
പഴക്കം ചെന്നവീടാണ്. അതുകൊണ്ട് കൂടുതൽ പണം മുടക്കുന്നത്
അഭികാമ്യമല്ല. പുതിയ സാധനങ്ങൾ ഉപയോഗിച്ച് മോടി പിടിപ്പിക്കാൻ
പോയാൽ ഇതിന്റെ പഴമ നഷ്ടപ്പെടുമെന്നത് കൂടി കാണണം. പഴയത്
പഴയതായി നിലനിർത്തുമ്പോഴാണ് അതിന്റെ ആഡംബരം അതിന്
വന്നു ചേരുക എന്ന് പറഞ്ഞപ്പോൾ വേണു അനുസരണയോടെ കേൾ
ക്കുകയും അംഗീകരിക്കുകയും ചെയ്തു.

ആയിടയാണ് രവിയേട്ടൻ അടുക്കള വാതിലിലൂടെ പുറത്തേ ഞാ
ലിയിലേക്ക് നീങ്ങിയത്. അവിടെ ഏറക്കുറെ ദ്രവിച്ച വാതിൽപ്പടിക
ളും ഇടുങ്ങിയ ഒരു മുറിയും.

ഗണേശന് അറിയാമോ ഈ മുറിയുടെ ഉപയോഗം.

ഗണേശന് പെട്ടെന്ന് തന്നെ പിടികിട്ടി. ഒരാൾക്ക് കഷ്ടിച്ച് കിടക്കാൻ
പറ്റുന്ന ഒരിടം. ചെറിയ ജനലുകൾ. പണ്ട് തീണ്ടാർന്ന സ്ത്രീകൾക്ക്
കിടക്കാനൊരുക്കിയ മുറി. പണ്ട് അങ്ങനെ ആയിരുന്നു. മാസമുറ ആ
യാൽ അവർ അഞ്ച് ദിവസം വാല്യക്കാർ കാണാതെ കഴിയണമെന്നാ
ണ്. ആ മുറിയുടെ സ്വരൂപം തന്നെ ഞങ്ങളെ ഇപ്പോൾ ഭയപ്പെടുത്തു

ന്നുണ്ട്. അതിൽ ഇരുട്ടിൽ ഒരു സ്ത്രീ കൂടി ഉണ്ടായാൽ എന്തായിരി ക്കും അവസ്ഥ. ആരും ആ ഭാഗത്തേക്ക് തന്നെ പോകില്ല. കുട്ടികളെ പ്പോലും ഭയപ്പെടുത്തി വച്ച ഓരോ ആചാരങ്ങൾ. നല്ലതോ മോശമോ എന്നറിയില്ല. ഇന്ന് അത്തരം ആചാരങ്ങൾ നവോത്ഥാനത്തിലൂടെ മാ റി. എല്ലാവരും അടുക്കളയിൽ നിന്ന് അരങ്ങിൽ എത്തി. ഇപ്പോൾ അ വർ അരങ്ങിൽ നിന്ന് ബഹളം വെക്കുകയാണ്, അവരെ ഇന്നൊന്ന് തൊട്ടാൽ പൊള്ളും.

പുറത്ത് ഒരു ആലപോലുള്ള കെട്ടിടം കാണുന്നുണ്ട്. പെട്ടെന്ന് ആലയാണെന്നേ തോന്നു. പക്ഷേ അല്ല.

പണ്ട് ബ്രാഹ്മണ സ്ത്രീകളെ അന്യപുരുഷന്മാരുമായി മറ്റു വല്ല ബന്ധവുമുണ്ടെന്ന് അറിഞ്ഞാൽ മരണം വരെ കിടത്തുന്ന മുറിയാ ണ്. ഈ കെട്ടിടത്തെ അഞ്ചാംപുര എന്നാണ് പറയുക.

പണ്ട് ഇങ്ങനെ എന്തൊക്കെ ആചാരങ്ങൾ. അന്ന് ശിക്ഷ വീട്ടിൽ തന്നെയാണ്. ജയിലൊക്കെ പിന്നെ പരിഷ്ക്കാരികളുടെ വക നമ്മു ക്ക് കിട്ടിയ സ്വത്തല്ലേ.

സാധനം എന്നാണ് അഞ്ചാം പുരയിലുള്ള സ്ത്രീകളുടെ വിളിപ്പേ ര്. സാധനങ്ങളുമായി ആരും നേരിട്ട് സംസാരിക്കാറില്ല. സംസാരിക്കാൻ പാടില്ല. ദാസിവഴിയാണ് സംസാരിക്കുക. ശിക്ഷക്ക് വേണ്ടി ദാസിവി ചാരണയാണ് നടക്കുക. കുറ്റം സമ്മതിക്കും വരെ വിചാരണയാണ്. കുറ്റം സമ്മതിക്കുവാൻ വേണ്ടി കടുത്ത മൂന്നാം മുറ നടപടികൾ ഉ ണ്ടായിരുന്നു. മനുഷ്യനെ കൊണ്ട് അന്ന് ശിക്ഷിക്കാറില്ല കാരണം അ വർ അയിത്തമായി പോകും അതുകൊണ്ട് ഇഴജന്തുക്കളെ കൊണ്ടാ ണ് ശിക്ഷ നടപ്പാക്കുക. അഞ്ചാം പുരയിൽ തേള്, പെരുച്ചാഴി, പാമ്പ് എന്നീ ജീവികളെ കടത്തിവിട്ട് കുറ്റം സമ്മതിപ്പിക്കുന്ന ആചാരമാണ് നിലനിന്നിരുന്നത്.

ഈ ആലയിൽ മൂന്ന് സ്ത്രീകൾ തൂങ്ങി മരിച്ചിട്ടുണ്ടെന്നാണ് അറി വ്. മൂന്ന് പേരും ഏട്ടത്തി അനിയത്തിമാർ എന്ന് രവിയേട്ടൻ ഗണേശ നോട് പറഞ്ഞു. ഇവരുടെയൊക്കെ പ്രേതം ഇവിടെ ഉണ്ടെന്നാണ് നാ ട്ടുകാരുടെ വെപ്പ്.

രവിയേട്ടന് പേടിയൊന്നുമില്ലേ?

ഇലക്ട്രിസിറ്റി വന്നതിന് ശേഷം എല്ലാ പ്രേതവും മരിച്ചെന്നാണ് പ ഴമക്കാർ പറയുന്നത്

ഗണേശന് വിശ്വാസമുണ്ടോ?

എന്ത്?

പ്രേതത്തേ..

ആവശ്യത്തിന് എല്ലാ വിശ്വാസവുമുണ്ട്. വിശ്വാസമല്ലേ എല്ലാം?

മുരളി ഗണേശനെ നോക്കി കണ്ണുരുട്ടി.

ഗണേശന് കാര്യം പിടികിട്ടി. അനർഗളനിർഗളം വേണ്ട എന്നാവും.

ഗണേശന് കഥ കേൾക്കാൻ ഇഷ്ടമാണെന്ന് തോന്നിയതിനാൽ, ര വിയേട്ടൻ തേനോളി തറവാട്ടുകാരുടെ കഥ പറയുവാൻ തുടങ്ങി.

കണ്ണാടിച്ചിറയിൽ കല്ലുകെട്ടിമറക്കിയ ഓടുമേഞ്ഞ മേൽക്കുരയുള്ള കുളിക്കടവുകൾ ധാരാളം ഉണ്ടായിരുന്നു. കണ്ണാടിച്ചിറയുടെ നാല് ഭാ ഗത്തുള്ള ബ്രാഹ്മണ തറവാട്ടുകാരുടെതായിരുന്നു ഒരോ കുളിപ്പുരയും. ഈ കുളിപ്പുരകളിൽ കയറിയാൽ ആരും ഒന്നും കാണില്ല. ആണു ങ്ങൾക്കും പെണ്ണുങ്ങൾക്കും പ്രത്യേക കുളിപ്പുരകൾ. എന്നിരുന്നാലും പുരുഷന്മാർ കുളിക്കുന്ന സമയങ്ങളിൽ സ്ത്രീകൾ കുളിക്കാറില്ല. സ് ത്രീകൾ കുളിക്കുന്ന പ്രത്യേക സമയം തന്നെ ഉണ്ടായിരുന്നു.

ഈ വീടിനെ പടിഞ്ഞാറെ തേനോളി തറവാട് എന്നാണ് പറയുക. ഇവരൊക്കെ പഴയ നാടുവാഴികളാ.. ഡച്ചുക്കാരും പറങ്കികളും വന്ന് ഇവരെ പറ്റിച്ച് പോയവരാ. വിലപിടിപ്പുള്ളവയൊക്കെ ഇവരെ ഭീഷ ണിപ്പെടുത്തി അവർ കൊണ്ടുപോയി. ഭൂമി അവർക്ക് കൊണ്ടുപോ കാൻ സാധിക്കാത്തതിനാൽ അത് ഇവിടെ ബാക്കിയായി. പറങ്കികളാ യിരുന്നു വിദേശികളിൽ വൃത്തികെട്ടവർ. അവർ രാജാക്കന്മാരെ പറ ഞ്ഞു പറ്റിച്ച് ഒക്കെ നശിപ്പിച്ചു. രാജാക്കന്മാർക്കൊക്കെ രാജ്യഭരണ ത്തേക്കാൾ സംബന്ധത്തിനായിരുന്നു കൂടുതൽ താല്പര്യം. സംബ ന്ധത്തിന് അന്നത്തെ ബ്രാഹ്മണർ പ്രോത്സാഹിപ്പിച്ചിരുന്നു എന്ന് കേൾ ക്കുന്നു.

പക്ഷേ പടിഞ്ഞാറെ തേനോളി തറവാട്ടുക്കാരണവർക്ക് കൃഷി മാ ത്രമായിരുന്നില്ല മറ്റ് ധാരാളം വ്യവസായങ്ങൾ അന്ന് ഉണ്ടായിരുന്നു. വ്യവസായങ്ങൾ നോക്കുവാൻ അഗ്രഗണ്യനായ ഒരു മേനേജറും ഉ ണ്ടായിരുന്നു. കണ്ണൻ മേനേജർ എന്നായിരുന്നു അദ്ദേഹത്തിന്റെ വിളി പ്പേര്. വിശ്വസ്തനും സൽസ്വഭാവമുള്ള ഒരാളായിരുന്നു കണ്ണൻ മേ നേജർ. കണ്ണൻ മേനേജറിലൂടെ ആയിരുന്നു തേനോളി തറവാട് അറി യപ്പെടുന്നതു തന്നെ. തേനോളി തറവാട്ടിലെ മൂത്ത കാർണ്ണവരായ മാധവവർമ്മ തമ്പുരാൻ നല്ല കഴിവുള്ള ഒരു വ്യവസായി ആയിരുന്നു. മാധവവർമ്മ എന്തു ചിന്തിക്കുന്നുവോ, അത് കണ്ണൻ മാനേജർ നട ത്തിയിരിക്കും. ആര് എങ്ങനെ ഇടപ്പെട്ടാലും ഇവർ തമ്മിലുള്ള ബന്ധ ത്തിന് പോറൽ ഏൽക്കാറില്ല.

പണ്ടൊക്കെ നന്നാവുന്നത് കാണുമ്പോൾ ഏഷണിക്കാർ ധാരാള മായിരുന്നു. ഇത്തരം ഏഷണികളൊന്നും മാധവവർമ്മയിൽ ചിലവാ കാറില്ല.

കണ്ണൻ മേനേജർ തേനോളി തറവാട്ടിൽ എത്തിയതിനും ഒരു കഥ യുണ്ട് ഗണേശാ.. രവിയേട്ടന്റെ ചരിത്ര കഥകൾ കേൾക്കാൻ നാലു പേർക്കും താല്പര്യമായി.

കണ്ണൻ മാനേജർ പാലക്കാട്ടുക്കാരനാണ്. കണ്ണൻ ചെറുപ്പത്തിൽ പഠിച്ചു കൊണ്ടിരിക്കുന്ന ഗുരുകുലത്തിലെ ഗുരുവിന്റെ മകളുമായി അ ടുപ്പത്തിലായിരുന്നു. പാലക്കാട് അന്ന് സ്കൂൾ ഉണ്ടെങ്കിലും കണ്ണൻ ഒരു പട്ടരുടെ വീട്ടിൽ താമസിച്ചു കൊണ്ടായിരുന്നു പഠിച്ചു കൊണ്ടി രുന്നത്. കണ്ണന്റെ വീട്ടുകാരും മോശക്കാരൊന്നുമല്ല. അങ്ങനെ കണ്ണൻ ഗുരുകുലത്ത് നിന്ന് പഠിച്ചു കൊണ്ടിരിക്കുമ്പോൾ സഹപാഠിയായ ഗു രുവിന്റെ മകളുമായി തുടക്കത്തിലേ സ്നേഹത്തിലായിരുന്നത് വീട്ടു കാർ അത്ര കാര്യമാക്കിയില്ല. ആങ്ങളയും പെങ്ങളുമായെ കണ്ടിട്ടു ള്ളൂ. കണ്ണൻ കണക്കിൽ നല്ല കേമൻ ആയിരുന്നു. കൗസല്യ എന്നാ യിരുന്നു ഗുരുവിന്റെ മകളുടെ പേര്.

വിദ്യാഭ്യാസം പൂർത്തിയായ ശേഷം കണ്ണനും കൗസല്യയും നാ ടും വീടും വിടുവാൻ തീരുമാനിച്ചു. മദ്രാസ്സിൽ നിന്നു വരുന്ന തീവ ണ്ടിയിൽ കണ്ണൂരിലേക്ക് പോകാനായിരുന്നു അവരുടെ തീരുമാനം. അങ്ങനെ ദിവസം തീരുമാനിക്കപ്പെടുന്നു. അന്ന് കരിവണ്ടിയായായി രുന്നു. ദിവസത്തിൽ ഒന്നോ രണ്ടോ തീവണ്ടിയുള്ള സമയം. അങ്ങ നെ രണ്ടു പേരും വ്യത്യസ്ത സമയങ്ങളിൽ വീട്ടിൽ നിന്ന് ഇറങ്ങി സ്റ്റേഷനിലേക്ക് പുറപ്പെട്ടു. രണ്ടു പേരും സ്റ്റേഷനിൽ വച്ച് അന്യോ ന്യം കാണേണ്ട എന്നും ഇറങ്ങേണ്ടത് കണ്ണൂരിൽ ആണെന്നും തീരു മാനിച്ച് ഉറപ്പാക്കുകയും ചെയ്തിരുന്നു.

പക്ഷേ കണ്ണൂരിൽ വണ്ടി എത്തിയപ്പോൾ കൗസല്യ കണ്ണൂരിൽ ഇ റങ്ങിയതായി കണ്ടില്ല. മറ്റെവിടെയെങ്കിലും ഇറങ്ങി പോയോ എന്നു മറിയില്ല. തീവണ്ടി പോയി കഴിഞ്ഞു ഏറേ കഴിഞ്ഞിട്ടും കൗസല്യ യെ എവിടെയും കണ്ടെത്തുവാൻ കണ്ണന് സാധിച്ചില്ല. വിജനമായ പ്ലാറ്റ്ഫോമിൽ നിന്ന് എന്തെന്നില്ലാതെ എന്തെന്നറിയാതെ സിമൻറ് ബഞ്ചിൽ ഇരുന്നു കണ്ണൻ കൗസല്യയെ ഓർത്തിരുന്നു.

ഇന്നത്തെ പോലെ ഫോണോ മറ്റ് യാത്രാ സൗകര്യങ്ങളോ ഇല്ലാ ത്തതിനാൽ കണ്ണൻ കൗസല്യയെ ഓർത്ത് പ്ലാറ്റ്ഫോമിൽ അടുത്ത വ ണ്ടി വരുന്നത് വരെ ഇരിക്കാമെന്ന് തീരുമാനിച്ചു. അടുത്ത വണ്ടി നാ

ളെ രാവിലെ പത്ത് മണിക്കേ ഉള്ളൂ എന്ന് സ്റ്റേഷൻ മാസ്റ്റർ പറഞ്ഞതി ന്റെ അടിസ്ഥാനത്തിൽ അന്ന് പ്ലാറ്റ്ഫോമിൽ തന്നെ കണ്ണൻ കിടന്നുറ ങ്ങി.

പിറ്റെന്ന് തീവണ്ടി വന്നു. പക്ഷേ കൗസല്യ മാത്രം ഉണ്ടായിരുന്നി ല്ല. അറിയാത്ത നാട്ടിൽ എത്തിയ കണ്ണൻ എന്തു ചെയ്യണമെന്നറിയാ തെ കാണുന്ന റോഡു വഴിയൊക്കെ നടന്നു നിങ്ങി. സുദീർഘമായ നടത്തം മതിയാക്കി ഒരു പീടികത്തിണ്ണയിൽ ഇരുന്നു. രണ്ടു ദിവസ മായി കണ്ണന്റെ ഭക്ഷണം വെറും വെള്ളമായിരുന്നു. കണ്ണൻ ക്ഷീണി തനാണ്. വിശപ്പിന്റെ വിളിയിൽ കണ്ണൻ പീടികത്തിണ്ണയിൽ ഉറങ്ങി പ്പോയി. പിറ്റെന്ന് രാവിലെ പീടിയകാരൻ എത്തിയപ്പോൾ അവശനും അപരിചിതനുമായ കണ്ണനെ കണ്ട് ഞെട്ടി. ഉടനെ പീടികയുടെ മുന്നി ലെ മരമില്ലിൽ ഉണ്ടായിരുന്ന തേനോളി മാധവവർമ്മയെ പീടികക്കാ രൻ അവശനായ ഒരുവനെ കണ്ടത് അറിയിക്കുന്നു.

ഊര് തെണ്ടിയാണെന്ന് തോന്നുന്നു.

ഞാൻ വരട്ടേ എന്നിട്ട് നോക്കാം എന്നായി മാധവവർമ്മ,

മാധവവർമ്മ കണ്ണന്റെ സ്വരൂപം കണ്ടു ഞെട്ടി. മാധവ വർമ്മയോട് കാര്യങ്ങൾ മുഴുവൻ കണ്ണൻ പറഞ്ഞു. കൗസല്യയുടെ കാര്യം മാത്രം പറഞ്ഞില്ല. മാധവവർമ്മക്ക് കണ്ണനോട് വല്ലാത്ത ഒരു മമത തോന്നി. കണ്ണൻ പറഞ്ഞതു മുഴുവൻ വിശ്വസിച്ച മാധവവർമ്മ കണ്ണന് ഭക്ഷ ണം വാങ്ങി കൊടുക്കുക മാത്രമല്ല മരമില്ലിൽ സാധാരണ ഒരു ജോ ലിയും ഏർപ്പാടാക്കി കൊടുത്തു. അങ്ങനെ കണ്ണൻ മരമില്ലിൽ താമ സക്കാരനും പാറാവുകാരനുമായി.

ഇനി കണ്ണന് നാട്ടിൽ പോകാൻ സാധിക്കില്ല. കാരണം കൗസല്യ തന്നെ. അവൾ വീട്ടിൽ തന്നെ ഉണ്ടോ അതോ മറ്റു സ്റ്റേഷനിൽ ഇറ ങ്ങിപ്പോയോ എന്നൊന്നും അറിയില്ല. ഏതായാലും ഇനി കൗസല്യ ഇല്ല. അങ്ങനെ നാളുകൾ ധാരാളം കഴിഞ്ഞു. മാധവവർമ്മക്ക് കണ്ണൻ വിശ്വസ്തരിൽ വിശ്വസ്തനായി. കണ്ണൻ കമ്പനിയുടെ മേനേജറായി കമ്പനിയുടെ എല്ലാമെല്ലാമായി. മാധവവർമ്മ കമ്പനിയിൽ വരാതെ ആയി. എല്ലാ കാര്യവും മാധവവർമ്മ നടത്തുന്നതിനേക്കാൾ ഭംഗിയാ യി കണ്ണൻ മേനേജർ നടത്തുവാനും തുടങ്ങി.

ഒരു നിമിഷം പോലും കണ്ണൻ മേനേജറെ പിരിഞ്ഞിരിക്കാൻ പറ്റാ ത്തവിധം മാധവവർമ്മയും കണ്ണൻ മേനേജരും തമ്മിൽ അടുത്തു ക ഴിഞ്ഞിരുന്നു. മാധവ വർമ്മ അദ്ദേഹത്തിന്റെ വീട്ടിൽ ഒരു മുറി കണ്ണൻ മേനേജർക്കായി ഒരുക്കി കൊടുത്തു. ആ മുറിയാണ് ഗണേശാ ഈ

നീളമുള്ള മുറി.

വീട്ടുകാര്യവും എല്ലാ കമ്പനി കാര്യങ്ങളും നന്നായി കണ്ണൻ മാ നേജർ നടത്തിയിരുന്നു. വീട്ടുകാർക്കും ഒരു അംഗത്തെപ്പോലെ ആ യിരുന്നു കണ്ണൻ മേനേജർ.

കണ്ണൻ മാനേജറുടെ മുറിയുടെ പടിഞ്ഞാറെ ജനാല വഴി നോക്കി യാൽ അഞ്ചാം മുറി കാണാം.

അഞ്ചാംമുറിയിൽ മൂന്ന് മരണങ്ങൾ, മൂന്ന് പേരും വർമ്മയുടെ അ നുജത്തിമാരായിരുന്നു. മാധവ വർമ്മയുടെ അച്ഛൻ ഗോവിന്ദ വർമ്മ വലിയ രാജക്ക് ഏഴ് മക്കളാണ്. മൂന്ന് പെണ്ണും നാല് ആണും. മാധവ വർമ്മയാണ് മൂത്തയാൾ. മൂന്ന് പെണ്ണുങ്ങളും ആണുങ്ങളടെ ഇളയത് ആയിരുന്നു. ഇവർ ഏഴു പേരും ഒരമ്മയുടെ മക്കളല്ല. മൂന്ന് പെണ്ണു ങ്ങളും അതീവ സുന്ദരിമാരായിരുന്നു.

ലക്ഷ്മി തമ്പുരാട്ടിക്ക് നാല് ആണുങ്ങൾ പിറന്നപ്പോൾ ഇവൾക്ക് പെണ്ണ് ഉണ്ടാവില്ലെന്ന് കരുതി ഗോവിന്ദ വർമ്മ വലിയ രാജ മറ്റൊരു വേളികഴിക്കുകയായിരുന്നു. അതിലുണ്ടായവരാണ് മൂന്ന് പെൺമക്കൾ

മാധവവർമ്മയുടെ രണ്ടാനമ്മ ഗൗരി തമ്പുരാട്ടി ഇളയ മകളെ പ്ര സവിച്ച ഉടൻ മരണപ്പെട്ടിരുന്നു. ഇത് വയറ്റാട്ടിയുടെ ശ്രദ്ധക്കുറവാ ണെന്ന് പറഞ്ഞ് വയറ്റാട്ടിയെ കൊന്ന ചരിത്രവും തേനോളി തറവാട്ടു കാരിലുണ്ട്.

മൂന്ന് വർഷങ്ങൾക്ക് ശേഷം ഗോവിന്ദ വർമ്മ വലിയ രാജ തീപ്പെ ടുകയും ചെയ്തു.

ഊർവ്വശി മേനക രംഭ എന്ന കണക്കെ ആയിരുന്നു മൂന്നു പേരും. മാധവവർമ്മക്ക് ഈ മൂന്ന് പെൺകൊച്ചുങ്ങൾ മക്കളെ പോലെ ആ യിരുന്നു. സ്വന്തം മക്കളെക്കാൾ അനുജത്തിമാരെ സ്നേഹിച്ചു. ഇതിൽ എല്ലാവർക്കും മുറുമുറുപ്പുണ്ട്.മാധവ വർമ്മ ഇതൊന്നും ഗൗനിച്ചിരു ന്നില്ല.

നാൾക്കുനാൾ തകർന്നടിഞ്ഞു കൊണ്ടിരിക്കുന്ന രാജകുടുംബങ്ങ ളിൽ നിന്നൊന്നും വ്യവസായി ആയ മാധവ വർമ്മയുടെ സഹോദരി മാരേ വിവാഹം കഴിക്കാൻ ആരും എത്തിയിരുന്നില്ല. ഈ കാരണ ത്താൽ മാധവ വർമ്മ എന്നും സങ്കടത്തിലാണ്. മാധവ വർമ്മയുടെ നിലക്കും വിലക്കും ചെറുക്കന്മാരെ അന്വേഷിച്ച് പോകാൻ ബുദ്ധിമു ട്ടുള്ളതിനാൽ അങ്ങനെ ചെയ്തതുമില്ല. പക്ഷേ കണ്ണൻ മാനേജർ മാ ധവ വർമ്മയെ നിർബന്ധിച്ചു കൊണ്ടിരുന്നു. മൂന്ന് പെങ്ങന്മാർക്കും അച്ഛനും അമ്മയുമായി മാധവ വർമ്മ മാത്രം.

ലഷ്മി തമ്പുരാട്ടി പെൺകുട്ടികളോട് അത്ര കൂറ് പുലർത്താറില്ല. മാധവ വർമ്മയും ലക്ഷ്മി തമ്പുരാട്ടിയും ഈ കാരണത്താൽ എന്നും വഴക്കാണ്. ലക്ഷ്മി തമ്പുരാട്ടി കാര്യബോധമില്ലാത്ത തമ്പുരാട്ടി ആയിരുന്നു. പോരാത്തതിന് സൊള്ളത്തിയുമായിരുന്നു.

മാധവവർമ്മയുടെ ഭാര്യ യശോദ തമ്പുരാട്ടി ഒരു പാവം സ്ത്രീ യാണ്. വീട്ടുകാര്യങ്ങൾ മുഴുവൻ ഒരുക്കുന്നത് യശോദ തമ്പുരാട്ടിയാ ണ്. ലക്ഷ്മി തമ്പുരാട്ടിയെ കെട്ടിലമ്മ എന്നാണ് നാട്ടുകാർ വിളിക്കാ റ്. യശോദ തമ്പുരാട്ടിയേക്കാൾ മിനുങ്ങിയാണ് കെട്ടിലമ്മയുടെ നട പ്പൊക്കെ. ഏഴിമലയിലെ കൊയിപുറത്ത് ശങ്കരനാരായണ വർമ്മയു ടെ ഏക മകളാണ് ലക്ഷ്മി തമ്പുരാട്ടി. നടത്തവും ഭാവവും സൊ ള്ളും മാത്രമെയുള്ളൂ. വിവരം നന്നേ കുറവാണ്. അതു കൊണ്ട് യ ശോദ തമ്പുരാട്ടി ഒഴികെയുള്ള മരുമക്കളുടെ എല്ലാ കുശുമ്പുകൾക്കും ലക്ഷ്മി തമ്പുരാട്ടി കൂട്ടുനിൽക്കും. ഇവരുടെ സൗന്ദര്യം തന്നെയാണ് ഇവർക്ക് ഉണ്ടാക്കുന്ന കുശുമ്പിന് കാരണം.

ഇവരുടെ കല്യാണം നടക്കരുതെന്ന് വിചാരിക്കുന്നവരാണ് ഇവർ നാല് പേരും. അതിന് വേണ്ടി ഇവർ ഇല്ലാ കഥകൾ ഉണ്ടാക്കുവാൻ തുടങ്ങി. ധാരാളം ഇല്ലാ കഥകൾ ഉണ്ടാക്കിയെങ്കിലും എല്ലാം കണ്ണൻ മാനേജറും മാധവവർമ്മയും മുളയിലെ നുള്ളിക്കളഞ്ഞിരുന്നു.

അവസാനം മൂന്ന് നാത്തൂന്മാരും ചേർന്ന് കണ്ണൻ മേനേജരുടെ മു കളിൽ കഥ ഉണ്ടാക്കി. പക്ഷേ ചെറിയ ബുദ്ധിയിൽ ലഷ്മി തമ്പുരാട്ടി ഇതിൽ നിന്ന് ഒഴിഞ്ഞുമാറി. പക്ഷേ കണ്ണൻ മാനേജർ അതീവ ബു ദ്ധിശാലി ആയിരുന്നു. നാത്തൂന്മാർ ചിലപ്പോൾ കഥകൾ ഭാവിയിൽ എന്റെ നേർക്കും ഉണ്ടാക്കാം എന്നു കരുതി അവരെ കാണുവാനോ സംസാരിക്കുവാനോ കണ്ണൻ മാനേജർ മുതിരാറുണ്ടായിരുന്നില്ല.

മാധവ വർമ്മ മക്കളെപ്പോലെ നോക്കുന്നതിനാൽ മൂന്ന് പെങ്ങന്മാർ ക്കും ഒരു പരാതിയോ പരിഭവമോ ഉണ്ടായിരുന്നില്ല. അതുകൊണ്ട് നാത്തുന്മാരുടെ പരാക്രമങ്ങളൊന്നും ഇവർ ശ്രദ്ധിച്ചിരുന്നില്ല. മൂന്ന് പേരും യശോദ തമ്പുരാട്ടിയുടെ കീഴിലാണ്. ശരിക്ക് പറഞ്ഞാൽ യ ശോദ തമ്പുരാട്ടി അവർക്ക് അമ്മയെ പോലെ ആയിരുന്നു. യശോദ തമ്പുരാട്ടിയും ഇവരുടെ കാര്യങ്ങൾ മാധവവർമ്മയോട് പറഞ്ഞ് നട ത്താറുണ്ട്. മാധവവർമ്മക്ക് പെങ്ങന്മാരോട് അതീവ താല്പര്യവുമാ യിരുന്നു.

ഒരു ദിവസം കണ്ണൻ മേനേജർ കുളക്കടവിൽ ജോലി തിരക്കു കാ രണം സമയം തെറ്റി കുളിക്കാൻ പോകുന്നു. സാധാരണ രീതിയിൽ

ഈ സമയത്ത് കണ്ണാടിച്ചിറയിൽ ആരും കുളി പതിവില്ല. പക്ഷേ അ ന്ന് മൂത്തവൾ കണ്ണാടിച്ചിറയിൽ കുളിക്കുന്നുണ്ടായിരുന്നു. പക്ഷേ അ വർ തമ്മിൽ കാണുകയെന്നും ഉണ്ടായിരുന്നില്ല. പക്ഷേ ഏതു സമ യത്തും ഇവരുടെ പിറകിലുള്ള ആറു ഒളികണ്ണുകൾ അവരിൽ പതി ഞ്ഞിട്ടുണ്ടായിരുന്നു. പക്ഷേ കണ്ണൻ മാനേജർ വീട്ടിൽ എത്തി പുറ ത്തേക്ക് നോക്കുമ്പോൾ മൂത്തവൾ കുളിച്ചു വരുന്നതാണ് കണ്ടത്. ഇ നി എന്തു ചെയ്യാൻ. മാധവവർമ്മയോട് ഈ കാര്യം കണ്ണൻ മേനേ ജർക്ക് എങ്ങനെ പറയണം എന്നറിയാതെയായി. പല കഥകളും ക ണ്ണൻ മേനേജറുടെ മുകളിൽ ഉണ്ടായതിനാൽ ഇത് പൊല്ലാപ്പാകുമോ എന്നായി കണ്ണൻ മാനേജർ.

എല്ലാ നാത്തൂന്മാരും അവരുടെ ഭർത്തക്കാൻന്മാരുടെ അടുക്കൽ ഒരേ വിധത്തിൽ കണ്ണൻ മേനേജറുടെ കാര്യം അവതരിപ്പിച്ചു. കുള ക്കടവുമായി ബന്ധപ്പെട്ട് അനേകം കഥകൾ ഉണ്ടാക്കിയിരുന്നെങ്കിലും കണ്ണൻ മാനേജറുമായി ഉള്ള കഥ ഭർത്താക്കന്മാർ പകുതി വിശ്വാസ ത്തിലെടുത്തു.

ഇവർ കുളിച്ചു വരുമ്പോൾ നാടകീയ മുഹൂത്തങ്ങൾ സൃഷ്ടിച്ച് ഇ വരെ ചതിയിൽ വീഴ്ത്തുകയായിരുന്നു. അതിൽ ഒരു പരിധിവരെ വി ജയിച്ചു.

ഇതിൽ ലക്ഷ്മി തമ്പുരാട്ടിക്കും വലിയ പങ്കുണ്ട്. ഇതിന് കാരണം മാധവ വർമ്മക്ക് പെങ്ങന്മാരോടുള്ള അതിയായ സ്നേഹം തന്നെ. നാത്തൂന്മാരുമായി വളരെ പ്രായ വ്യത്യാസമുണ്ട് മൂന്ന് പേർക്കും എ ത്ര തന്നെ ഉപദ്രവിച്ചാലും നാത്തുന്മാരോട് എന്നും സ്നേഹത്തോടു മാത്രമെ മൂന്ന് സഹോദരിമാരും പെരുമാറിയിട്ടുള്ളൂ. അതുപോലെ ല ക്ഷ്മി തമ്പുരാട്ടിയമ്മയോടും. ഇവരുടെ ചതികളൊന്നും സഹോദരി മാർ ശ്രദ്ധിച്ചിരുന്നില്ല.

നാത്തൂന്മാരുടെ തലയണമന്ത്രങ്ങളിൽ മൂന്ന് ആങ്ങളമാർക്കും നി ക്ക പൊറുതി ഇല്ലായിരുന്നു. അങ്ങനെ നാത്തൂന്മാരുടെ പ്രകടനങ്ങൾ രൂക്ഷമായപ്പോൾ ആങ്ങളമാർ പെങ്ങന്മാരുടെ ശത്രുക്കളായി മാറി.

സാവിത്രിയെ വിളിച്ച് മാധവവർമ്മയുടെ തൊട്ടടുത്ത അനുജനാ യ ശങ്കരവർമ്മ കാര്യങ്ങൾ ആരാഞ്ഞു. മൂത്തവളായ സരോജിനി ത മ്പുരാട്ടി കണ്ണൻ മേനേജറെ കണ്ടതുപോലും ഉണ്ടായിരുന്നില്ല. കുളി ക്കാൻ പോയിരുന്നത് സത്യമാണ്. മാത്രമല്ല കണ്ണൻ മേനേജറെ സാ വിത്രി കണ്ടിരുന്നത് മാധവ വർമ്മയെ കാണുന്നതു പോലെ ആയിരു ന്നു. പക്ഷേ ശങ്കരവർമ്മ അനേകം വേണ്ടാത്ത ചോദ്യങ്ങൾ അവരു

ടെ ഭാര്യമാരുമായി ബന്ധപ്പെടുത്തി ചോദിച്ചപ്പോൾ സാവിത്രിക്ക് ശ
ങ്കരവർമ്മയോട് ഉണ്ടായിരുന്ന മതിപ്പു പോലും നഷ്ടപ്പെട്ടു.

നീ എന്റെ പെങ്ങൾ തന്നെ. പക്ഷേ എനിക്ക് അവളുടെ കുത്തുവാ
ക്കുകൾ കേൾക്കാൻ സാധിക്കുന്നില്ല.

ശരിയാണ്. അമ്മ മാറ്റമായിരിക്കാം. പക്ഷേ ഒന്നുണ്ട് തേനോളി ത
റവാട്ടിന് ഞാൻ മാനക്കേട് ഉണ്ടാക്കില്ല. നാത്തൂന്മാരൊക്കെ എനിക്ക്
വേണ്ടപ്പെട്ടവരാണ്. അവർ എന്താണ് ഇത്തരത്തിൽ എന്നറിയില്ല. നാ
ളെ സരോജിനിയെയും സുമതിയെയും എതിരേ അവർ കഥകൾ ഉ
ണ്ടാക്കുമോ എന്നറിയില്ല. ഞങ്ങൾ ഇവിടെ താമസിക്കുന്നതിൽ വിഷ
മമുണ്ടെങ്കിൽ അമ്മയുടെ തറവാടായ കോലത്തിങ്കൽ തറവാട്ടിൽ ഞ
ങ്ങൾ പോകാൻ തയ്യാറാണ്. കാരണവർ ധാരാളം തവണ ഞങ്ങളെ
കൊണ്ടുപോകാൻ വന്നതാണ്. മൂത്ത ചേട്ടൻ അതിന് തടസ്സം നിന്ന
തു കൊണ്ടാണ് ഞങ്ങൾ മൂന്ന് പേരും ഇവിടെ നിന്നത്. ഇനി ഞ
ങ്ങൾ തേനോളി തറവാട്ടിന് ബാദ്ധ്യതയാണെങ്കിൽ ഞങ്ങൾ മൂന്നു
പേരും കോലത്തിങ്കൽ തറവാട്ടിലേക്ക് മടങ്ങാൻ ഒരുക്കമാണ്. ഞങ്ങ
ളൊരവകാശവും ഉന്നയിച്ചു വരികയില്ല. ശങ്കരേട്ടന് തീരുമാനിക്കാം.

പ്രശ്നം ദിനംപ്രതി വഷളാകാൻ തുടങ്ങി. സാവിത്രിയും സരോ
ജിനിയും സുമിത്രയും കാര്യങ്ങൾ സങ്കീർണമാക്കുവാൻ ശ്രമിച്ചില്ല
എന്നു മത്രമല്ല യശോദ ചേച്ചിയോടും പറഞ്ഞില്ല. പക്ഷേ ശങ്കരവർ
മ്മയുടെ ഭാര്യ ഗൗതമി തമ്പുരാട്ടിയുടെ ശൗര്യം എത്ര കണ്ടും തീരു
ന്നില്ല. ഇതിന് കാരണം ഗൗതമി തമ്പുരാട്ടിയുടെ കാരണവർ കോല
ത്തിങ്കൽ തറവാട്ടിൽ നിന്ന് വേളി കഴിച്ചിരുന്നു. പക്ഷേ കാരണവരു
ടെ വശപിശക്ക് കാരണം ബന്ധം കോലത്തിങ്കൽ തറവാട്ടുകാർ ഒഴി
വാക്കിയിരുന്നു.അത് ഗൗതമി തമ്പുരാട്ടിയുടെ തറവാട്ടിന് നാണക്കേ
ടുണ്ടാക്കിയിരുന്നു. പക്ഷേ ഇത്തരം കാര്യങ്ങളൊന്നും സാവിത്രി തമ്പു
രാട്ടിക്ക് അറിയില്ലായിരുന്നു.

ഗൗതമിയെ കുറിച്ചും മറ്റ് എട്ടത്തിയമ്മമാരായ കാളിന്ദിയെക്കുറി
ച്ചും കല്ല്യാണിയെക്കുറിച്ചും സാവിത്രിക്ക് നല്ലവണ്ണമറിയാം. ഇവർക്ക്
മൂന്ന് പേർക്കും മക്കളൊന്നുമില്ല. പക്ഷേ ഇവർക്ക് മക്കളില്ലാത്തതി
ന്റെ വിഷമങ്ങളൊന്നുമില്ല. എപ്പോഴും ഒരുങ്ങി നിൽക്കണം. പരദൂഷ
ണം പറയുക മററുള്ളവരുടെ പോരായ്മകൾ പറഞ്ഞ് രസിക്കുക ഇ
തൊക്കെയാണ് ഇവരുടെ നേരംപോക്കുകൾ.

ഗൗതമിക്ക് കറവക്കാരനുമായി നല്ല ചങ്ങാത്തമാണ്. കറവക്കാ
രൻ ആജാനുബാഹുവാണ്. പുരുഷു എന്നാണ് പേർ. ഒരു കാല് ഇല്ല.

എവിടെയോ എന്നോ ഉള്ള ഒരു അടി പിടിയിൽ കാല് നഷ്ടപ്പെട്ടവനാ
ണ്. അടുത്തുകൂടി നടന്നാൽ പശുവിന്റെ മണമാണ് പുരുഷുവിന്. ഒ
രു തടിച്ച നീളം കൂടിയ ദണ്ഡ് ആണ് നടക്കുവാൻ ഉപയോഗിക്കുന്ന
ആയുധം. പുരുഷുവിന്റെ നടത്തം തന്നെ ഓട്ടക്കാരെക്കാൾ വേഗത
യാണ്. കാല് നഷ്ടപ്പെട്ട ഒരു മാടമ്പി.

ഗൗതമി പുരുഷുമായി കുറച്ച് ശൃംഗാരമൊക്കെ ഉണ്ടെന്ന കാര്യം
കാളിന്ദിക്കും കല്യാണിക്കും സാവിത്രിക്കുമറിയാം. പക്ഷേ അവർ അ
ത്ര കാര്യമാക്കാറില്ല. പശുവിനെ നോക്കുവാനുള്ള ഉത്തരവാദിത്വം ഗൗ
തമി തമ്പുരാട്ടിക്കാണ്. അതുകൊണ്ട് പശുവിന്റെ കാര്യങ്ങളൊക്കെ
സംസാരിക്കേണ്ടി വരും. തീറ്റ, കുളി, കാളകൂട്ടൽ, പശുക്കുട്ടികളുടെ
കാര്യം, ചാണകത്തിന്റെ കാര്യം. ഒരു പശുവിനെ പോറ്റുക എന്നു പ
റഞ്ഞാൽ ഒരു കുടുംബം പോറ്റുന്നതിനേക്കാൾ പ്രയാസം തന്നെ.

തേനോളി തറവാട്ടിൽ ഒമ്പത് പശുക്കളാണ് ഉള്ളത്. അന്ന് പശു
ക്കളും കുടുംബ മഹിമയുടെ ആഡംബര ചിഹ്നങ്ങളായിരുന്നു. പുരു
ഷു ഒക്കെ നോക്കി കൊള്ളും. ഗൗതമിയുടെ ഒരു കണ്ണു വേണം എ
ന്ന് മാത്രം. ഗൗതമിയുടെ കണ്ണ് പുരുഷുവിലാണോ പശുവിലാണോ
എന്ന സംശയം കാളിന്ദിക്കും കല്യാണിക്കും ഇല്ലാതില്ല.

ചില ദിവസങ്ങളിൽ നടുവേദന എന്നു പറഞ്ഞ് മാസമുറ ആയ ദി
വസങ്ങളിൽ കിടക്കുന്ന വടക്കിനി മുറിയിൽ ഗൗതമി കിടന്നുറങ്ങാറു
ണ്ട്. മാസമുറയില്ലാത്ത അവസരങ്ങളിലും. പക്ഷേ സാവിത്രിക്ക് സം
ശയം ഉണ്ടാവാറുണ്ട്.

ഒരു ദിവസം ആലയുടെ ഭാഗത്ത് നിന്ന് ഒരു മണിയൊച്ച കേട്ടു.അ
ധികം നീണ്ടുനിന്നില്ല. രാത്രികാലങ്ങളിൽ ഇത്തരം മണിയൊച്ചകൾ
പ്രേതത്തിന്റെയും രക്ഷസ്സുകളുടെയും സഞ്ചാരത്തെ സൂചിപ്പിക്കാറു
ണ്ട്. ചെറുപ്പത്തിലെ ഇത് കുട്ടികളിൽ പറഞ്ഞു കൊടുത്ത് ഭയപ്പെടു
ത്തും.ഇത്തരം ശബ്ദം കേൾക്കുന്നതും കാണുന്നതും ശകുനമാണെ
ന്നും ദുർമരണം വരെ ആകാം എന്ന് മുതിർന്നവരുടെ വാമൊഴികളാ
ണ്. ഇത്തരം ശബ്ദം കേൾക്കുന്ന സമയങ്ങളിൽ എല്ലാവരും ഭയന്ന് മു
റിക്കുള്ളിൽ ശ്വാസം അടച്ചിരിക്കാറാണ് പതിവ്. മണിയൊച്ച കേട്ട
സാവിത്രിക്ക് മണിയൊച്ചയിൽ പന്തികേട് തോന്നി. ഈ മണിയൊച്ച
പതിവുള്ളതാണെന്നും എന്താണെന്ന് നോക്കാമെന്നും തീരുമാനിച്ച്
പതുക്കെ ജനാലയുടെ വിടവിലൂടെ നോക്കിയപ്പോൾ, ആലയിലെ പ
ശുക്കളൊക്കെ വല്ലാത്ത രീതിയിൽ കരയുകയും ചലിക്കുകയും ചെ
യ്യുന്നു. സാവിത്രിക്ക് തോന്നി ആലയിൽ ആരോ ഉണ്ടെന്ന്. മാത്രമല്ല

പുകയും ഉയരുന്നത് നിലാവെളിച്ചത്തിൽ കണ്ടു. അവിടെ പുകവര ണമെങ്കിൽ പുരുഷുവിന്റെ ചുരുട്ടിൽ നിന്നല്ലാതെ മറ്റൊന്നിൽ നിന്നല്ല എന്ന് സാവിത്രി തീർച്ചപ്പെടുത്തി.

കുറച്ചു കഴിഞ്ഞപ്പോൾ ആലയെ ലക്ഷ്യമാക്കി ഒരു വെളുത്ത സാ രി നീങ്ങി പോകുന്നു. ഏതോ പ്രേതം. സത്യത്തിൽ സാവിത്രി ഞെട്ടി. ആദ്യമായി ഒരു പ്രേതത്തെ കാണുന്നു. പനങ്കുല പോലെ മുടിയും എന്തുകൊണ്ടോ വികൃതമാക്കപ്പെട്ട മുഖവും. സാവിത്രി ആരെ വിളി ക്കണം എന്നറിയാതെ പകച്ചു നിന്നുപോയി. മനസ്സ് നിയന്ത്രണ വി ധേയമായപ്പോൾ ആരും അറിയാതെ ഗൗതമി കിടന്ന മുറിയിൽ ചെ ന്നപ്പോൾ അവിടെ ഗൗതമി ഇല്ലായിരുന്നു. നേരെ മാധവ വർമ്മയുടെ മുറിയിൽ പോയി വലിയ ചേട്ടനെ വിളിച്ചുണർത്തി. പക്ഷേ മാധവ വർമ്മക്കും പുറത്തിറങ്ങാൻ ധൈര്യമുണ്ടായിരുന്നില്ല. മാധവവർമ്മ ധൈ ര്യം സംഭരിച്ച് കണ്ണൻ മേനേജരെ വിളിച്ചു.

മൂവരും ജനാല വഴി നോക്കിയപ്പോൾ ആലയിൽ ആരോ ഉണ്ടെ ന്ന് മനസ്സിലായി. വെളിച്ചം കാണിക്കാൻ പറ്റില്ല. മണ്ണെണ്ണ വിളക്ക് ക ത്തിക്കുവാൻ പറ്റില്ല. പിന്നെ ചൂട്ട്. ഇതു കത്തിച്ചാൽ പ്രേതം എന്താ ണ് ചെയ്യുക എന്നറിയില്ല. അതുകൊണ്ട് സമാധാനമായി ഇവിടെ നി ന്ന് നോക്കാം. മാധവ വർമ്മക്കും കണ്ണൻ മേനജർക്കും നല്ല ഭയമുണ്ട്. പ്രേതം ഞങ്ങളെ കശാപ്പ് ചെയ്യുമോ എന്നതായി ഭയം.

പക്ഷേ സാവിത്രി രണ്ടു പേർക്കും ധൈര്യം നൽകി. സാവിത്രി മാ ധവ വർമ്മയോട് പറഞ്ഞു ഗൗതമിയേടത്തി മുറിയിൽ ഇല്ല. ഇന്നലെ വടക്കിനിയിലാണ് കിടന്നുറങ്ങിയത്. ആലയിൽ കറവക്കാരൻ പുരു ഷു ഉണ്ടെന്ന് എനിക്ക് സംശയമുണ്ട്. നമുക്ക് കാത്തിരിക്കാം.

ഈ നിലാവെട്ടത്തിൽ എന്തു കാണുവാനാ..

കറവക്കാരൻ പുരുഷുവിനെ കാണില്ലായിരിക്കാം, പക്ഷേ ഗൗതമി യേടത്തി വടക്കിനിയിൽ വരും.

എന്നിട്ട് എന്തു ചെയ്യുവാനാ..

ഒന്നും ചെയ്യുവാനല്ല. രണ്ടു പേർ കാണുവാൻ മാത്രം.

അവൾ ഞങ്ങളെ എന്തെങ്കിലും ചെയ്‌തെങ്കിലോ?

അതിന് ഞാനില്ലേ? അവൾ ഇനി എന്തെങ്കിലും ചെയ്താൽ അതി ന് മുന്നേ ഞാൻ അവളെ വകവരുത്തും.

എങ്ങനെ

അതിനുള്ള ആയുധം എന്റെ കൈവശമുണ്ട് ചേട്ടാ..

എന്തോ.. സാവിത്രിയുടെ ഭാവവും മട്ടും സാധാരണ പോലെ ആ

യിരുന്നില്ല.കണ്ണൻ മേനേജർക്ക് ഒന്നും സംസാരിക്കുവാൻ ഉണ്ടായിരു ന്നില്ല. കാണുക എന്നല്ലാതെ. സാവിത്രി പറയുന്നതും ചെയ്യുന്നതും സന്ദർഭത്തിന് അനുസരിച്ചുള്ളതാണെന്ന് കണ്ണൻ മാനേജർ മനസ്സി ലാക്കിയിരുന്നു.

ആലയിൽ മൊത്തം ശാന്തം. പശുക്കൾ ഒക്കെ ഒരേ ദിശയിൽ നോ ക്കുന്നു. ഗ്രഹണം കണക്കെ ഒന്നിനും ഒരനക്കവുമില്ല.

കുറച്ചു കഴിഞ്ഞപ്പോൾ രണ്ടു നിഴൽ രൂപങ്ങൾ ആലയിൽ നിന്ന് ഉയർന്നു വന്നു. ഒന്നും വ്യക്തമല്ല. മൂന്നു പേർക്കും ഭയപ്പാടായി. എ ന്നിരുന്നാലും മൂവരും ശബ്ദിക്കാതെ നോക്കിയിരുന്നു.

അതെ അത് ഗൗതമിയേടത്തി തന്നെ എന്ന് സാവിത്രി മുദ്രകുത്തി. കുറച്ചു കഴിഞ്ഞപ്പോൾ പതുക്കെ ഗൗതമി വീട്ടിനു നേരെയായി വരു ന്നു. വടക്കിനി വാതിൽ തുറന്ന് അകത്തു കയറുമ്പോൾ മൂവരും ഭയ പ്പെട്ടു. ഗൗതമിയുടെ മുഖം പാളകൊണ്ട് മറച്ചിരുന്നു. അടുക്കള ജ നൽ വഴി വടക്കിനി നേരിൽ കാണാവുന്നതിനാൽ വടക്കിനി വരെ പോയില്ല. ഗൗതമിയിൽ നിന്ന് വല്ല ആക്രമണവും വന്നാൽ ബുദ്ധിമു ട്ടാവുമെന്ന് കരുതി മൂവരും അടുക്കളയിൽ നിന്നായിരുന്നു ഒക്കെ വീ ക്ഷിച്ചത്.

ഗൗതമി ശാന്തമായപ്പോൾ പതുക്കെ മാധവ വർമ്മ വടക്കിനിയിൽ വിളക്കുമായി എത്തി. കൂടെ കണ്ണൻ മാനേജറും. പിറകിൽ സാവിത്രി യും

എവിടെയായിരുന്നു ഇത്ര നേരം എന്നായി മാധവ വർമ്മ.

മാധവ വർമ്മയെ ഗൗതമി തമ്പുരാട്ടി കണ്ടപ്പോൾ ഭയന്നു വിറച്ച് ഒന്നും പറയുവാനുണ്ടായിരുന്നില്ല. മാത്രമല്ല ഗൗതമി മോഹാത്സ്യ പ്പെട്ട് തറയിൽ വീണു. വലിയേട്ടൻ എല്ലാം കണ്ടു എന്നതിൽ മനം നൊന്തു ബോധക്ഷയം വന്ന ഗൗതമി തമ്പുരാട്ടിയെ സാവിത്രി എടു ത്ത് കിടക്കയിൽ കിടത്തി. മുഖത്ത് കുറച്ച് വെള്ളം കുടഞ്ഞു. ബോ ധം വന്നതിന് ശേഷം ഒരു ഗ്ലാസ്സ് വെള്ളവും കൊടുത്തു. മാധവ വർ മ്മ, ഗൗതമി.. ഇനി നീ ഇത് ആവർത്തിക്കരുതെന്ന് താക്കീതും കൊ ടുത്തു. ആരും ഇത് പുറത്ത് പറയരുതെന്ന് മാധവ വർമ്മ എല്ലാവരോ ടുമായി പറഞ്ഞു നിർത്തി.

പിറ്റേന്ന് എല്ലാവരും സാധാരണ പോലെ എഴുന്നേറ്റു. പക്ഷേ ഗൗ തമിയേടത്തിയെ കാണുന്നില്ലെന്ന് പറഞ്ഞ് സുമിത്ര വന്ന് സാവിത്രി യോട് പറഞ്ഞു. ഇന്നലെ വടക്കിനിയിൽ ആണ് എട്ടത്തി ഉറങ്ങിയ തെന്ന് പറഞ്ഞു. വടക്കിനിയിലെ മുറിയിൽ ചെന്നു നോക്കൂ. അവിടെ

കാണുമായിരിക്കും.

ഞാനെവിടെയും നോക്കാനൊന്നും പോകുന്നില്ല. കല്യാണി ഏട്ട ത്തിയാണ് പറഞ്ഞത്. എവിടെയെങ്കിലും പോകട്ടേ ഒരു ഉപകാരവും ഇല്ലാത്ത ഏടത്തിയാണ്. ശങ്കരൻ ചേട്ടൻ എങ്ങനെ ആവോ ഇവരെ ഒക്കെ സഹിക്കുന്നത്. കല്യാണം കഴിക്കണം, ഇത്തരത്തിലുള്ള സ് ത്രീകളെ പുരുഷന്മാർ കല്യാണം കഴിക്കുന്നത് എന്തിനാണ്. ഇത്തര ത്തിലുള്ള പെണ്ണുങ്ങളെ സഹിക്കുന്ന പുരുഷന്മാരെ സമ്മതിക്കണം. സ്ത്രീപീഡനം എന്നൊക്കെ കേട്ടിട്ടുണ്ട് അതിനേക്കാളും അറു വഷ ളൻ പരിപാടിയാണ് പുരുഷപീഡനം. പുരുഷ പീഡനത്തിന് നാട്ടിൽ വിലയില്ലാത്ത കാരണം ശങ്കരൻ ചേട്ടനൊക്കെ ഉഴലുകയാണ്.

നീയെന്താ സുമിത്രേ ഇങ്ങനെ പിറുപിറുക്കുന്നത്.

ഒന്നുമില്ല ചേച്ചി..

നീ യശോദേടത്തിയെ പോയി സഹായിക്കൂ..

അവിടെ സഹായിക്കാനൊന്നുമില്ല. ദോശയൊക്കെ തയ്യാറായി. ഇ നി തേങ്ങാ ചട്ണിക്ക് വറുത്തിടുകയേ വേണ്ടൂ.

മാധവേട്ടൻ കുളിച്ചു വരാറായി. നീ പോയി ഒക്കെ വിളമ്പി വെക്കൂ.

മാധവേട്ടൻ ചായ കുടിക്കാൻ എത്തി.

യശോദ, മാധവവർമ്മയോട് ചോദിച്ചു.

നിങ്ങൾ ഇന്നലെ കിടക്കപ്പായയിൽ നിന്ന് എന്തിനാണ് എണീറ്റ ത്.

ഓ.. ഒന്നുമില്ല.

അല്ല. സാധാരണ പോലെ ആയിരുന്നില്ല നിങ്ങൾ വന്നു കിടന്ന പ്പോൾ?

അതെങ്ങനെ മനസ്സിലായി?

എന്റെ ഭർത്താവിന്റെ ശ്വാസക്രമീകരണം എനിക്ക് നിങ്ങളെക്കാൾ നന്നായി അറിയാം.

നീ മിടുക്കിയാണ്.

എല്ലാവരും നിന്നെ പോലെ ആയിരുന്നെങ്കിൽ എന്ന് ഞാൻ ആശി ച്ചു പോകയാണ്. എല്ലാ കുടുംബങ്ങളിലും ഒരു കരട് കാണും. ഇവി ടെ ഒന്നല്ല..

കരടോ..

അതെ..മറ്റുള്ളവർ സന്തോഷത്തിൽ കഴിയുന്നത് ഇഷ്ടമല്ലാത്തവർ.

മാധവേട്ടൻ അതൊക്കെ എന്തിനാ ഇപ്പോൾ നോക്കുന്നത്. അവ രെ നിങ്ങൾ മനസ്സിൽ നിന്ന് മാറ്റി നിർത്തിയാൽ പോരെ.

ശരിയാ..

തേനോളി തറവാട്ടുക്കാർ നല്ലവരാണെന്ന് ഞാൻ പറയില്ല. ധാരാ
ളം മാടമ്പികൾ മുൻതലമുറക്കാരായി ഉണ്ടായിട്ടുണ്ടെന്ന് കേട്ടിട്ടുണ്ട്.
സ്ത്രീകളും അതിൽ മോശക്കാരികളല്ല.

ഇപ്പോൾ എന്താ ഇങ്ങനെ തോന്നാൻ. അപ്പോൾ ഇന്നലെ രാത്രി
നിങ്ങൾ എന്തോ കണ്ടിട്ടുണ്ട്.

ഉണ്ട്.

അത് ഇന്നും ഇന്നലയൊന്നും തുടങ്ങിയതല്ല..

എന്ത്

നിങ്ങൾ ഇന്നലെ കണ്ടതു തന്നെ.

എനിക്ക് ഈ വീട്ടിലെ ഒരോ സ്പന്ദനവും അറിയാം. മാധവേട്ടന്
ബിസിനസ്സ് മാത്രം അറിഞ്ഞാൽ പോരെ.

നീ എന്താണ് പറഞ്ഞു വരുന്നത്.

ഇന്നലെ സാവിത്രി വിളിച്ചതും കണ്ണൻ മാനേജരെ നിങ്ങൾ വിളി
ച്ചതും പിന്നെ സംഭവിച്ചതുമൊക്കെ ഞാനും കണ്ടിരുന്നു. മാധവേ
ട്ടാ.. ഞാൻ ഈ വീട്ടിൽ എത്തിയതു മുതൽ എല്ലാ കാര്യവും ശ്രദ്ധി
ക്കാറുണ്ട്. പക്ഷേ പ്രതികരിക്കാറില്ല. ഇത് ഞാൻ ഈ വീട്ടിൽ വരു
മ്പോൾ എന്റെ അമ്മ എനിക്ക് ചെവിയിൽ പറഞ്ഞു തന്ന ഒരു മന്ത്രമാ
ണ്. ഈ കൊട്ടാര വീട്ടിലെ ഒരോ ചുമരിനും എന്നെ അറിയുന്നത്
പോലെ ആരെയും അറിയില്ല. എല്ലാവർക്കും എല്ലാ കാര്യങ്ങളും ശ്ര
ദ്ധിക്കുവാൻ കഴിയില്ലെന്നത് ശരിയാണ്. മാധവേട്ടന്റെ കണ്ണ് എത്താത്തി
ടം എന്റെ കണ്ണ് എത്താറുണ്ട്. മാധവേട്ടനെ പറഞ്ഞിട്ട് കാര്യമില്ല. ശ
ങ്കരന്റെ ശ്രദ്ധക്കുറവ് തന്നെ..

ആയിടയാണ് അടിച്ചുതളിക്കാരിയുടെ പേടിച്ചുള്ള വല്ലാതൊരു ശ
ബ്ദം കേൾക്കുന്നത്.

യശോദാമ്മേ..ഓടിവായോ..

എന്താടി..

അഞ്ചാപുരയിൽ ആരോ ഉണ്ട്.

അതാരാണ്?

നീ കണ്ടുവോ?

ആലയിൽ വൃത്തിയാക്കുമ്പോൾ അഞ്ചാം പുരയിൽ നിന്ന് എന്നെ
ആരോ തുറിച്ചു നോക്കി..

പുരുഷു ആലയിൽ ഇല്ലേ?

ഇന്ന് പുരുഷുവന്നിട്ടില്ല. ഞാനായിരുന്നു പശുവിനെ കറന്നത്.

നീ രാവിലെ എന്നോട് പറഞ്ഞില്ലല്ലോ?

ഓരോ തിരക്കായതുകാരണം പറയാതിരുന്നതാ.. പുരുഷു എന്നോ
ട് ഇന്നലെ പറഞ്ഞു വച്ചതാണ്.

അഞ്ചാം പുരയിലേക്ക് യശോദാമ്മേ വാ..

യശോദാമ്മയും അടിച്ചുതളിക്കാരിയും അഞ്ചാം മുറിയിൽ എത്തി
യപ്പോൾ കഴുക്കോൽ വളയിൽ ഗൗതമി തൂക്കി കിടക്കുന്നു. അടിച്ചു
തളിക്കാരി ഒച്ചവച്ച് കരയുവാൻ തുടങ്ങി. അപ്പോഴേക്കും എല്ലാവരും
ഓടി കൂടി.

ഗൗതമി തൂങ്ങിയിട്ട് കുറച്ചു സമയം കഴിഞ്ഞിരിക്കുന്നു. ശരീരം ത
ണുത്തിരിക്കുന്നു എന്ന് കണ്ണൻ മേനേജർ പറഞ്ഞുവച്ചു.

ഇനി മുറിച്ചുതാഴ്ത്തുക. അധിക സമയം വെക്കേണ്ട. ശേഷക്രിയ
കൾ ഒന്നും വേണ്ട. വേണ്ടപ്പെട്ടവരെ അറിയിക്കുക. പെട്ടെന്ന് തന്നെ
ബാക്കിക്കാര്യങ്ങൾ നടത്തുക. എന്നു പറഞ്ഞ് കണ്ണൻ മാനേജർ വീ
ട്ടിന്റെ ഉമ്മറത്ത് ഇരിക്കുന്ന മാധവ വർമ്മയുടെ അടുത്തു വന്നു നി
ന്നു.

എഞ്ചിനീയർക്ക് കഥ നല്ലവണ്ണം പിടിച്ചു എന്ന് തോന്നുന്നു. ഇനി
യുള്ള രണ്ടെണ്ണവും ഇതുപോലെ തന്നെയാണ് കഴുക്കോലിൽ തൂ
ങ്ങിയത്.

രവിയേട്ടാ ഇതു വല്ലാത്ത പണിയായിപ്പോയി എന്നായി മുരളി

ഒരുത്തിക്ക് മക്കളില്ലാത്ത പ്രയാസത്തിൽ ഭർത്താവുമായി എന്തോ
കലഹമായി. അതിന് ശേഷം അവളും ഇവിടെ വന്ന് തൂങ്ങി എന്നാ
ണ് പറയപ്പെടുന്നത്.

കലഹമായാൽ അങ്ങ് തൂങ്ങലാ..

പണ്ടുള്ളവരൊക്കെ അങ്ങനെയാ മുരളി.. എന്തെങ്കിലും ഒരു ഹേതു
മതി.

മക്കളുണ്ടാവത്തത് ആരുടെ കുഴപ്പമാ എന്നായി എഞ്ചിനീയർ

പണ്ടൊന്നും ഡോക്ടർ ഒന്നുമില്ല. ആരുടെ കുഴപ്പമാണെന്ന് നോ
ക്കാൻ.

അതു ശരിയാ..

ഇന്നല്ലേ എല്ലാറ്റിനും ഡോക്ടർ.

എന്നിട്ടും ആൾക്കാർ പണ്ടത്തെപ്പോലെ മരിക്കുന്നുണ്ടല്ലോ?

എഞ്ചിനീയർക്ക് മരിക്കണ്ടേ..

മരിച്ചിട്ട് എന്തുനേടാൻ..

സ്വർഗ്ഗത്തിലാണ് എത്തുന്നതെങ്കിൽ അവിടെ എല്ലാം സുലഭമാ

ണ് എഞ്ചിനീയറേ..

സുലഭമെന്ന് പറഞ്ഞാൽ

മധുവും മീനാക്ഷിയും

അത് ഇവിടെ തന്നെയില്ലേ. തായ്‌ലാന്റിലേക്ക് ഒന്ന് പോയാൽ പോരെ.

അത് പൈസ കൊടുക്കണ്ടേ..

അപ്പോൾ.. സ്വർഗ്ഗത്തിൽ ഫ്രീയാണോ?

തികച്ചും ഫ്രീയാണ്.

സ്വർഗ്ഗത്തിൽ എത്താനെന്താ ഒരു മാർഗ്ഗം.

അത് ചത്താലേ അറിയൂ.

സ്വർഗ്ഗത്തിൽ ചിലവ് വഹിക്കുന്നത് ആരാ?

അങ്ങനെ ആളൊന്നുമില്ല. മധു വേണമെന്ന് മനസ്സിൽ വിചാരിച്ചാൽ സുന്ദരികളായ സ്ത്രീകൾ മധുവുമായി മുന്നിൽ എത്തും.

അപ്പോൾ ബ്രാൻഡ് പറയേണ്ടേ? സോഡയാണോ വെള്ളമാണോ എന്ന് എങ്ങനെ അറിയും.

മനസ്സിൽ വിചാരിച്ചാൽ മതി എഞ്ചിനീയറേ

അപ്പോൾ കുറേ പേര് ഒപ്പരം വിചാരിക്കുമ്പോൾ ഇവർക്ക് പ്രശ്ന മാകില്ലേ.

ബ്രാൻഡ് മാറി കൊണ്ടുവന്നാൽ എന്താ ചെയ്യുക.

അത് എനിക്കറിയില്ല. പോയവരോട് ചോദിച്ചിട്ടു പറയാം.

സ്വർഗ്ഗത്തിൽ പോയി വന്നവരുണ്ടോ?

മുരളിയൊക്കെ ആ കൂട്ടത്തിൽ പെട്ടതല്ലേ?

സ്വർഗ്ഗത്തിൽ നിന്ന് തിരിച്ചു വന്നന്നോ?

ചിലപ്പോൾ ചോദിച്ച ബ്രാൻഡ് കിട്ടാത്തതിലാവും.

ഞാൻ മീനാക്ഷിയെ ചോദിച്ചു, എന്നിട്ട് പണ്ട് പട്ടേൽ റോഡിന്റെ സൈഡിൽ എങ്ങോ മരിച്ച ശാന്തയാണ് തന്നത്.

എന്നിട്ട്..

സ്വർഗ്ഗത്തിന്റെ മഹിമ മനസ്സിലാക്കി ഞാൻ സ്വർഗ്ഗത്തിൽനിന്ന് നാ ട് വിട്ട് ഭൂമിയിൽ വന്ന ആളാണ്. അങ്ങനെയാണ് നിന്റെ ഒക്കെ ചങ്ങാ തിയാവാൻ പറ്റിയത്.

അപ്പോൾ നിനക്ക് സ്വർഗ്ഗത്തിലേക്കുള്ള വഴി അറിയാമായിരിക്കുമ ല്ലേ?

അറിയാം.

നമുക്കൊന്ന് പോയി നോക്ക്യാലോ?

വേണ്ട ഗണേശാ.. ഇവിടെയാണ് സുഖം

അതെന്താ നീ അങ്ങനെ പറഞ്ഞത്.

സ്വർഗ്ഗത്തിൽ തിന്നാനും കുടിക്കാനും വ്യഭിചരിക്കാനും മാത്രമെ ആൾക്കാർക്ക് സമയം ഉള്ളൂ. ഇവിടെ ഉള്ളത് പോലെ സൗഹൃദങ്ങളില്ല. കുടുംബമില്ല. അച്ഛൻ ഇല്ല അമ്മയില്ല സഹോദരങ്ങളില്ല.

സ്വർഗ്ഗം അപ്പോൾ ഒരു വ്യഭിചാരശാലയാണെന്നാണ് നീ പറഞ്ഞു വരുന്നത്.

ഞാനല്ല. എല്ലാവരും.

ഗണേശാ ഭൂമിയിൽ തന്നെയാണ് സ്വർഗ്ഗവും നരകവും. ഒക്കെ നമ്മുടെ മാനസികാവസ്ഥയുടെ അടിസ്ഥാനത്തിലുള്ള കണ്ടെത്തലുകളാണ്.

സ്വർഗ്ഗവും നരകവും അങ്ങ് വിട് എന്നായി സോമേട്ടനും വേണുവും. അവർ ഇപ്പോഴും തേനോളിത്തറവാട്ടിന്റെ കഥയിൽ തന്നെയാണ്. സോമേട്ടൻ തേനോളി തറവാട് വാങ്ങുവാൻ പങ്കുചേർന്നെങ്കിലും പഴയ ചരിത്രമൊന്നും അറിയില്ലായിരുന്നു. സോമേട്ടൻ രവിയേട്ടനോട് ബാക്കി കഥ കൂടി പറയുവാൻ ആവശ്യപ്പെട്ടു.

ആലയിലെ മൂന്ന് മരണം ഇങ്ങനെ. അതിന് ശേഷം തേനോളി തറവാട് ക്ഷയിക്കുവാൻ തുടങ്ങി. ഇവരുടെ ശാപം മുഴുവൻ ഒന്നു മറിയാത്ത മാധവവർമ്മയിൽ.

മാധവവർമ്മ നാട്ടിൽ അറിയപ്പെടുന്ന മനുഷ്യസ്നേഹിയായ തമ്പുരാൻ ആയിരുന്നു. നാട്ടുകാരെയും കുടുംബക്കാരെയും ഒരുപോലെ സ്നേഹിക്കുവാനേ മാധവവർമ്മക്ക് സാധിച്ചിരുന്നുള്ളൂ. കണ്ണൻ മേനേജറായിരുന്നു മാധവവർമ്മയുടെ എല്ലാ നേട്ടങ്ങൾക്കും കാരണക്കാരൻ. പക്ഷേ കണ്ണൻ മേനേജർ ഒരിക്കലും നാട്ടുകാരുടെ ഇടയിൽ പ്രത്യക്ഷപ്പെടാറില്ല. പ്രത്യേകിച്ച് ഒരു അന്യനാട്ടുകാരനായ സ്ഥിതിക്ക്.

മാധവ വർമ്മയുടെ മൂന്നു മക്കളും ഉത്തരവാദിത്വമില്ലാത്തവരാണ്. കണ്ണൻ മേനേജർ ഒരു കാര്യത്തിലും മക്കളെ ഇടപെടുത്താറില്ല. കണ്ണൻ മേനേജറെ ഒരു വിധത്തിലും ആരും ഉപദ്രവിക്കരുത് എന്നത് മക്കൾക്ക് താക്കീതുമാണ്. കണ്ണൻ മേനേജർ മക്കളുമായി അടുത്ത് ഇടപെടാറുമില്ല.

ഒരു വിധത്തിൽ അല്ലെങ്കിൽ മറ്റൊരു വിധത്തിൽ കണ്ണൻ മേനേജർക്ക് മടുപ്പു വന്നു. എല്ലാ ദുർമരണവും ഞാൻ വന്നതിന് ശേഷമാണെന്ന് കണ്ണൻ മേനേജർക്ക് കുറ്റബോധം തോന്നിത്തുടങ്ങി.

കണ്ണൻ മാനേജർക്ക് ഈയിടെയായി കൗസല്യയെ കാണണമെ

ന്ന് തോന്നുന്നു.അങ്ങനെ വേഷ പ്രച്ഛന്നനായി മാധവ വർമ്മയുടെ സ മ്മതത്തോടെ നാട്ടിലേക്ക് പോകുവാൻ തീരുമാനമെടുക്കുന്നു.

കൗസല്യയെ കാണുക എന്നത് മാത്രമാണ് കണ്ണൻ മാനേജറുടെ ലക്ഷ്യം. അഥവാ അവൾ ഉണ്ടെങ്കിൽ കല്യാണം കഴിച്ചില്ലെങ്കിൽ ക ണ്ണാടി നാട്ടിലേക്ക് കൂട്ടികൊണ്ടുവരിക എന്ന ലക്ഷ്യത്തോടെ ആയി രുന്നു കണ്ണൻ മാനേജർ പാലക്കാട്ടേക്ക് വണ്ടി കയറുന്നത്. പത്ത് മു പ്പത്തിയഞ്ച് വർഷത്തിന് ശേഷം പാലക്കാട് എത്തിയപ്പോൾ കണ്ണന് വഴി തന്നെ അറിയാതായിരിക്കുന്നു. അത്രക്കും മാറിയിരുന്നു പട്ടന്മാ രുടെ അഗ്രഹാരങ്ങൾ. പണി പതിനെട്ട് പയറ്റിയിട്ടും കണ്ണൻ നായർ ക്ക് കൗസല്യയെ കണ്ടെത്തുവാൻ സാധിച്ചില്ല.

അങ്ങനെ തിരിച്ച് കണ്ണാടി നാട്ടിലേക്ക് വരുവാൻ തീരുമാനിച്ച രാ വിലെ കൽപാത്തി പുഴയിൽ കുളിച്ച് കയറുമ്പോഴാണ് ഒരു വൃത്തി യുള്ള ഭ്രാന്തി പുഴക്കടവിൽ കുളിക്കാൻ വരുന്നത് കണ്ടത്. ആദ്യം ക ണ്ണൻ ഒന്നു ഞെട്ടിവിറച്ചെങ്കിലും എന്തൊ എവിടെയോ പരിചയമുള്ള മുഖം പോലെ തോന്നി. പക്ഷേ കണ്ണൻ നേരേ അമ്പലത്തിലേക്ക്..

ഞാൻ ഇവിടെ ഉള്ളപ്പോൾ ഇത്തരം ഒരു ഭ്രാന്തി ഇവിടെ ഉണ്ടായി രുന്നില്ലല്ലോ? സുന്ദരിയും ധാരാളം മുടിയുള്ളവളും നെറ്റിയിൽ നെറ്റി യേക്കാൾ വലുപ്പത്തിൽ പൊട്ടുവച്ചവളും ധാരാളം സുന്ദരമായ നിറ ങ്ങളുള്ള കുപ്പായം അണിഞ്ഞവളും ധാരാളം മാല അണിഞ്ഞതും കൈ നിറയെ കുപ്പിവള ഇട്ടതും മായ ഒരു സ്ത്രീ. മെലിഞ്ഞ ശരീര പ്രകൃതം. കൈവശം നീളമുള്ള രണ്ട് വടികൾ.അതിൽ ഒന്നിൽ ചുവ ന്ന കൊടിയും മറ്റെതിൽ പച്ചക്കൊടിയും. കണ്ണൻ പിറുപിറുത്തു കൊ ണ്ട് അമ്പലത്തിലേക്ക് കയറി ചെന്നു.

ഭ്രാന്തി കണ്ണനെ മനസ്സിലാക്കിയിരുന്നുവോ എന്നറിയില്ല.

അമ്പലത്തിലെ ശാന്തിക്കാരൻ നാട്ടുകാരനെ പോലെ കണ്ണനോട് ചോദിച്ചു. കൗസല്യയെ ആ പുഴക്കടവിൽ കണ്ടുവോ? അവളുടെ മു കളിൽ എപ്പോഴും ഒരു കണ്ണു വേണം. അവൾ പുഴക്കടവിൽ കുളി ക്കാൻ ഇറങ്ങിയിട്ടുണ്ട്. എന്താ ചെയ്യാന്നറിയില്ല. കടവിൽ മറ്റാരെങ്കി ലും ഉണ്ടോ?

കണ്ണൻ സ്തബ്ദനായി..

അല്ല നിങ്ങളെന്താ ഒന്നും മിണ്ടാതെ..

കണ്ണൻ തറയിൽ വീണു. ശാന്തിക്കാരൻ എന്തെന്നറിയാതെ കി ണ്ടിയിൽ വെള്ളവുമായി വന്ന് കണ്ണന്റെ മുഖത്ത് തളിച്ചു.

എന്താ പറ്റിയത്.. ഈ നാട്ടുകാരനല്ലല്ലോ.. ഏതു നാട്ടുകാരനാണ്..

കണ്ണന് ബോധം വന്നു. പതുക്കെ എഴുന്നേറ്റു. കണ്ണനെ ക്ഷേത്ര ത്തിന്റെ ഒരു മൂലക്കിരുത്തി, ഞാൻ കൗസല്യയെ ഒന്നു നോക്കിയിട്ട് വരട്ടേ. അത്രവരെ നീ എന്റെ ഭഗവാനെ നോക്കണം എന്ന് പറഞ്ഞ് ശാന്തി പുഴക്കരയിലേക്ക് നീങ്ങി

കണ്ണൻ ഭഗവാനോട് എല്ലാ സങ്കടവും കഴിവില്ലായ്മയും പറഞ്ഞു തീർത്തു കൊണ്ടിരിക്കുമ്പോഴാണ് പുഴക്കരയിൽ നിന്ന് ശബ്ദം കേൾ ക്കുന്നത്.കൗസല്യ ഒഴിക്കിൽപ്പെട്ടു എന്നത്. ക്ഷേത്ര പൂജാരി എത്തു മ്പോഴെക്കും കൗസല്യ ആരും കാണാതെ പുഴയുടെ നടുത്തളത്തി ലേക്ക് നീന്തിയിരുന്നു..

നാട്ടുകാരൊക്കെ പുഴക്കരയിൽ എത്തിയെങ്കിലും നടുത്തളത്തിൽ നല്ല ആഴവും ചുഴിയും ഉള്ളതിനാൽ ആരും രക്ഷപ്പെടുത്തുവാൻ മു തിർന്നില്ല. എന്നു മാത്രമല്ല രക്ഷപ്പെടുത്തുവാൻ മുതിർന്നവരെ മുതിർ ന്നവർ മുടക്കി എന്നതാണ് സത്യം. കൗസല്യ ഇനി ഞങ്ങൾക്ക് അവ കാശപ്പെട്ടവളല്ലെന്ന് പറഞ്ഞ് കണ്ണീരോടെ എല്ലാവരും അവിടെ നി ന്ന് മടങ്ങി.

ക്ഷേത്രത്തിൽ തന്നെ കഴിഞ്ഞ കണ്ണനോട് പൂജാരി കഥകൾ പറ ഞ്ഞു കൊടുക്കുമ്പോൾ കണ്ണൻ ഒരിറ്റുപോലും കണ്ണീർ പൊഴിയാതെ കഥ മുഴുവൻ കേട്ടിരുന്നു. കണ്ണന്റെ കൂടെ നാടുവിടാൻ പുറപ്പെട്ട കൗ സല്യ സ്റ്റേഷനിൽ എത്തുന്ന സമയം നായ കടിയേറ്റ് ആശുപത്രിയിൽ ആയ കഥ. പിന്നിട് ആശുപത്രിയിൽ ചികിത്സ കഴിഞ്ഞ ശേഷം അ വൾ കൈയ്യിൽ ഏന്തിയ കൊടിയാണ്. കൊടിയില്ലാതെ അവൾ ഒരടി മുന്നോട്ട് വെക്കില്ല. ആരേയും ഉപദ്രവിക്കില്ല. എല്ലാവരോടും ചിരി ക്കും. എല്ലാ ദിവസവും തീവണ്ടി ആപ്പീസിൽ പോകും. സ്റ്റേഷൻ മാ സ്റ്ററാണ് ഭക്ഷണം കൊടുക്കുക. തീവണ്ടി ആപ്പീസിൽ നിന്ന് മാത്രമേ എന്തും കഴിക്കുകയുള്ളൂ.

നാട്ടുകാർ ആരും കണ്ണനെ തിരഞ്ഞില്ലേ.

എവിടെയൊക്കെ തിരഞ്ഞു. മാസങ്ങളോളം.

കൗസല്യയോട് ചോദിച്ചില്ലേ?

ചോദിച്ചു. പക്ഷേ അവൾക്കറിയില്ല

അവൾക്കറിയും.

അത് നിങ്ങൾക്കെങ്ങനെ അറിയും.

അവൾ സ്റ്റേഷനിൽ പോകുമ്പോൾ അവൾക്കറിയുന്നുണ്ടാവില്ലേ

ശരിയാണ്. പക്ഷേ അവൾ പറഞ്ഞില്ല.

ആശുപത്രിയിൽ നിന്ന് വന്നതുമുതൽ കൗസല്യ, കൗസല്യ അ

ല്ലാതായി മാറിയിരുന്നു.കണ്ണനായിരുന്നു കാരണക്കാരൻ. ചിലപ്പോൾ കണ്ണനും ഇവളെ പോലെ..

ഇല്ല.

അതെങ്ങനെ നിങ്ങൾക്കറിയാം.

ആവാൻ വഴിയില്ല.

പക്ഷേ അവൾ ക്ഷേത്രനടയിൽ എപ്പോഴും പ്രാർത്ഥിക്കുന്നത്, ഒരു തവണയെങ്കിലും എന്റെ കണ്ണേട്ടനെ കാണിച്ചു തരണേ എന്നാണ്. അതിന് ശേഷമേ എനിക്ക് മരണം വിധിക്കാവൂ എന്നു പറഞ്ഞ് ഈ നടയിൽ വച്ച് എന്നും ഭഗവാനോട് പറഞ്ഞു കരയും. ഞാനും അവൾ ക്ക് വേണ്ടി പ്രാർത്ഥിക്കാറുണ്ട്. കൗസല്യ ഒരു നല്ല കുട്ടിയാണ്. ഭ്രാ ന്തിയാണെങ്കിലും വീട്ടുകാരും നാട്ടുകാരും ഏറെ ഇഷ്ടപ്പെടുന്നവളാ ണ്. അവൾക്ക് എല്ലാവരെയും ഇഷ്ടമാണ്. ദൈവം എന്തുകൊണ്ടാണ് കൗസല്യക്ക് ഇത്തരം ഒരു ജീവിതം നൽകിയതെന്നറിയില്ല. പഴമക്കാ രുടെ ആരുടെയെങ്കിലും ശാപമാകാം..

എന്തായാലും കൗസല്യ ഇന്ന് അവളുടെ കണ്ണേട്ടനെ കണ്ടിട്ടുണ്ട്. പുഴക്കടവിലേക്ക് പോയത് തന്നെ സാധാരണയിൽ കവിഞ്ഞ സന്തോ ഷവുമായാണ്.

കണ്ടിട്ടുണ്ടാവുമായിരിക്കും. കണ്ടിട്ടുണ്ട്. ഭഗവാൻ അവൾക്ക് കാ ണിച്ചു കൊടുത്തിട്ടുണ്ട്. എന്നെ കണ്ടപ്പോൾ അവളുടെ മുഖം സൂര്യ തേജസ്സുണ്ടായിരുന്നു. പക്ഷേ അവൾ കൗസല്യയാണെന്ന് കണ്ണേട്ടൻ അറിയേണ്ടെന്ന് കരുതിയായിരിക്കും. അവളുടെ ആഗ്രഹ സാക്ഷാത് കാരത്തിന് ശേഷം വിട പറഞ്ഞത്.

പിറ്റെന്ന് രാവിലെ കണ്ണൻ തീവണ്ടി ആപ്പീസ്സിൽ എത്തുന്നു.കണ്ണൻ കൗസല്യയുടെ കഥ കേട്ടത് സ്റ്റേഷൻ മാസ്റ്ററോട് സംസാരിക്കുന്നു. സ്റ്റേഷൻ മാസ്റ്ററെ ഒന്ന് വണങ്ങി പോകുമ്പോൾ സ്റ്റേഷൻ മാസ്റ്റർ ചോ ദിച്ചു. നിങ്ങൾ കണ്ണനാണോ? അപ്പോഴെക്ക് കരിവണ്ടി സ്റ്റേഷനിൽ എത്തിയിരുന്നു. വണ്ടിയിൽ കയറുമ്പോൾ സ്റ്റേഷൻ മാസ്റ്ററും കൂടെ ഉ ണ്ടായിരുന്നു. വണ്ടി പുറപ്പെട്ടപ്പോൾ കണ്ണൻ തേങ്ങലോടെ പറഞ്ഞു ഞാനല്ല കണ്ണൻ. നിങ്ങളാണ് അവൾക്ക് കണ്ണൻ..

കണ്ണൻ കണ്ണാടി നാട്ടിലേക്ക് ജീവച്ഛവം പോലെയാത്ര ചെയ്തു. പക്ഷേ കണ്ണന് ഭ്രാന്തിയുടെ മുഖം മാഞ്ഞു പോകുന്നില്ല. കൽപ്പാത്തി പുഴയിൽ അവളുടെ പ്രേതം അനാഥയാവാൻ പാടില്ല. അവൾ എന്റെ കൂടെ ഈ കരിവണ്ടിയിൽ ഉണ്ടാകും.

അങ്ങനെ കണ്ണൻ മാനേജർ കണ്ണൂരിൽ തീവണ്ടി ഇറങ്ങുന്നു. വ

ണ്ടി സ്റ്റേഷനിൽ നിന്ന് പോയിത്തീരുംവരെ സ്റ്റേഷനിൽ നിന്നു. കൗ സല്യ വന്നിട്ടുണ്ടാകുമോ എന്ന ചിന്തയോടെ. എവിടെയും കൗസല്യ ഇല്ല. പക്ഷേ കണ്ണന്റെ മനസ്സ് നിറയേ കൗസല്യ ആയിരുന്നു.കണ്ണൻ ഏതു ഭാഗത്ത് നോക്കിയാലും ഭ്രാന്തിയായ കൗസല്യയെ തന്നെ ക ണ്ടു കൊണ്ടിരിക്കുന്നു.

കണ്ണൻ സ്റ്റേഷനിൽ കുറച്ച് സമയം ഇരുന്നതിന് ശേഷം കണ്ണാടി ച്ചിറയെ ലക്ഷ്യമാക്കി നടന്നു. തേനോളി തറവാട്ടിൽ എത്തിയപ്പോൾ മാധവ വർമ്മ പൂമുഖത്ത് ഉണ്ടായിരുന്നു.

എന്താ മേനേജറെ പോയ പോലെ അല്ലല്ലോ വരവ്. ഇനിയും താ മസിക്കണമായിരുന്നോ?

ഇല്ല. അങ്ങനെ ഒന്നില്ല.

ഉണ്ടാവും. എനിക്കറിയാം. മുപ്പത് വർഷക്കാലം കാണാത്തവരെ കാണുമ്പോൾ വല്ലാതൊരു അനുഭൂതി ഉണ്ടാകും. സ്നേഹിച്ചവർക്ക്. അതൊന്നും പറഞ്ഞറിയിക്കുവാൻ പറ്റില്ല മേനേജറെ. അതും നിന്നെ പോലുള്ള ഒരാൾക്ക്. നീ ഒക്കെ വിട്ടെറിഞ്ഞ് വന്നവനല്ലേ. നീ നിന്റെ കൗസല്യയെ കണ്ടിരുന്നുവോ? അവൾ ജീവിച്ചിരിപ്പുണ്ടോ?

കണ്ണൻ മാധവവർമ്മയോട് ഒന്നും മിണ്ടാതെ മുറിയിലേക്ക് നടന്നു എന്താടോ നീയൊന്നും പറയാതെ പോകുന്നത്.

ഇല്ല. ഞാൻ കുളിച്ചിട്ട് വരട്ടെ, എന്നിട്ട് കാര്യങ്ങൾ പറയാം..

കണ്ണാടിച്ചിറയിൽ കുളിക്കാനിറങ്ങിയ കണ്ണൻ വെള്ളത്തിൽ കാണു ന്ന പ്രതിബിംബങ്ങൾ കൗസല്യയുടെത്. കണ്ണാടിച്ചിറയുടെ ഓളങ്ങ ളിൽ മുഴുവൻ കൗസല്യയുടെ പ്രതിബിംബം ഒഴുകി നടക്കുന്നു. ക ണ്ണൻ പാതി കുളിച്ച് കരക്ക് കയറി എത്രയും പെട്ടെന്ന് തോർത്തി വി ഭ്രാന്തിയോടെ തേനോളി തറവാട്ടിലേക്ക്.

എന്താ കണ്ണാ.. നീ ഇത്രവേഗം കുളിച്ചുവോ?

ഇല്ല തമ്പുരാ..

എനിക്ക് എന്തോ വല്ലായ്മതോന്നുന്നു.

നീ പാലക്കാട് പോയി എന്തെങ്കിലും കണ്ടു പേടിച്ചുവോ?

ഇല്ല തമ്പ്രാ..

പിന്നെ നിനക്കെന്തുപറ്റി.

അറിയില്ല.

കൗസല്യ എന്തെങ്കിലും പറഞ്ഞുവോ? കണ്ടിരുന്നില്ലേ?

കണ്ടിരിന്നു. ഞാൻ അവളെയല്ല. അവൾ എന്നെ.

അങ്ങനെയെങ്കിൽ നീയും കണ്ടുകാണുമല്ലോ?

എനിക്ക് മനസ്സിലാകുമ്പോഴെക്കും അവൾ എന്നിൽ നിന്നും ഈ ലോകത്ത് നിന്നും പോയി.

എന്നിട്ട്..

അവൾ എന്നും കൽപാത്തിപ്പുഴയിൽ കാണും.

പോകുന്നവർ പോകട്ടേ കണ്ണാ.. നീയെല്ലേ എന്നെ ഇങ്ങനെ പഠി പ്പിച്ചത്. ഇപ്പോൾ നീയെന്താ ഇങ്ങനെ.

വയ്യ.. എനിക്ക് വയ്യ..

നീ എന്നെ വിട്ട് എവിടെയും പോകരുത്. നീ ഇവിടെ തന്നെ വേ ണം. നീ ഇങ്ങനെ ഒക്കെ പറയുമ്പോൾ എന്റെ ശക്തി ക്ഷയിക്കുകയാ ണ്.

ഇല്ല.. ഞാൻ എവിടെയും പോകില്ല.

ഗണേശാ.. പിന്നെയും എന്തൊക്കെയോ തേനോളി തറവാട്ടിൽ ന ടന്നു. അതൊക്കെ പറയാതിരിക്കുകയാ ഭേദം. കണ്ണൻ മേനേജർ അ വസാനം ഒരു ഭ്രാന്തനെപ്പോലെ ആയി. അവസാനം വരാന്തയുടെ ഈ കാണുന്ന കഴുക്കോലിൽ കണ്ണൻ മേനേജരും ജീവിതം അവസാനിപ്പി ച്ചു എന്നതാണ് കഥ.

ചില കുടുംബങ്ങൾ നോക്കുകൊണ്ടും ചില കുടുംബങ്ങൾ ശാപം കൊണ്ടും നശിക്കുന്നു. ഇതിനൊന്നും ശാസ്ത്രീയവശമൊന്നും എ ഞ്ചിനീയർ നോക്കേണ്ട. അത് അങ്ങനെയാണെന്ന് വിശ്വസിക്കുക.

വിശ്വാസമല്ലേ എല്ലാം എന്നായി ഗണേശൻ.

നിന്റെ അനർഗളനിർഗളം ഇവിടെ വേണ്ട.

ഇവിടെ ധാരാളം പ്രേതങ്ങൾ ഉള്ളതാ.. അവർക്ക് നിന്റെ തമാശ ഇ ഷ്ടമായില്ലെങ്കിൽ ബുദ്ധിമുട്ടാകും.

മുരളീ..പ്രേതവും പിശാചും വിശ്വാസങ്ങളും ശാപവും മനുഷ്യനിർ മ്മിതികളാ. ഓരോ കാലത്തും മനുഷ്യരെ ഭയപ്പെടുത്തുവാൻ ഉപയോ ഗിച്ച സൂത്രവാക്യങ്ങൾ. ഇതിൽ ദൈവങ്ങളും പെടും.

അതൊക്കെ പോകട്ടേ.. കെട്ടിടത്തിന്റെ അറ്റകുറ്റപ്പണികൾ നന്നാ യി ചെയ്തിട്ടുണ്ട്. കർക്കിടകത്തിലെ മഴയൊന്നു കഴിഞ്ഞിട്ട് നമുക്ക് മറ്റുള്ള പണി കൂടി നോക്കാം. ഞാൻ വൈകി. രവിയേട്ടന്റെ കഥ എ ന്റെ ഷെഡ്യൂളിൽ ഉണ്ടായിരുന്നില്ല. ഭക്ഷണ സമയമാകാറായി..

ഉച്ചക്കും ന്യൂഡിൽസ്സാണോ?

നീ എന്റെ കൂടെ കൂടി അനർഗളനിർഗളം തമാശ പറയുവാൻ തു ടങ്ങിയല്ലോ? എന്നാൽ ഞാൻ വരാം. ഭക്ഷണത്തിന് നിങ്ങളെ ഞാൻ ക്ഷണിക്കുന്നില്ല. കുറച്ച് തിരക്കുണ്ട്.

അങ്ങനെ ഗണേശൻ കണ്ണാടിച്ചിറയുടെ അരികിലൂടെ വണ്ടിയിൽ നീ ങ്ങുമ്പോൾ കണ്ണാടിച്ചിറയുടെ പടവുകളിൽ എവിടെയൊക്കെയോ കണ്ണൻ മേനേജറും കൗസല്യയും ഇരുന്നു കഥ പറയുന്നപോലെ തോന്നി...

•••

അജിതാനിലയം

സാധാരണയിൽ കവിഞ്ഞ് നല്ല ഉയരമുള്ള വലിയൊരു ഇരുനില മാളിക. പുറത്ത് നിന്ന് കാണുമ്പോൾ മൂന്ന് നിലയുടെ എടുപ്പുണ്ട്. വിശാലമായ ആരൂഢക്കെട്ട്. കിഴക്കും പടിഞ്ഞാറും വീടിനെ ഗാംഭീ ര്യമാക്കുന്ന വീതിയുള്ള വരാന്ത. തെക്കുഭാഗം വരാന്തയിൽ മുകളി ലേക്ക് കയറുവാനുള്ള വിശാലമായ ഗോവണിപ്പടി. വടക്കുഭാഗം അ മ്പതോളം പേർക്ക് ഇരുന്ന് ഭക്ഷണം കഴിക്കാൻ പറ്റുന്ന ഭക്ഷണശാല. മുകളിൽ കിഴക്കു ഭാഗത്ത് വീടിന്റെ നീളത്തിനൊത്ത ബാൽക്കണി. മുകളിൽ വടക്കു ഭാഗത്തായി വിശാലമായ ഒരു ഇരുപ്പുമുറി. മരത്തി ന്റെ അഴികളാൽ മൂന്ന് വശവും മറച്ചുവച്ച വലിയമുറി. പടിഞ്ഞാറു ഭാ ഗത്തെയും കിഴക്കു ഭാഗത്തെയും തെക്കുഭാഗത്തെയും മുറികളിൽ ഇരുന്ന് പുറം ഭാഗം വീക്ഷിക്കാമെങ്കിലും പുറത്തുള്ളവർക്ക് മുറിയി ലുള്ളവരെ കാണുവാൻ സാധിക്കുകയില്ല. അങ്ങനെയാണ് മാളികയുടെ നിർമ്മാണരീതി. തെക്കിനിയിൽ നിന്ന് പടിഞ്ഞാറ് ഭാഗത്തേക്കുള്ള ഇടനാഴിയിലൂടെ നടന്നാൽ അടുക്കളയിൽ എത്താം. അടുക്കളയുടെ മേൽക്കൂര വലിയ ഉയരമാണെങ്കിലും ഒരുനിലമാത്രമാണ്. പടിഞ്ഞാ റെ വരാന്ത ഒറ്റപ്പെട്ട സ്ഥലമാണ്. വീടിന്റെ അകത്തു നിന്ന് തന്നെ ക യറണം. പുറത്തേക്ക് ഇറങ്ങാൻ വഴിയില്ല. ആരൂഢത്തിൽ പതിനാറ് വിശാലമായ മുറികൾ. സാധാരണയിൽ കവിഞ്ഞ വലുപ്പമുള്ളവ.

അധിക മുറികൾക്കും പുറത്തേക്കുള്ള ജനൽ ഇല്ല. മുറികൾ മൊത്തം നിഗൂഢത പരന്നു കിടക്കുന്നതുപോലെ

അകത്തെ മുറിക്കും മുറിയുടെ ചുമരുകൾക്കും അവിടെ തളം കെട്ടി നിൽക്കുന്ന ഇരുട്ടിനും എന്തൊക്കെയോ പറയുവാനുള്ളതുപോലെ യുള്ള ഒരു അന്തരീക്ഷം. മൊത്തം ഒരു വിങ്ങൽ നിറഞ്ഞ പ്രകൃതം.

വിഷമങ്ങൾ പറഞ്ഞു തീർത്താൽ മനസ്സിന്റെ പകുതിഭാരം കുറ ഞ്ഞു കിട്ടും എന്നത് അക്ഷരാർത്ഥത്തിൽ ശരി വെക്കുന്നവയായിരുന്നു ചുമരുകളുടെയും ഇരുട്ടിന്റെയും പ്രകൃതം.

മാളികയുടെ പടിഞ്ഞാറുവശത്ത് വലിയൊരു കുളമുണ്ട്. മനോഹര മായ പടവുകളാൽ സമ്പന്നമായ കുളം. കണ്ണെത്താദൂരം പരന്നു കിട ക്കുന്ന നെൽവയലിന്റെ കിഴക്കേ തീരത്തോട് ചേർന്നു കിടക്കുന്ന മണൽത്തിട്ടയ്ക്ക് നടുവിലാണ് കുളം. കുളക്കടവിന് ചേർന്ന് കുട പോലെ നിവർന്നു കിടക്കുന്ന വലിയ വടവൃക്ഷമായി പാലമരം.

മാളികയുടെ മുകളിലത്തെ നിലയിൽ നിന്ന് നോക്കിയാൽ കുളം മുഴുവനായി കാണാം. മാത്രമല്ല കുളം വളരെ അടുത്താണെന്നു തോന്നു കയും ചെയ്യും.

മാളികയുടെ ചുറ്റുമതിൽക്കെട്ടിന്റെ പടിഞ്ഞാറ് ഭാഗത്ത് നിന്ന് കു ളത്തിലേക്ക് ഇറങ്ങുവാനായി ചെറിയൊരു പടിപ്പുരയുണ്ട്.

പ്രത്യേകതകൾ ഏറെ നിറഞ്ഞതാണ് ഈ കുളം. ഇന്ന് സ്ത്രീ കൾക്ക് മാത്രമായി ഉപയോഗിക്കുന്ന കുളമാണ്. മാളികയുടെ മുക ളിൽ പടിഞ്ഞാറു ഭാഗത്തെ ഏത് മുറിയിൽ നിന്നും കുളം ഭംഗിയായി കാണാം. പരസ്പരം പൂരകങ്ങളാണ് ഇവയുടെ നിർമ്മാണമെന്ന് തോന്നും. കുളിക്കാൻ വെള്ളത്തിലിറങ്ങിയാൽ മാറ് മറക്കരുതെന്നാണ് ഇപ്പോഴും നിയമം. കുളക്കടവിലെ പാലമരത്തിൽ താമസക്കാരനായ രക്തരക്ഷസ്സിനെ സന്തോഷിപ്പിക്കുവാനാണ് സ്ത്രീകൾ മാറ് മറക്കാ തിരിക്കുന്നത്. പുരുഷന്മാർ കുളത്തിലിറങ്ങിയാൽ കരകയറാൻ സാ ധ്യമല്ലാതായി തീരുമെന്ന് മറ്റൊരു വിശ്വാസവും നിലവിലുണ്ട്. അതു കൊണ്ട് ആണുങ്ങൾ ഈ വഴി യാത്ര ചെയ്യാറുമില്ല കുളിക്കാറുമില്ല.

ഇതിനൊരു ഐതിഹ്യകഥയുമുണ്ട്. പണ്ട് ഒരു കുറവൻ ക്ഷീണിച്ച് അവശനായി വയൽക്കരയിലൂടെ നടന്നു വരുമ്പോൾ വഴി തെറ്റി കുള ക്കടവിൽ എത്തി. ക്ഷീണം തീർക്കുവാനായി കുളത്തിൽ കുളിച്ചു കൊണ്ടിരിക്കുമ്പോൾ കുളത്തിൽ കുളിക്കുവാനായി കൊട്ടാരത്തിൽ നിന്ന് തോഴിമാരുമായി ഇളയ തമ്പുരാട്ടി എഴുന്നള്ളി.

തോഴിമാരുമായി വരുന്ന തമ്പുരാട്ടിയെ കുളത്തിൽ നിന്ന് കുളിച്ചു കൊണ്ടിരിക്കുന്ന കുറവൻ, ഇത് സാധാരണ കുളമല്ല തമ്പുരാട്ടിമാരു ടെ നീരാട്ടുക്കുളമാണെന്ന് മനസ്സിലാക്കി. പെട്ടെന്ന് കുറവന് ഭയപ്പാടി ലായി എന്തു ചെയ്യണമെന്നും അറിയാതെയായി. ഏതുവിധേനയും കരയിൽ ചെന്നാൽ തോഴിമാരാൽ പിടിക്കപ്പെടുമെന്നായി. മാത്രമല്ല അവർ തന്നെ കണ്ടാൽ കുളം അശുദ്ധമായി തീരുകയും ചെയ്യുമെന്ന് കുറവൻ മനസ്സിലാക്കി. പെട്ടെന്ന് സുന്ദരനും ശക്തിമാനും ബുദ്ധിമാ നുമായ കുറവൻ വെള്ളത്തിൽ ഒളിച്ചിരിക്കുവാൻ തീരുമാനിച്ചു. മണി ക്കൂറുകൾ കഴിഞ്ഞിട്ടും തമ്പുരാട്ടിയും തോഴിമാരും നീരാട്ട് കഴിഞ്ഞ്

നീങ്ങി പോകാതായയപ്പോൾ ഗത്യന്തരമില്ലാതെ കുറവൻ കുളത്തിന്റെ നടുവിൽ പൊങ്ങിവരികയുണ്ടായി.

തമ്പുരാട്ടി സുന്ദരനായ കുറവനെ കണ്ട് ഞെട്ടിത്തരിച്ചുപോയി. പെട്ടെന്ന് തോഴിമാർ തമ്പുരാട്ടിയെ മറച്ചിരുന്നുവെങ്കിലും തമ്പുരാട്ടി ഒറ്റനോട്ടത്തിൽ കുറവനിൽ ആകൃഷ്ടയാകുകയും ആരാണ് നീ എന്ന് ആരായുകയും ചെയ്തു.

ഞാൻ ധോണി മലനിരയുടെ പടിഞ്ഞാറു ഭാഗത്തെ മുട്ട കറുപ്പന്റെ മൂത്തമകനാണ്. എന്നെ അവിടുന്ന് രക്ഷപ്പെടുത്തണം. ഞാൻ നാടു വിട്ട് ഇറങ്ങിയവനാണ്. അങ്ങ് എന്നെ രക്ഷപ്പെടുത്തണം. സംസാര ത്തിലും സൗന്ദര്യത്തിലും ആകൃഷ്ടയായ തമ്പുരാട്ടി കുറവനുമായി സംസാരം നീണ്ടുപോകുന്നുണ്ട് എന്ന് മനസ്സിലാക്കിയ തോഴിമാർ സംസാരം നിരുത്സാഹപ്പെടുത്തിക്കൊണ്ടിരുന്നു. ആയിടയാണ് കൊച്ചു തമ്പുരാൻ ആ വഴി വയലിലെ കൃഷിയുടെ വളർച്ച കാണുവാനായി എത്തുന്നത്.

സ്ത്രീകൾ മാത്രം കുളിക്കുന്ന കുളത്തിൽ നിന്ന് പുരുഷന്റെ ശബ്ദം കേൾക്കാനിടയായ കൊച്ചു തമ്പുരാൻ കൂടെ വന്ന കൈയ്യാളെ വിട്ട് കുളത്തിൽ ആരാണെന്ന് നോക്കി വരുവാൻ ആജ്ഞാപിച്ചു.

കുളത്തിൻകരയിലെത്തിയപ്പോൾ തമ്പുരാട്ടി കുളത്തിൽ കുളിച്ചു കൊണ്ടിരിക്കുന്ന കൊറവനുമായി ശൃംഗരിച്ചുകൊണ്ടിരിക്കുന്നു. കൈ യ്യാളൻ പെട്ടെന്ന് തന്നെ കാര്യം കൊച്ചു തമ്പുരാനിൽ എത്തിക്കുന്നു. ആർത്ത് അട്ടഹസിച്ചു വന്ന തമ്പുരാൻ കുറവനെ പിടിക്കുവാൻ ആ ജ്ഞാപിക്കുന്നു. കുറവനെ പിടിക്കുകയും കുളക്കടവിൽ കുറവനെ കഴുത്തറുത്ത് കൊല്ലുകയും ചെയ്യുന്നു. അരിശം തീർത്ത് തമ്പുരാൻ കഴുത്തറുത്ത കൊടുവാൾ വലിച്ചെറിയുമ്പോൾ ആകാശത്തോളം കു ടപോലെ ഉയർന്നു നിൽക്കുന്ന പാലമരത്തിൽ തടിയിൽ ആഞ്ഞു തറി ക്കുന്നു. കുറവൻ പിടഞ്ഞു മരിക്കുന്നതു കാണാൻ വയ്യാതെ വിവ സ്ത്രയായി തമ്പുരാട്ടി പാലമരത്തിൽ തറച്ചിരുന്ന കൊടുവാൾ ഊരി എടുത്ത് സ്വയം കഴുത്തറുത്ത് മരിക്കുന്നു.

പിന്നീട് ഈ കുളത്തിൽ തമ്പുരാട്ടിമാർ കുളിക്കാതെ ആയി. കുളം കാടുകയറി നശിക്കാറായി. പാലമരം വികൃതമായി വളർന്നുകൊണ്ടി രുന്നു. കൊട്ടാരത്തിൽ പല കാര്യങ്ങളിലും വിഘ്നങ്ങൾ വന്നു തുട ങ്ങി. നല്ല കാര്യങ്ങൾ നടക്കാതായി.

അങ്ങനെ കൊട്ടാരത്തിൽ പ്രശ്നം വച്ചു നോക്കുവാൻ തീരുമാനി ക്കുന്നു. പ്രശ്ന വിധി പ്രകാരം കുറവന്റെ ആത്മാവും തമ്പുരാട്ടിയുടെ

ആത്മാവും വിവാഹിതരായി എന്ന് അറിയുവാൻ സാധിച്ചു. അവർ ര ണ്ടു പേരും ചേർന്നാണ് കൊട്ടാരത്തിന്റെ എല്ലാ നാശത്തിനും കാര ണക്കാരെന്ന് പ്രശ്നാരി കൊട്ടാരം തമ്പുരാനെ വിശ്വസിപ്പിക്കുന്നു.

കൊട്ടാരം തമ്പുരാൻ പ്രതിവിധി ആരാഞ്ഞപ്പോൾ കുളം വൃത്തി യാക്കുവാനും പാലമരത്തിന് അതിന്റെ പ്രൗഢിയിൽ നിലനിർത്തുവാ നും പറയുന്നു. തമ്പുരാട്ടി കുളത്തിലും കുറവൻ പാലമരത്തിലും ഇ രുന്ന നർമ്മ സല്ലാപത്തിന് തടസ്സമില്ലാത്ത രൂപത്തിൽ പെരുമാറിയാൽ എല്ലാ ശുഭകരമാകുമെന്ന് പ്രശ്നാരി വാമൊഴിഞ്ഞപ്പോൾ അങ്ങനെ ആവാമെന്ന് തമ്പുരാൻ സമ്മതിക്കുന്നു.

കുളം വൃത്തിയാക്കുകയും പാലമരം സംരക്ഷിക്കപ്പെടുകയും ചെ യ്ത ശേഷം കുളം സ്ത്രീകൾക്കു മാത്രമായി തമ്പുരാൻ രേഖപ്പെടു ത്തുന്നു. കുളക്കടവിൽ എത്തുന്ന സ്ത്രീകൾ അർദ്ധനഗ്നയായി മാ ത്രമേ കുളക്കടവിൽ എത്തിച്ചേരാൻ പാടുള്ളൂ എന്ന നിർബന്ധം ത മ്പുരാൻ പുറപ്പെടുവിക്കുകയും ചെയ്യുന്നു.

കുറവൻ പാലമരത്തിലും തമ്പുരാട്ടി ഇന്നും കുളത്തിൽ അർദ്ധന ഗ്നയായി കുളിച്ചു കൊണ്ടിരിക്കുന്നു എന്നതാണ് നാട്ടുകാരുടെ വി ശ്വാസം. മാത്രമല്ല സ്ത്രീകൾ എത്രത്തോളം വിവസ്ത്രകളാകുന്നുവോ അത്രത്തോളം കുറവന് സന്തോഷമാകുമെന്നാണ് വിശ്വാസം. കുള ത്തിൽ കുളിച്ചാൽ പെൺകുട്ടികൾ പെട്ടെന്ന് വിവാഹിതരാകുമെന്നും കുറവന്റെ സംരക്ഷണം ഉണ്ടാകുമെന്നും നാട്ടുകാർ വിശ്വസിച്ചു വരു ന്നു.

മാളികയുടെ വടക്ക് കിഴക്ക് ഭാഗത്തായി കുറച്ച് അകലെയായി വ ലിയ ആഴമില്ലാത്ത ഒരു കിണർ ഉണ്ട്. ഈ കിണറ്റിലെ വെള്ളമാണ് മാളികയിലെ ആവശ്യങ്ങൾക്കായി ഉപയോഗിക്കാറ്. മാളികക്ക് പ്രത്യേ കിച്ച് മറ്റു കിണറുകളൊന്നുമില്ല. കിണറിന് വലിയ രണ്ടു തൂണുകൾ, വെള്ളം വലിച്ചു കയറ്റുവാനായി മരത്തിൽ തീർത്ത രണ്ട് വലിയ ച ക്രങ്ങളും.

കൊട്ടാരസദൃശ്യമായ മാളികയുടെ ഭൂരിഭാഗം പണികളും തടികൊ ണ്ടുണ്ടാക്കിയവയാണ്. ചുമരുകൾ ഇരട്ടക്കല്ലുകൊണ്ട് നിർമ്മിക്കപ്പെട്ട വയാണ്. വാതിലുകളും ജനലുകളും ചുമരിനെ കവച്ചുവെക്കുന്നവ തന്നെ. മച്ചുകളൊക്കെ കറുത്ത നിറമാണ്. ശുദ്ധവായുവിന്റെ സഞ്ചാ രം മുറികളിൽ ഇല്ലാത്തതിനാൽ ഒരു വല്ലാത്ത ഗന്ധമാണ് വീട്ടിന്റെ അകത്തളങ്ങളിൽ. ശക്തൻ തമ്പുരാന്റെ കൊട്ടാരത്തിൽ നിന്ന് ഭൂമി ക്കടിയിലൂടെ മാളികയിലേക്ക് ഗുഹ നേരിട്ട് ഉണ്ടായിരുന്നു എന്നാണ്

പറയപ്പെടുന്നത്. പിന്നിട് ഗുഹ മൂടുകയും ഗുഹാ കവാടമായിരുന്ന സ്ഥലം പിന്നിട് മാളികയുടെ ഒരു മുറിയായി മാറുകയുമായിരുന്നു. പതിമൂന്ന് കൊലപാതകങ്ങൾ ഈ വീട്ടിന്റെ തെക്കുഭാഗത്തെ മുറി യിൽ വച്ചു നടന്നിട്ടുണ്ട്. ഈ മുറിക്ക് ജനലുകളില്ല. മരിച്ച പതിമൂന്നു പേരും സ്ത്രീകളായിരുന്നു എന്നതും പ്രസിദ്ധമാണ്.

മാളികയുടെ അകത്തുള്ള മുറികളിൽ നിന്ന് ഒച്ച വെച്ചാൽ പുറ ത്ത് ആരും കേൾക്കില്ല. അത്രയും ഭീകരത നിറഞ്ഞതായിരുന്നു മാളി കയുടെ ഒരോ മുറിയും. സാധാരണ വീട്ടിലുള്ളപോലെ മുറ്റങ്ങളോ തുളസ്സിത്തറകളോ പൂജാമുറികളോ പത്തായപുരയോ സ്ത്രീകളുടെ അയിത്ത മുറികളോ അഞ്ചാം മുറികളോ വിറകുപുരകളോ പ്രസവമു റികളോ ഒന്നും ഈ മാളികയിൽ ഉണ്ടായിരുന്നില്ല. ഒക്കെ നിഗൂഢമാ യ മുറികൾ. ചുമരിൽ കാതുവച്ച് കൂർപ്പിച്ചിരുന്നാൽ ഒന്നോ രണ്ടോ നൂറ്റാണ്ടിന്റെ കഥ വിറച്ചുകൊണ്ട് അവർ ഇന്നും പറയുന്നത് കേൾ ക്കാം..

ഇന്ന് ഈ കെട്ടിടം വാടകക്കാണ്. അടുത്തുള്ള കോളേജിലെ കു ട്ടികളല്ലാതെ ഈ വീട്ടിൽ ധൈര്യപ്പെട്ട് ആരും താമസിക്കാൻ വരില്ല. കാരണം പതിമൂന്ന് അനാഥ യക്ഷികൾ മാളികയിൽ കഴിയുകയാണ്. അവർ രക്തദാഹികളാണെന്നുമാണ് പഴമക്കാരുടെ ചൊല്ല്. മാളിക യുടെ തെക്കുഭാഗത്തായി പടർന്നു കിടക്കുന്ന ഉയരമേറിയ പാലമര ത്തിൽ ഇല കണക്കെ തൂങ്ങിക്കിടക്കുന്ന വവ്വാലുകളാണ് നാട്ടുകാരു ടെ മറ്റൊരു പേടി സ്വപ്നം.

ഹോസ്റ്റൽ താമസം ചിലവേറിയതിനാൽ ചിലവ് കുറഞ്ഞു പഠി ക്കുവാൻ എന്തു സാഹസത്തിനും മുതിരുന്ന കുട്ടികൾ. വീട്ടിലെ പ്രാരാ ബ്ധത്താലും മറ്റുകാരണങ്ങളാലും ഹോസ്റ്റൽ എന്ന ഭീകരത ഒഴിവാ ക്കി പുസ്തക താളുകളിൽ മാത്രം വായിച്ചറിഞ്ഞ ഭീകരതയുടെ മുഖ ത്ത് താമസിക്കുവാനും അവയോട് മല്ലിടുവാനും വിധിക്കപ്പെട്ട ഒരുപ റ്റം കരുത്തുറ്റ കുട്ടികൾ.

ദിവസവും അർദ്ധരാത്രി വരെ ഉറക്കമൊഴിച്ച് പഠിച്ച് തുച്ഛമായ സ മയം മാത്രം ഉറങ്ങുന്ന കൗമാരക്കുട്ടികൾ. കാണുന്ന ദുസ്വപ്നങ്ങളെ വെല്ലുവിളിച്ച് മാളികയിൽ കഴിഞ്ഞു വരുന്ന പതിനേഴുപേർ.

ഇവർക്കിടയിൽ ഏകദേശം മുപ്പത് വയസ്സ് തോന്നിക്കുന്ന ഒരു വെ ളുത്ത സുന്ദരൻ. സ്ത്രീ ശബ്ദത്തിനുടമ. അധികപ്പറ്റായി വിക്കും. ശ രീര ഭാഷയൊക്കെ സ്ത്രീകളുടെതു തന്നെ. സ്ത്രീകളുമായിട്ടാണ് അധികം സമ്പർക്കം. വലിയ നാണം കുണുങ്ങിയാണ് ഇദ്ദേഹം. ഇവ

രാണ് പതിനേഴുപേർക്കും ഭക്ഷണം പാകം ചെയ്യുന്നത്. ഭക്ഷണമൊ ക്കെ കേമം തന്നെ. കുക്കൻ എന്നാണ് ഇദ്ദേഹത്തിന്റെ വിളിപ്പേര്. ഒരു നല്ല സ്വഭാവം ഉണ്ട്, ഇവിടെ കേട്ടത് അവിടെ പറയും എന്നതാണത്.

മാളിക എന്നും ഇരുണ്ട വെളിച്ചത്തിലാണ്. എല്ലാവരും ടേബിൾ ലാമ്പിന്റെ വെളിച്ചത്തിലാണ് പഠനം. ഇടനാഴിയിലെ വെളിച്ചക്കുറവു ള്ള ബൾബുകളല്ലാതെ മറ്റൊരു വെളിച്ചം മാളികയിൽ ഇല്ല. രാത്രികാ ലങ്ങളിൽ എന്നും ഭയങ്കര ഭീകരതയാണ്. എന്നിരുന്നാലും എല്ലാവ രും ധൈര്യത്തിൽ മത്സരിക്കുന്നവർ.

വൃശ്ചിക രാത്രിയിൽ അങ്ങ് അകലെയുള്ള കൈപ്പത്തി ക്ഷേത്ര ത്തിൽ നിന്നുള്ള വാൾ എഴുന്നെള്ളത്തുണ്ട്. ആ സമയം ആരും പുറ ത്തിറങ്ങി നടക്കാൻ പാടില്ല. നടക്കാറുമില്ല. ദൈവകോപമുണ്ടാകും എന്നതാണ് സാരം.

വല്ലാതൊരു ശബ്ദമുണ്ടാക്കിയാണ് വാൾ എഴുന്നള്ളത്ത്. നാലുപേ രാണ് വാൾ എഴുന്നള്ളത്തിൽ ഉണ്ടാകുക. അതിൽ രണ്ടു പേരാണ് ശ ബ്ദമുണ്ടാക്കുന്നത്. രണ്ടുപേർ പല്ലക്ക് പോലുള്ള ഒരു സംഭവത്തിൽ പല്ലക്ക് പോലെ മുന്നിലും പിന്നിലും അതിന്റെ ദണ്ഡ് പിടിച്ച് താഴെ നോക്കിയുള്ള നടത്തമാണ്. ശബ്ദം ഉണ്ടാക്കുന്നവരുടെ കൈവശം രണ്ട് കുത്തു വിളക്കുകൾ ഉണ്ടാകും. ശബ്ദം അവർ എത്തുന്നതിന് മുന്നേ വളരെ ദൂരേ നിന്നു തന്നെ കേൾക്കുവാൻ തുടങ്ങും. കേൾക്കുന്ന മാത്ര യിൽ തന്നെ ആരും പുറത്തിറങ്ങില്ല. അത്രയും ഭയാനകമായ ശബ്ദം. അതും രാത്രിയുടെ നിശബ്ദതയിൽ വൃശ്ചികത്തിന്റെ കുളിരിൽ. അവർ ഞങ്ങളെ കടന്നു നീങ്ങുമ്പോൾ ആ ശബ്ദത്തിന്റെ തീവ്രത കുറയുന്ന തും നിശ്ശബ്ദമായ ഭീകരതയിലേക്കു തന്നെയാണ് പിന്നോട്ട് നയിക്കു ന്നതും.

ഇവിടെയാണ് ബോബൻ കടന്നു വരുന്നത്. ബോബൻ ഒന്നാം വർ ഷ എഞ്ചിനിയറിങ് വിദ്യാർത്ഥി. എഞ്ചിനിയറിങ് കോളേജുകളിലും മെഡിക്കൽ കോളേജുകളിലും റാഗിങ് കൊടുമ്പിരിക്കൊള്ളുന്ന നാ ളുകൾ. അന്ന് പ്രൊഫഷണൽ കോളേജിലെ സീനിയർ വിദ്യാർത്ഥി കളുടെ ഒരു അഭിനിവേശമായിരുന്നു റാഗിങ്. അന്ന് റാഗിങ് ക്രിമി നൽ കുറ്റമായിരുന്നില്ല. കോളേജുകളിൽ സർവ്വസാധാരണമായിരുന്നു റാഗിങ്.

ശരിക്കു പറഞ്ഞാൽ പ്രൊഫഷണൽ കോളേജുകളിൽ റാഗിങ് ഒരു പരിധി വരെ നല്ലതാണ്. സാധാരണ ആർട്സ് കോളേജിലെ ക്യാമ്പ സ് ലൈഫിൽ നിന്ന് വളരെ അധികം മാറ്റമുള്ളതാണ് പ്രൊഫഷണൽ

കോളേജിലെ ക്യാമ്പസ് ലൈഫ്.

റാഗിങ് എന്നത് ഒരുതരം കൗൺസലിങ് ആണ്. പീഡനാത്മകമാ യ കൗൺസലിങ്. ഇതിൽ വളരെ തുച്ഛമായവർ പരാജയപ്പെടാറുണ്ട്. റാഗിംങ്ങിൽ വിജയിക്കപ്പെടുന്നവരുടെ പിന്നിട്ടുള്ള ജീവിത രീതിയും ഭാവവും സമീപനവും ഭൂതകാലങ്ങളിൽ നിന്ന് തികച്ചും വിത്യസ്ത ങ്ങളായിരിക്കും. റാഗിങ്ങിന് നെഗറ്റീവ് വശവുമുണ്ട്. അത് ഏതു കാ ര്യത്തിനും നല്ലതും മോശവും കാണും. എല്ലാ മോശങ്ങളെയും ഞ ങ്ങളുടെ ജീവിതത്തിൽ നിന്ന് മാറ്റി നിർത്തുന്നതു ശരിയല്ല. നല്ലതും മോശവും നിറഞ്ഞതു തന്നെയാണ് ഈ സുന്ദരമായ ജീവിതം. നല്ല തുമാത്രം ചെയ്യുന്നവർ ഒരു നല്ല ജീവിതമല്ല നയിക്കുന്നത്.

ബോബൻ മാളികയുടെ തെക്കുഭാഗത്തുള്ള മുറിയിലേക്കാണ് കയ റി ചെന്നത്. ആ മുറിയുടെ വടക്കുഭാഗത്തുള്ള മുറിയായിരുന്നു ഗുഹ യുടെ പ്രവേശന കവാടം. പ്രവേശന കവാടം ഇന്ന് മണ്ണിട്ട് മൂടി മുറി യാക്കി മാറ്റിയിരുന്നു. ബോബൻ ചെന്നമുറിയാണ് ഏറ്റവും ഭീകരമാ യത്. ഈ മുറിയുടെ ഒരു ചുമരും പുറത്ത് നിന്ന് കാണുവാൻ സാധി ക്കില്ല. നാലു ഭാഗവും മുറികളാൻ ചുറ്റപ്പെട്ട ഒരു മുറി. രാത്രിയും പക ലും മുറിക്കകത്തെ അന്തരീക്ഷം ഒന്നാണ്. പണ്ട് വെളിച്ചെണ്ണ വില ക്കിന്റെ പ്രകാശത്തിലായിരുന്നു ഈ മുറിക്കെത്ത് പ്രകാശം വിരിയാറ്. അതും എപ്പോഴെങ്കിലും. ധൈര്യപ്പെട്ട് ഈ മുറിക്കകത്ത് ആരും കയ റില്ല. പുറത്ത് എന്തു നടന്നാലും അകത്ത് അറിയില്ല. തിരിച്ചും നിഗൂ ഢമായ ഒരു മുറി.

ബോബന് വല്ലാത്തൊരു മണം മുറിയിൽ നിന്ന് അനുഭവപ്പെട്ടു. ഒ ന്നാംവർഷ വിദ്യാർത്ഥി ആയതിനാൽ മുതിർന്നവർ അവരാൽ കഴി യുന്നത്ര ഉപദ്രവിക്കുക എന്നൊരു പതിവുണ്ട്. മൂന്നോ നാലോ മാസ ങ്ങൾക്ക് ശേഷമാണ് സീനിയേർസ് ആദ്യവർഷ കുട്ടികളോട് മര്യാദ ക്ക് സംസാരിക്കുക പതിവ്. ബോബൻ മുറിയിൽ ഒരു പരുങ്ങലോടെ കയറിയെങ്കിലും പിന്നിട് ധൈര്യം വന്നു. പതിനേഴ് പേർ ഇവിടെ താ മസിച്ചു പഠിച്ചു വരുന്ന ഒരു സ്ഥലത്ത് അങ്ങനെ ഭൂതങ്ങളൊന്നും താ മസിക്കില്ല. പിന്നെ ഞങ്ങളൊക്കെ പാവങ്ങളാണെന്ന് ഭൂതത്തിന് അ റിയാവുന്നതായിരിക്കില്ലേ?അങ്ങനെ സ്വയം സമാധാനിപ്പിച്ച് ബോബൻ മുറിയിൽ കയറി ഒരുക്കങ്ങളൊക്കെ നടത്തി മുറിയിൽ തന്നെ ഇരിപ്പാ യി.

ഇരുണ്ട വെളിച്ചത്തിൽ ബോബൻ കിടന്നപ്പോൾ മച്ചിൻ മുകളിൽ നിന്നൊരു തിളക്കം. സൂക്ഷിച്ചു നോക്കിയപ്പോൾ ഒരു വവ്വാൽ. ആദ്യം

ഒന്ന് പേടിച്ചെങ്കിലും പുറത്ത് നിന്ന് വലിയ ഒരു കമ്പ് കൊണ്ടുവന്നു അതിനെ പുറത്തേക്ക് ഓടിച്ചു.അപ്പോൾ സീനിയേഴ്സ് പറയുന്നുണ്ടാ യിരുന്നു ഇവൻ ചില്ലറക്കാരനല്ല ഇവിടെയുള്ള പതിമൂന്ന് പ്രേതങ്ങ ളിൽ ഒന്ന് ഇവൻ ഓടിച്ചു കഴിഞ്ഞു. ഇന്ന് രാത്രി അറിയാം അതിന്റെ പുലിവാല്.

ഒന്നുമറിയാതെ മാളികയിലെ ആദ്യരാത്രിയിലേക്ക്. സാധാരണ വീട്ടിൽ എന്നപോലെ സകല ദൈവങ്ങളെയും വിളിച്ചു പ്രാർത്ഥിച്ച് ബോബൻ കട്ടിലിൽ കിടന്നു. ഈ മുറിക്ക് ജനലുകൾ ഇല്ലെങ്കിലും മുറിക്കകം എപ്പോഴും നല്ല തണുപ്പാണ്. മുറിയിൽ കയറിയാൽ പുറ മെയുള്ള കാലാവസ്ഥയെക്കാൾ മെച്ചപ്പെട്ടതാണ്. സുഖമായി ബോ ബൻ ഉറക്കത്തിലാണ്ടു.

മുറിക്ക് പുറത്ത് നിന്ന് സുന്ദരിയായ ഒരു സ്ത്രീ വന്നു വിളിക്കു ന്നു. ബോബനല്ലേ?

അതെ.

എന്നെ അറിയാമോ?

ഇല്ല.

ഞാൻ ഈ നാട്ടുകാരനല്ല.

അതിനെന്താ?

എന്റെ പേര് എങ്ങനെ അറിഞ്ഞു?

നിന്റെ ഇവിടെയുള്ള കൂട്ടുകാർ പറഞ്ഞു തന്നു. നീ എന്റെ കൂടെ വരുന്നോ?

എവിടേക്ക്?

നിനക്ക് ഇവിടത്തെ സ്ഥലങ്ങളൊക്കെ പരിചയപ്പെടുത്തിത്തരാം.

ഞാനില്ല. എനിക്ക് നിന്നെ അറിയില്ല. മാത്രമല്ല സീനിയേഴ്സ് എ ന്നെ വഷളനാക്കി മാറ്റും. നീ ഇവിടെ നിന്നു പോയിക്കൊളളു..

അവരൊന്നും കാണില്ല. അവരാരും ഇവിടെ ഇല്ല. ഞങ്ങൾക്ക് പെ ട്ടെന്ന് പോയി വരാം.

നിർബന്ധത്തിന് വഴങ്ങി ആ ഇരുട്ട് മുറിയിൽ നിന്ന് രണ്ടു പേരും പുറത്തേക്ക് ഇറങ്ങി. യുവതി ബോബനുമായി പടിഞ്ഞാറെ പടിപ്പുര ഇറങ്ങി കുളക്കടവിൽ എത്തി. കുളത്തിൽ ആരുമില്ല. സന്ധ്യാ സമ യം. അങ്ങ് അകലെയുള്ള ക്ഷേത്രത്തിൽ നിന്ന് ദീപാരാധനയുടെ വീ ക്കിന്റെ തടിച്ച ശബ്ദത്തോടൊപ്പം വരുന്ന ചേങ്ങിലയുടെ ഇളം ശബ്ദ വും. അസ്തമന സൂര്യൻ ചക്രവാളത്തിൽ മങ്ങിയ ചുവന്ന വെളിച്ച ത്തിൽ ലയിക്കുമ്പോൾ വൃശ്ചികമാസത്തിലെ ദേശാടനക്കിളികൾ നി

രനിരയായി വയലിന്റെ മറുകര ലക്ഷ്യമാക്കി നീങ്ങുന്നുണ്ടായിരുന്നു. ബോബന് കാഴ്ചകൾ മനോഹരമായി തോന്നി തുടങ്ങി..

നിന്റെ പേരെന്താണ്?

സുഭദ്ര.

സുഭദ്രക്ക് എങ്ങനെയാണ് എന്നെ പരിചയം?

ഞാൻ മാളിക വീട്ടിന്റെ കിഴക്ക് ഭാഗത്തുള്ള ഒരു ഓലപ്പുരയിലെ കുട്ടിയാ.

ആ.. ഞാൻ വരുന്ന വഴിയിൽ ആ വീട്ടിൽ ഒരു കുട്ടിയെ കണ്ടിരുന്നു.

അവർ എന്റെ അച്ഛനും അമ്മയൊന്നുമല്ല. അവർക്ക് എന്നെ എവിടെ നിന്നോ കിട്ടിയ കുട്ടിയാണ്. അവർ എന്നെ വളർത്തിയെന്നേയുള്ളൂ.

നീ സുന്ദരിയാണ്.

ങും..ബോബന് നീന്താൻ അറിയുമോ?

ഇല്ല.

എന്നാൽ പഠിക്കണം.

നീ എന്തിനാണ് എന്നെ കാണുവാൻ വന്നത്

എനിക്കറിയില്ല.

നീ ആരാണ്?

എനിക്കറിയില്ല.

എന്നെ എന്തിന് ഇഷ്ടപ്പെട്ടു?

എനിക്കറിയില്ല.

ഈ ഇരുണ്ട മുറിയിൽ നീ എന്തിന് വന്നു?

അത് എന്റെ മുറിയാണ്.

അതെങ്ങനെ?

എനിക്കറിയില്ല.

എനിക്കറിയില്ല എന്നു പറഞ്ഞാൽ?

അത് എനിക്കവക്കാശപ്പെട്ടതല്ല എന്നർത്ഥം.

പിന്നെ?

എന്റെ മുറിയാണ്.

ഞാനാണ് ആ മുറിയുടെ കാവൽക്കാരി.

നിനക്ക് ഞാനാരാണ്?

ഇന്ന് എനിക്ക് നീ കാമുകൻ.

ഞാൻ പലനാളായി മല്ലിട്ടു കൊണ്ടിരിക്കുന്ന വവ്വാലിനെ നീ ഒരു

നിമിഷം കൊണ്ടു ഓടിച്ചില്ലേ അതുമതി എനിക്ക് നിന്നോട് ഇഷ്ടമാ കാൻ.

നീ എന്താണ് സുഭദ്രേ പറയുന്നത്?

അതൊരു കഥയാണ്. നീ കിടക്കുന്ന മുറിയുണ്ടല്ലോ അവിടെ പ തിമൂന്നാമതായി എത്തിയ സ്ത്രീയാണ് ഞാൻ.

അതിന്

അതിനൊന്നുമില്ല. പക്ഷേ...ആങ്ങളമാരുടെ സംരക്ഷണത്തിൽ അ ഞ്ച് നമ്പൂതിരിമാർ എന്നെ സംബന്ധം കഴിക്കുന്ന നേരത്താണ് പറളി രാജാവിന് എന്നിൽ ഒരു ആശ ഉണ്ടായത്. പണ്ട് നായന്മാർക്ക് അഭി മാനമായിരുന്നു പെങ്ങന്മാരെ ബ്രാഹ്മണന്മാർ സംബന്ധം കഴിപ്പിക്കു ന്നത്. സദസ്സുകളിൽ വീട്ടിൽ എത്തുന്ന സംബന്ധക്കാരുടെ എണ്ണം പൊങ്ങച്ചമായി പറയുന്ന നായന്മാരും അന്നുണ്ടായിരുന്നു.അഞ്ചെണ്ണം എന്റെ പായയിൽ നിരങ്ങുമ്പോൾ നിർജ്ജീവമായി ഇരിക്കുവാനേ എ നിക്ക് സാധിക്കാറുള്ളൂ. നിർജ്ജീവമായി ഇരിക്കുമ്പോൾ ബ്രാഹ്മണ ന്മാരുടെ ശാരീരികമായ ഉപദ്രവം സഹിക്കവയ്യാതാകും. ഇതൊക്കെ പരാതിപ്പെട്ടാൽ ആങ്ങളമാരിൽ നിന്നും പീഡനം ഏൽക്കേണ്ടിവരും. സ്ത്രീകൾക്ക് ഒന്നിലും ഒരു സ്വാതന്ത്ര്യവുമില്ലായിരുന്നു. അത് രാജാ വിന്റെ ഭാര്യ ആണെങ്കിൽ പോലും. ധാരാളം നാടറിയാത്ത ലോകം അറിയാത്ത തോഴിമാർ എനിക്കുണ്ടായിരുന്നെങ്കിലും എനിക്ക് ഒരിക്ക ലും വെളിച്ചം കാണുവാൻ സാധിച്ചിരുന്നില്ല. എവിടെ പോകുമ്പോ ഴും മറഞ്ഞു നിന്നു വേണം പോകുവാൻ. പ്രകൃതിയെ പോലും കാ ണുവാനുള്ള സ്വാതന്ത്ര്യമില്ലാത്തൊരു കാലം.

എന്തുകൊണ്ടാണ് സ്ത്രീകൾ അബലകളും ചപലകളും ആയത്. എത്ര നിലവിളിച്ചാലും എത്ര സമരം ചെയ്താലും അതിലൊന്നും വ ലിയ തിരിച്ചറിവ് സ്ത്രീകളിൽ ഉണ്ടാവണമെന്നില്ല. അഥവ ഇതിൽ മാറ്റം ഉണ്ടായാൽ ബ്രഹ്മാവിനുപോലും തടുക്കുവാൻ സാധിക്കുകയി ല്ല. കുതിരക്ക് കൊമ്പു കൊടുക്കാത്തതിന്റെ കാരണവും ഇത്തരത്തിൽ തന്നെ.

സുഭദ്ര എന്താണ് ഇങ്ങനെയൊക്കെ പറയുന്നത്. എനിക്ക് ഇത്ത രം വിഷയങ്ങളൊന്നും അറിയില്ല.

അപ്പോഴാണ് കുളക്കടവിൽ നിന്ന് പല്ലി ചിലക്കുന്ന ശബ്ദം സുഭദ്ര കേട്ടത്.

അതെ ബോബൻ ഞങ്ങൾ പറയുന്നതൊക്കെ സത്യമാണെന്ന് ഗൗ ളി മനസ്സിലാക്കി തന്നു.

ആയിടയാണ് കലപ്പയേന്തിയ ഒരു കർഷകൻ അതുവഴി കടന്നുവ
ന്നത്. ഇവിടെ അങ്ങനെ നിൽക്കേണ്ട മക്കളെ പാലമരത്തിൽ ബ്രഹ്മര
ക്ഷസ്സുള്ളതാണ് സൂക്ഷിക്കണം. നേരം ഇരുട്ടാവാറായി. നിങ്ങൾ കു
ട്ടികളാണ്. ബ്രഹ്മരക്ഷസ്സ് പാലയിൽ നിന്ന് ഇറങ്ങേണ്ട സമയമായി.

നിങ്ങൾ ബ്രഹ്മരക്ഷസ്സിനെ കണ്ടിരുന്നുവോ എന്നായി ബോബൻ.

സുഭദ്ര പെട്ടെന്ന് സാധാരണം അല്ലാത്ത രീതിയിൽ ചിരിക്കുന്നു.
കർഷകനെ നോക്കിയപ്പോൾ കർഷകനെ കാൺമാനില്ല പക്ഷേ കല
പ്പ കുളക്കടവിന്റെ വഴിയിൽ കിടക്കുന്നു. പെട്ടെന്ന് പാലമരത്തിന്റെ വ
ലിയൊരു കൊമ്പ് കുളത്തിലേക്ക് വലിയ ശബ്ദത്തോടെ താഴ്ന്ന് വരു
ന്നു. ചീവീടുകൾ ഒച്ച വെക്കുവാൻ തുടങ്ങി. തവളകൾ കരയുവാൻ
തുടങ്ങി. കിഴക്ക് പൂർണചന്ദ്രൻ ഉദിച്ചു കഴിഞ്ഞിരുന്നു. സുഭദ്രയും
ബോബനും പൂർണ്ണചന്ദ്രനെ വെള്ളത്തിൽ നോക്കി രസിക്കുമ്പോൾ
വലിയ ശബ്ദത്തിൽ താണു വരുന്ന പാലക്കൊമ്പിൽ നിന്ന് വലിയൊ
രു പെരുമ്പാമ്പ് സുഭദ്രയെയും ബോബനേയും ലക്ഷ്യമാക്കി വരുന്നു.
ബോബൻ പേടിച്ചരണ്ട് ഓടാൻ ശ്രമിച്ചപ്പോൾ...

കട്ടിലിൽ നിന്ന് താഴെക്ക് പതിക്കുന്നു.

ഞെട്ടി ഉണർന്ന ബോബൻ ആ ഇരുണ്ട മുറിയിൽ നിന്ന് പെരുമ്പാ
മ്പിൽ നിന്ന് രക്ഷിക്കുവാൻ ആരോടൊക്കെയോ ആർത്തുവിളിച്ചു. ഇ
രുട്ടിൽ ഒന്നുമറിയാതെ ബോബൻ സകല ദൈവങ്ങളെയും വിളിച്ച്
ദീർഘശ്വാസം വലിക്കുമ്പോൾ പുറത്ത് പറഞ്ഞയച്ച വവ്വാൽ വീണ്ടും
മച്ചിന്റെ മൂലയിൽ ഒന്നുമറിയാതെ തൂങ്ങി കിടക്കുന്നുണ്ടായിരുന്നു.

ബോബന്റെ ആർത്തു വിളിയിൽ അജിത നിലയത്തിലെ മുഴുവൻ
ആന്തേവാസികളും എഴുന്നേറ്റു. എന്താണ് സംഭവിച്ചത് എന്നറിയാ
തെ എല്ലാവരും ബോബന്റെ മുറിയിലേക്ക്.

എന്താ ബോബാ പറ്റിയത്?

ഏയ്.. ഒന്നുമില്ല.

നീ എന്താണ് ഇങ്ങനെ വിയർക്കുന്നത്?

ഒന്നുമില്ല.

സ്വപ്നം കണ്ടുവോ?

ഉം..

ആരേ..?

അറിയില്ല. എനിക്ക് പേടിയാവുന്നു.

എന്തിന്..ഞങ്ങളൊക്കെ ഇവിടെയില്ലേ?

വെള്ളം വേണോ ?

ഹും.. വെള്ളം കുടിച്ചതിന് ശേഷം ബോബൻ വീണ്ടും ഉറങ്ങുവാൻ കിടന്നു.

എല്ലാവരും തിരിച്ചു അവരവരുടെ മുറികളിലേക്ക് പോകുമ്പോൾ ചുമരിൽ തൂങ്ങിക്കിടക്കുന്ന വവ്വാൽ ചിറക് പരത്തി ശബ്ദിച്ചു കൊണ്ടിരിക്കുന്നുണ്ടായിരുന്നു.

രാവിലെ എഴുന്നേറ്റ് എല്ലാവരും കോളേജിലേക്ക് പോയപ്പോൾ ബോബൻ മാത്രം പോയില്ല. ബോബൻ ഏതോ ലോകത്ത് എന്തൊക്കെയോ കാണാൻ സാധിക്കാത്ത കാര്യങ്ങൾ കണ്ടുകഴിഞ്ഞ സാക്ഷാത്കാരത്തിൽ ആയിരുന്നു. പൂർണ്ണ ഉന്മേഷാവസ്ഥയിലായിരുന്നു ബോബൻ. ഇന്നലെ കണ്ടിരുന്ന ബോബനല്ല ഇന്ന്.

കുറച്ചു കഴിഞ്ഞതിന് ശേഷം ബോബൻ ഏതോ മനസ്സികാവസ്ഥയിൽ കുളക്കടവിലേക്ക് നീങ്ങി. കുളത്തിൽ നിന്ന് അപ്പോൾ ഒരു സ്ത്രീ കുളിക്കുന്നുണ്ടായിരുന്നു.

നല്ല സുന്ദരിയായ ഒരു കൗമാരം കഴിഞ്ഞ് യൗവനത്തിലേക്ക് പ്രവേശിക്കാൻ പോകുന്ന പെൺകുട്ടി . ബോബൻ അവളുടെ അടുത്തേക്ക് നീങ്ങി.

ഇത് സ്തീകൾ മാത്രം കുളിക്കുന്ന കുളമാണെന്ന് അറിഞ്ഞു കൂടെ?

അറിയാം.

പിന്നെ എന്താണ് ഇവിടെ?

ഞാൻ കുളവും പരിസരവും കാണുവാൻ വന്നതാണ്.

ഇവിടെ പുരുഷന്മാർക്ക് പ്രവേശനമില്ലെന്ന് അറിഞ്ഞു കൂടെ?

ഇല്ല.

ഇവിടെ നിന്ന് പോകുന്നതാണ് നല്ലത്. ഞാൻ ഒച്ച വച്ചാൽ ഉണ്ടാകുന്ന സ്ഥിതി അറിയായിരിക്കുമല്ലോ?

ഞാൻ പോകില്ല. ഇവിടെ തന്നെ ഇരിക്കുകയാണ്.

ഞാൻ ഒച്ചവച്ചില്ലെങ്കിലും മറ്റുള്ള സ്ത്രീകൾ വന്നാൽ ബുദ്ധിമുട്ടാകും. ബോബൻ ഇവിടെ നിന്ന് പോയിക്കൊള്ളൂ.

എന്റെ പേര് നിനക്കെങ്ങനെ അറിയാം?

അജിതാനിലയത്തിലെ എല്ലാവരുടെ പേരും എനിക്കറിയാം. നീ വേഗം ഇവിടെ നിന്ന് പോയിക്കൊള്ളൂ. മറ്റുള്ള സ്ത്രീകൾ കണ്ടാൽ എനിക്ക് മോശമാണ്. ഞാൻ അനാഥയാണ്. ബോബനെ ഇവിടെ മറ്റുള്ള സ്ത്രീകൾ കണ്ടാൽ അവരുണ്ടാക്കുന്ന കഥകൾക്ക് അവസാനം ഉണ്ടാവില്ല. സ്ത്രീകളുടെ കുളക്കടവിൽ നിങ്ങളെ പോലുള്ള വിദ്യാ

സമ്പന്നർ വന്ന് ഇരിക്കുന്നത് മോശമല്ലേ .ഇന്ന് കോളേജ് ഉണ്ടല്ലോ. ബോബൻ എന്താണ് പോകാതിരിക്കുന്നത്.

ഏയ് ഒന്നുമില്ല..

എന്നാലും. ഒന്നാം വർഷമല്ലേ?

അതിനെന്താ?

ഒന്നുമില്ല. അന്യസ്ത്രീകളുമായുള്ള അധിക സമ്പർക്കം നല്ലതല്ല. കേട്ടോ?

അതിനെന്താ?

ഞാൻ നിന്നെ തേടി വന്നതല്ലല്ലോ.

പിന്നെ?

കുളക്കടവിൽ വന്ന് കുറച്ചു സമയം പാലമരം കണ്ടിരിക്കാം എന്ന് കരുതി വന്നതാണ്.

എനിക്ക് വിശ്വാസമില്ല.

അതെന്താ?

നീ ആരെയോ തിരഞ്ഞു വന്നതു തന്നെയാണ്.

അതെങ്ങനെ നിനക്കറിയാം?

മട്ടും ഭാവവും കണ്ടാൽ അറിഞ്ഞു കൂടെ.

നിന്റെ പേരെന്താണ്?

അറിഞ്ഞിട്ടെന്താ കാര്യം?

ഒന്നുമില്ല. നിനക്ക് എന്റെ പേര് അറിയാമല്ലോ. എന്റെ പേര് നീ അ റിയേണ്ടെന്ന് പറഞ്ഞ് അവൾ പതുക്കെ കുളത്തിലേക്ക് താഴുന്നു. വെ ള്ളത്തിന് മുകളിൽ അവളുടെ നീളമുള്ള മുടികൾ ഒരു താമര ഇല പോലെ താളിയിലയുടെ കുഴമ്പിൻ ചാരുതയിൽ അങ്ങനെ പൊങ്ങി ക്കിടന്നു.

ബോബൻ ആ മുടി അഴകിൽ അതിശയിച്ച് ഇരിക്കുമ്പോഴാണ് വ യലിന്റെ വടക്കേ അറ്റത്തേ മലയടിവാരത്തിൽ നെഞ്ച് നിവർന്നു കിട ക്കുന്ന കോളേജിന്റെ ഫസ്റ്റ് ബല്ലിന്റെ ശബ്ദം കേൾക്കുന്നത്.

ബോബൻ തനിയെ ചോദിച്ചു ഞാൻ പഠിക്കാൻ വന്നതോ അതോ ഇവരുടെയൊക്കെ നീരാട്ട് കാണാൻ വന്നതോ?

അപ്പോഴേക്കും അവൾ വെള്ളത്തിൽ നിന്ന് നിവർന്നു നിന്നു കഴി ഞ്ഞിരുന്നു. അവളുടെ കാർകുന്തൽ ഒരു പനങ്കുലപോലെ ശരീരത്തെ മറച്ചുകൊണ്ട് ഒട്ടിച്ചേർന്നു നിൽക്കുന്നുണ്ടായിരുന്നു.

അവളുടെ ഭംഗിയിൽ ബോബൻ ആശ്ചര്യപ്പെട്ടു നിൽക്കുമ്പോൾ മുടികളുടെ ഇടയിലൂടെ അവൾ ബോബനെ ശ്രദ്ധിക്കുന്നുണ്ടായിരു

ന്നു.

ആശ്ചര്യത്തോടെ ബോബൻ വീണ്ടും അവളുടെ പേര് ചോദിക്കു
ന്നു.

എന്തിനാണ് എന്റെ പേര്?

അറിയില്ല. എന്നിരുന്നാലും നിന്റെ പേര് എനിക്കറിയണം.

സുഭദ്ര.

ഇന്നലെ സ്വപ്നത്തിൽ കണ്ടവളും സുഭദ്ര എന്ന പേരുകാരി ത
ന്നെ ആണെല്ലോ?

എന്താണ് ബോബൻ ആലോചിക്കുന്നത്?

ഏയ് ഒന്നുമില്ല.

സ്വപ്നത്തിൽ കണ്ട അവൾ തന്നെയാണ് ഇവൾ. ഞാൻ ഇന്നലെ
വരുമ്പോൾ ആ ചെറിയ വീട്ടിലെ ഓല മടക്കിനിടയിലൂടെ ഒരു നോട്ട
മല്ലേ കണ്ടുള്ളൂ. എങ്ങനെയാണ് സ്വപ്നത്തിൽപോലും അറിയാത്ത
വൾ എന്നിൽ കയറി വരുന്നത്. സ്വപ്നങ്ങളിൽ പലതും കാണാറു
ണ്ടെങ്കിലും അത് ഭൗതീക ജീവിതത്തിൽ സംഭവിക്കുക എന്നത് വിര
ളമാണ്. ഞാൻ ഇപ്പോഴും സ്വപ്നത്തിലാണോ എന്ന് ബോബൻ കൂ
ടെ കൂടെ സ്വയം ചോദിക്കുകയും മനസ്സ് സ്വാഭാവികമായാണോ പെ
രുമാറുന്നത് എന്നറിയാൻ ശരീരത്തെ ശിക്ഷിച്ചുകൊണ്ടുമിരുന്നു.

അല്ല. ഇത് സ്വപ്നമല്ല. ഇത് യാഥാർത്ഥ്യമായി നടക്കുന്ന കാര്യം
തന്നെ. ബോബൻ സുഭദ്രയുടെ വശ്യസൗന്ദര്യത്തിൽ ആകൃഷ്ണനായി
കഴിഞ്ഞിരിക്കുന്നു. ബോബൻ ഇനി എന്നും സുഭദ്രയുടെ കൂടെ ത
ന്നെ. ബോബൻ ഉറപ്പിക്കുന്നു.

ഒരു സ്ത്രീക്ക് പുരുഷനെ വശപ്പെടുത്തുവാൻ ഒരു സെക്കന്റിന്റെ
ആയിരത്തിൽ ഒരംശം സമയം മതി. പക്ഷേ ഒരു പുരുഷന് ഒരു സെ
ക്കന്റിന്റെ പതിനായിരം മടങ്ങ് സമയം കൊടുത്താലും വശപ്പെടുത്തു
വാൻ സാധ്യമല്ലെന്ന് ബോബൻ ബോബനെ തന്നെ അവലോകനം
ചെയ്തു കഴിഞ്ഞപ്പോൾ കുളിച്ചു കൊണ്ടിരിക്കുന്ന സുഭദ്രയെ കുള
ക്കടവിൽ കാൺമാനില്ല.

ഇത്ര പെട്ടെന്ന് അവൾ കുളി കഴിഞ്ഞ് പോയയോ?

ഇത്രയും നേരം കിഞ്ചന വർത്തമാനം പറഞ്ഞ അവൾ ഒന്നും ചോ
ദിക്കാതെ പോയത് അത്ര ശരിയായില്ലെന്ന് ബോബന് തോന്നി.

സുന്ദരികളായ സ്ത്രീകൾ എത്ര കുറ്റം ചെയ്താലും പൊറുക്കാൻ
ഒരാണിനും ഭയമില്ല എന്ന പാഠം ബോബനും ഉൾക്കൊണ്ടിരുന്നു.

അതാ കൂട്ടമായി കുളക്കടവിലേക്ക് സ്ത്രീകൾ കുളിക്കാൻ വരു

ന്നുണ്ട്. ഇനി ഇവിടെ ഇരിക്കുന്നത് പന്തികേടാണെന്ന് മനസ്സിലാക്കി ബോബൻ മുറിയിലേക്ക് ..

അടുക്കളയിൽ നിന്ന് പാകം ചെയ്യുന്ന കുക്കൻ പറഞ്ഞു. നീ വന്ന തേയുള്ളൂ. കുളക്കടവിൽ അധികം പോകേണ്ട . അത് നല്ല കുളക്കട വ് അല്ല. പ്രേതവും പിശാചുക്കളും കുളിക്കാൻ വരുന്ന കുളമാണ്. മാ ത്രമല്ല ആണുങ്ങൾക്ക് പ്രവേശനമില്ലാത്ത കുളമാണ്. ആ വലിയ പാ ലമരത്തിൽ രക്തരക്ഷസ്സ് ഉണ്ടെന്നാണ് പ്രമാണം. ശ്രദ്ധിക്കണം. ഇവി ടെങ്ങളിൽ ആരാണ് പ്രേതം? ആരാണ് പിശാച് ? ആരാണ് യഥാർ ത്ഥ മനുഷ്യൻ എന്ന് തിരിച്ചറിയാറിൻ പറ്റാത്ത നേരങ്ങളുണ്ട്. എനി ക്ക് അനുഭവമുണ്ട്. ബോബൻ ശ്രദ്ധിക്കണം

അതിന് ധാരാളം കഥകളുമുണ്ട്.

നിങ്ങള് പോയാട്ടേ..

കൊച്ചാക്കുകയെയൊന്നും വേണ്ട. നിങ്ങൾ സയൻസും എഞ്ചിനീയ റിംഗും പഠിക്കുന്ന ആൾക്കാർ ആയിരിക്കും. പക്ഷേ പ്രേതമുണ്ട്.

പ്രേതം എന്നതൊക്കെ ഇവിടെ ഉള്ളവർ തന്നെ വേഷപ്രച്ഛന്നമാ കുന്നതല്ലേ?

ആയിരിക്കാം. പക്ഷേ ഈ കുളക്കടവിൽ അങ്ങനെയല്ല.

പിന്നെ എങ്ങനെയാ?

കഴിഞ്ഞാഴ്ച സംഭവിച്ചതാണ്. രമാവിഹാറിലെ രമ ടീച്ചർ കുളി ക്കുവാൻ കുളത്തിൽ പോയപ്പോൾ അവരുടെ അടുത്ത വീട്ടിലെ ദാ ക്ഷായണി കുളിച്ചു കൊണ്ടിരിക്കുന്നുണ്ടായിരുന്നു. അവർ മക്കളുടെ കഥയൊക്കെ പറഞ്ഞ് കുളി കഴിഞ്ഞ് രമടീച്ചർ വീട്ടിൽ എത്തിയപ്പോ ഴാണ് അറിയുന്നത് ദാക്ഷായണി കലശലായ വയറു വേദന നിമിത്തം രാത്രിയിൽ ആശുപത്രിയിൽ കൊണ്ടുപോയിരിക്കയാണെന്ന് .

അതൊക്കെ തോന്നലുകളാണ്.

ഞാൻ പറയേണ്ടതു പറഞ്ഞു. ഞാൻ ഇവിടെ നാലഞ്ച് വർഷമാ യി ജോലി ചെയ്യുന്നു. നീ ഇന്നലെ ഇവിടെ എത്തിയതാണ്. നീ സൂ ക്ഷിക്കണം. നീ പഠിക്കുവാൻ വന്നതല്ലേ?അല്ലാതെ കുളി കാണാൻ വ ന്നവനല്ലല്ലോ?

എനിക്കറിയാഞ്ഞിട്ട് ചോദിക്കുകയാണ് ? നീ എന്താണ് ആദ്യദിവ സം തന്നെ കോളേജിൽ പോകാതിരുന്നത്.

ഞാൻ ഇന്നലെ വല്ലാതൊരു വലിയ സ്പ്നം കണ്ടിരുന്നു. സ്വപ്ന ത്തിന്റെ പശ്ചാത്തലം ഈ കുളമായിരുന്നു.അപ്രതീക്ഷിതമായി സ്വപ് നത്തിൽ കണ്ട സുന്ദരിയെ ഞാൻ കുളക്കടവിൽ കണ്ടു.

ആരാണ് അവൾ?

മുന്നിലെ വീട്ടിലെ ആ ഓലപ്പുരയിലുള്ള കുട്ടിയാണ്.

ഓ..നമ്മുടെ സുഭദ്രമോൾ.

അതെ ..അവൾ എങ്ങനെ?

അവൾ നല്ല കുട്ടിയാണ് സുന്ദരിയുമാണ്. ഈ നാട്ടിൽ അങ്ങനെ ഒരു കുട്ടിയെ കണ്ടെത്തുക എന്നത് അപ്രാപ്യമാണ്.

നിങ്ങൾക്ക് സുഭദ്രയെ ഇഷ്ടമാണോ?

പിന്നെ അല്ലാതെ. ഈ നാട്ടിലെ ആർക്കാണ് സുഭദ്രമോളെ ഇഷ്ട മാകാത്തത്.

പക്ഷേ അവളുടെ സ്വഭാവം അത്ര നല്ലതല്ല.

അതെന്താ?

കുളി കഴിഞ്ഞു പോകുമ്പോൾ അത്രയും സമയം സംസാരിച്ചുകൊ ണ്ടിരുന്ന എന്നോട് ഒന്നും ചോദിക്കാതെ പോയിക്കളഞ്ഞു.

അത് ആരെയെങ്കിലും കണ്ടു ഭയന്നതായിരിക്കാം.

യേയ്.. അങ്ങനെ ഒന്നുമല്ല. പിന്നീടാണ് കുറച്ചുപേർ വന്നത്.കുഴ പ്പമില്ല. സുന്ദരികളാവുമ്പോൾ അങ്ങനെയൊക്കെ വേണം. അപ്പോഴാ ണ് അവരുടെ സൗന്ദര്യത്തിന് ഏഴഴക് ഉണ്ടാകുക. ഓർക്കുമ്പോൾ മ ധുരിക്കുകയും ചെയ്യുക.

ബോബൻ നിന്റെ രീതി ശരിയല്ല. നീ പഠിക്കുവാൻ വന്നവനാണ് .

ബോബൻ മുറിയിലേക്ക് പോകുന്നു.അപ്പോഴും ആ വവ്വാൽ അവി ടെ തൂങ്ങിക്കിടക്കുന്നുണ്ടായിരുന്നു. വടി ഉപയോഗിച്ച് വവ്വാലിനെ തു രത്തുക മാത്രമല്ല എല്ലാ അകത്തുള്ള പ്രവേശന ദ്വാരങ്ങളും ബോ ബൻ അടച്ചു സുന്ദരമാക്കി. ഇനി വവ്വാലിന്റെ ശല്യം കാണില്ല. വവ്വാൽ കാഷ്ഠത്തിന്റെ മണം സഹിച്ച് ഉറങ്ങുകയും വേണ്ടല്ലോ?

ബോബൻ കോളേജിൽ പോകാതെ വെളിച്ചം കയറാത്ത ആ മുറി യിൽ ഒറ്റക്ക് കിടന്നു. കണ്ണടക്കുമ്പോഴൊക്കെ സുഭദ്ര കയറി വരു ന്നു.

വീണ്ടും ബോബൻ പുറത്തിറങ്ങി നടക്കുന്നു. ഓലമേഞ്ഞ വീട് അടഞ്ഞുകിടപ്പാണ്. എങ്ങനെയാണ് സുഭദ്രയെ ഒരു നോക്കുകൂടി കാ ണാനാകുക എന്ന ആലോചന ബോബനെ വിഷണ്ണനാക്കിക്കൊണ്ടി രുന്നു.

ഇനി വൈകുന്നേരം ആവണം എല്ലാവരും വീട്ടിൽ എത്തുവാൻ . അജിതാനിലയത്തിന്റെ ചുറ്റുവട്ടത്തിലുള്ള ഭൂരിഭാഗം പേരും കൃഷി ക്കാരാണ്. നെല്ലാണ് പ്രധാന കൃഷി. കള പറിച്ചും കിളികളെ ഓടി

ച്ചും കഴിയുമ്പോഴേക്കും ദീപാരാധനക്ക് വേണ്ടി അങ്ങ് അകലെയു
ള്ള കല്ലേകുളങ്ങര ക്ഷേത്രത്തിന്റെ മണിനാദം മുഴങ്ങിയിരിക്കും.

അപ്പോഴേക്കും കിളികൾ കൂട്ടിലേക്കും കൃഷിക്കാർ വീട്ടിലേക്കും പുറപ്പെട്ടിരിക്കും.

വയൽ കരയിൽ നിന്ന് കനാലിൽ ഇറങ്ങി ഒരു മുങ്ങി കുളി നട
ത്തിയാൽ അന്ന് പണിതീരുന്നതിന്റെ എല്ലാക്ഷീണവും കനാലിലെ
വെള്ളം ആ കറുത്ത മേനി തഴുകി എടുത്തുകൊണ്ടുപോയി കൊ
ള്ളും. അതിന് ശേഷം ദാഹം അകറ്റാൻ പനങ്കാട്ടിലെ പനങ്കള്ള് .

വൈകുന്നേരമായപ്പോൾ ബോബൻ പൂർണ്ണ അസ്വസ്ഥനായി. സു
ഭദ്രയെ കണ്ടില്ല എന്ന വിഷമവും എല്ലാവരും കോളേജിൽ പോയി വ
ന്ന വിഷമവും.

എല്ലാവരും ബോബനെ ഉപദേശിച്ചു. കോളേജിൽ പോകാതിരുന്ന
തിന്റെ കാര്യം ആരാഞ്ഞു. പക്ഷേ ബോബന് ഒന്നിനും വ്യക്തമായ ഒ
രു മറുപടി ഉണ്ടായിരുന്നില്ല. ബോബൻ അപ്പോഴും എന്തൊക്കയോ
ആലോചിച്ച് നടക്കുകയാണ്.

ഇന്നലെ വന്ന ബോബനെ കുറിച്ച് കൂടുതലായി ഒന്നും അറിയാ
ത്തവർ പിന്നീട് അവന്റെ കാര്യത്തിൽ ഇടപെടാതായി. ഇവിടെ പഠന
ത്തിന് വന്നവരാണെന്ന് പൂർണ്ണ ബോധ്യമുള്ളവരാണ് എല്ലാവരും. അ
തുകൊണ്ട് ആരും ഒരു പൊല്ലാപ്പിനും പോകാറില്ല. എല്ലാവരും അവ
നെ ഉപദേശിക്കാതെ ഒരു കണ്ണ് അവനിൽ തന്നെ വച്ച് പഠിക്കുവാൻ
പോയി.

ബോബന് പഠിക്കുവാൻ ഒന്നും ഉണ്ടായിരുന്നില്ല. രാത്രി വൈകി
കിടന്നപ്പോൾ അരണ്ട വെളിച്ചത്തിൽ തട്ടിൻപുറത്ത് രണ്ട് വവ്വാലുകൾ
തൂങ്ങിക്കിടക്കുന്നു. ബോബൻ വീണ്ടും ഞെട്ടി. ഇവന്മാർ വീണ്ടും എ
ങ്ങനെ അകത്തു കയറി. എല്ലാ വഴിയും അടച്ചിരുന്നതാണല്ലോ ? പി
ന്നെ വീണ്ടും.

അവന്മാരെ കൊണ്ട് വലിയ ഉപദ്രവങ്ങളൊന്നുമില്ല. അവിടെ കിട
ക്കട്ടേ. ഇത്രയും നാൾ ആൾ പെരുമാറ്റം ഇല്ലാത്ത മുറിയാണല്ലോ?
ആൾ പെരുമാറ്റം വരുമ്പോൾ താനേ ഇവറ്റകൾ മറ്റു മാർഗങ്ങൾ തേടി
പോകുമായിരിക്കും. അതുകൊണ്ട് അവരെ വലിയ രീതിയിൽ ശ്രദ്ധി
ക്കാതെ ബോബൻ കിടന്നുറങ്ങി.

ബോബന്റെ ഉറക്കത്തിന്റെ ആഴം കൂടിവരികയും കുളക്കടവിലേ
ക്ക് നീങ്ങുകയും ചെയ്തു. ഇന്നലെ ഒരാൾ മാത്രമല്ലേ ഉണ്ടായിരുന്നു
ള്ളു ഇന്ന് ഒരു കൂട്ടുകാരിയും ഉണ്ടല്ലോ. ബോബനെ കണ്ടപാടെ സു

ഭദ്ര കുളക്കടവിൽ നിന്ന് എഴുന്നേറ്റ് ബോംബന്റെ അടുത്തു വന്നു.

ഇന്ന് ബോബൻ വൈകിയോ?

ഞാൻ വൈകിപ്പോയോ?

ഇല്ല,

ഇതാരാ കൂടെ?

ഭാനുമതി. ഞങ്ങൾ ഭാനു എന്നാണ് വിളിക്കാറ്.

ഇവളുടെ വീട്?

എന്റെ വീട്ടിൽ നിന്ന് കുറച്ച് അകലെയാണ്. ഒരുമിച്ച് പഠിക്കുന്നവ രാണ്.

അപ്പോൾ.. ഇപ്പോൾ ക്ലാസ്സ് ഒന്നുമില്ലേ?

ഇല്ല. ഇപ്പോൾ നമുക്ക് വെക്കേഷനാണ്.

കുളക്കടവിൽ മൂന്നുപേരും സൗഹൃദ സംഭാഷണത്തിൽ ഏർപ്പെട്ട പ്പോൾ പാലമരത്തിൽ നിന്ന് വല്ലാത്തൊരു ശബ്ദം വരുവാൻ തുടങ്ങി.

പല്ലുകൾ കടിച്ച് പൊട്ടിക്കുന്നതുപോലുള്ള ശബ്ദം. കൊമ്പുകൾ ഉ രഞ്ഞ് ഉണ്ടാവുന്നു. വല്ലാതെ ഭയപ്പെടുത്തുന്ന ശബ്ദങ്ങൾ. ശിശിര കാ ലമായതിനാലാണോ എന്നറിയില്ല പലമരത്തിന്റെ ഇലകൾ പെട്ടെന്ന് അപ്രതീക്ഷിതാമാംവണ്ണം പൊഴിഞ്ഞു വീഴുന്നു. ബോബന് വല്ലാതെ ഭയം വന്നു. പക്ഷേ സുഭദ്രയും ഭാനുവും ഒരു കൂസലുമില്ലാതെ ബോ ബനിൽ രസിക്കുകയാണ്.

നിങ്ങൾക്കെന്താ ഭയമില്ലാത്തത്?

ആരേയാണ് ഭയക്കേണ്ടത്?

ഇവിടെ ഭൂതവും പ്രേതവും പിശാചും ഒക്കെ ഉണ്ടെന്നാണ് കേൾ ക്കുന്നത്.

ഉണ്ടാവാം ഇല്ലാതിരിക്കാം. ഈ പാലമരം കുളക്കടവിൽ എത്തു ന്ന എല്ലാ സ്ത്രീകളെയും രക്ഷിക്കും എന്നാണ് പ്രമാണം. അതുകൊ ണ്ട് പാലമരം എന്തു ശബ്ദം ഉണ്ടാക്കിയാലും ഞങ്ങൾക്ക് ഭയമില്ല.

ഈ ദേശത്തെ ഏറ്റവും ആഴമേറിയ കുളമാണ് ഇത്. ഇതുവരെ ഈ കുളത്തിൽ നിന്ന് ആരും മുങ്ങിമരിച്ചിട്ടില്ല. മാത്രമല്ല നല്ല ഐശ്വ ര്യമുള്ള കുളമാണെന്നാണ് നാട്ടുകാരുടെ വിശ്വാസം. ഈ പാലമര ത്തിൽ ഒരു കുറവൻ ഉണ്ട്. അയാൾ എല്ലാവരെയുമല്ല.. കുളത്തിൽ ഇ റങ്ങുന്ന നാരികളായ ഞങ്ങളെ പോലുള്ളവരെ രക്ഷിക്കുന്നവനാണ്. ബോബൻ ഭയപ്പെടുന്നതിൽ തെറ്റില്ല. കാരണം. ഇത് സ്ത്രീകളുടെ.. സ്ത്രീകളുടെ മാത്രം കുളമാണ്.

എന്നാൽ ഞാൻ തിരിച്ചുപോകട്ടെ.

വേണ്ട.

ഭാനുമതി ശൃംഗാരത്തോടെ ചിരിക്കുന്നു. ബോബൻ കൊള്ളാമല്ലോ എന്നായി ഭാനുമതി.

ഭാനുമതിയുടെ സംസാരത്തിൽ അധികം തൃപ്തനാകാത്ത ബോ ബൻ, ധൈര്യമുണ്ടെന്ന് ബോധിപ്പിക്കുവാൻ പാലമരത്തിനടുത്തേക്ക് നീങ്ങുന്നു. ആനയേക്കാൾ വണ്ണമുള്ളതും ഭീമാകാരമായ ഉയരമുള്ള തുമായ പാലമരത്തിന്റെ ചുവടിൽ എത്തിയപ്പോൾ മരത്തിന്റെ അടി ഭാഗങ്ങളിൽ പാല മരത്തെ വികൃതമാക്കുന്ന രീതിയിൽ മുഴച്ചു നി ൽക്കുന്ന ധാരാളം തുളകൾ. ബോബന്റെ പാദസ്പർശം പാലമരത്തി നോട് അടുക്കുന്തോറും ഓരോ മുഴച്ചു നിൽക്കുന്ന തുളയിൽ നിന്നും സർപ്പങ്ങൾ ഫണമുയർത്തി മുന്നോട്ട് വരുവാൻ തുടങ്ങിയിരുന്നു. വിവി ധ വലുപ്പത്തിലും നിറത്തിലുമുള്ള സർപ്പങ്ങൾ. സർപ്പങ്ങളുടെ കണ്ണു മിഴിച്ചുള്ള നോട്ടവും നാവു നീട്ടിയുള്ള ശബ്ദവും കേട്ടപ്പോൾ ബോ ബൻ വല്ലാത്തൊരു നിലവിളിയോടെ നിലത്ത് വീഴുന്നു. അപ്പോഴേ ക്കും സുഭദ്രയും ഭാനുമതിയും അവിടെ എത്തി അവനെ പിടിച്ചു കഴി ഞ്ഞിരുന്നു.

പിന്നീട് എത്ര വിളിച്ചിട്ടും ബോബൻ കണ്ണുതുറക്കുന്നുണ്ടായിരു ന്നില്ല. ബോധക്ഷയമായിരിക്കാം എന്ന് ചിന്തിച്ച് അവനെ കുളക്കട വിൽ കിടത്തി. കുളത്തിലെ വെള്ളം കൊണ്ട് മുഖം കഴുകിയപ്പോൾ ബോബന്റെ മുഖം ചോരനിറമായി മാറിയിയിരുന്നു. മാത്രമല്ല ബോ ബൻ കൂടുതൽ ബോധമില്ലാതാവുകയും ചെയ്തു.

സുഭദ്രക്കും ഭാനുവിനും കാര്യം പിടികിട്ടി. കുറവൻ വേല ഒപ്പിക്കു ന്നതാണെന്ന് മനസ്സിലാക്കിയ സുഭദ്ര അജിതാനിലയത്തിലെ വടക്കു കിഴക്ക് ഭാഗത്തെ വലിയ വട്ടക്കിണറിൽ നിന്ന് വെള്ളം എടുക്കുമ്പോൾ സുഭദ്ര ഒരു അശരീരി കേട്ടു. ബോബനെ ഞാൻ കൊണ്ടുപോകയാ ണ്. അവനെ എനിക്ക് വേണം.

സാധ്യമല്ല.

അപ്പോഴേക്കും അവൾ ഒരു കുടം വെള്ളം കിണറ്റിൽ നിന്ന് എടു ത്തിരുന്നു. കുടത്തിലെ വെള്ളം കുളക്കടവിൽ എത്തിക്കാൻ സാധി ക്കില്ലെന്നറിഞ്ഞ സുഭദ്ര പെട്ടെന്ന് തന്നെ വെള്ളം തന്റെ വസ്ത്രത്തി ലേക്ക് ഒഴിച്ചു കഴിഞ്ഞിരുന്നു. നിറഞ്ഞ വസ്ത്രവുമായി ബോബന്റെ അടുത്തെത്തിയപ്പോൾ കുളക്കടവിൽ മറ്റൊരു സ്ത്രീരൂപം.

അതെ കുളക്കടവിന്റെ തമ്പുരാട്ടി.

നീ ബോബനെ രക്ഷിക്കേണ്ട അവനെ എനിക്ക് വേണം.

തമ്പുരാട്ടി നിങ്ങൾ എടുത്തോളൂ.

പെട്ടെന്ന് ഭാനുമതി തമ്പുരാട്ടിയുടെ പിറകിൽ നിന്ന് വന്ന് കൈകൾ കയറി പിടിക്കുകയും സുഭദ്ര വസ്ത്രങ്ങൾ പിഴിഞ്ഞ് വെള്ളം ബോബന്റെ മുഖത്ത് തെറിപ്പിക്കുകയും ബോബൻ ഉണരുകയും ചെയ്തു. ബോബൻ ഉണർന്നപ്പോൾ തമ്പുരാട്ടി അവിടെ നിന്ന് പെട്ടെന്ന് അപ്രത്യക്ഷ്യയായി.

ഈ കുളക്കടവിൽ ഇനി വരുന്നത് അപകടകരമാണെന്ന് ഭാനു സുഭദ്രയെ ഓർമ്മിപ്പിക്കുന്നു. പക്ഷേ ഭാനു തമ്പുരാട്ടിയെ ഭയപ്പെട്ടില്ല.

അപ്പോഴേക്കും വലിയ ശബ്ദത്തിൽ ഒരു പാലമരക്കൊമ്പ് പൊട്ടി മൂന്ന് പേരുടെയും മുകളിൽ അതിവേഗം താണുവരുന്നത് മൂവരും കാണുന്നു. കൊമ്പിൽ നിന്ന് രക്ഷപ്പെടാൻ ബോബനും കൂട്ടരും നാലു പാടും ഓടുന്നു. ബോബൻ അറിയാതെ കുഴിയിലേക്ക് പതിക്കുന്നു. പിന്നീട് ബോബന് ഒന്നും നോക്കുവാൻ ഉണ്ടായിരുന്നില്ല. ഉറക്കെ നിലവിളിക്കുന്നു.. എഴുന്നേറ്റു നോക്കിയപ്പോൾ ബോബൻ ഇരുട്ടറയിൽ..

കുറച്ചു സമയം കഴിഞ്ഞപ്പോൾ ബോബന് മനസ്സിലാകുന്നത് ഞാൻ കണ്ടത് സ്വപ്നമായിരുന്നെന്നും ഭയപ്പെടാനില്ലെന്നും. അപ്പോഴേക്കും പഠിച്ചു കൊണ്ടിരിക്കുന്ന അന്തേവാസികൾ മുഴുവൻ ബോബന്റെ മുറിയിൽ ഓടി എത്തിയിരുന്നു.

ബോബനെ ഇന്ന് ചിരിച്ചുകൊണ്ടായിരുന്നു എല്ലാവരും അഭിസംബോധന ചെയ്തത്. ഞാൻ സ്വപ്നം കണ്ടു. അങ്ങനെ കട്ടിൽ നിന്ന് താഴെ വീണതാണ്.

ഇത് പതിവാക്കിയാൽ മോശമാണ്. ഞങ്ങളെയും ഭയപ്പെടുത്തുന്ന രീതിയാണ്. പഠനം തീപ്പൊരി പാറുമ്പോഴാണ് ഇത്തരം ശബ്ദങ്ങൾ. എല്ലാ കോൺസെൻട്രേഷനും പോകും. പലരും പലതും ബോബനോട് പറഞ്ഞ് അവരവരുടെ മുറിയിലേക്ക് പോയി.

രാവിലെ എല്ലാവരും കൂട്ടമായി ഇരുന്ന് ബോബന്റെ കാര്യം വിശദമായി ചർച്ച ചെയ്തു. അവസാനം ബിൽഡിങ് ഓണറെ വിളിക്കണമെന്നും ശാശ്വതമായ പരിഹാരം വേണം എന്നുമായി.

ബിൽഡിങ് ഓണർ ഒരു സ്ത്രീയാണ്. പേര് കൗസല്യാംബിക. നല്ല പൊക്കവും അതിനൊത്ത തടിയും വയസ്സ് ഏറെ ഉണ്ടെങ്കിലും മുഖത്തിന്റെ ഐശ്വര്യം പറഞ്ഞറിയിക്കുവാൻ സാധ്യമല്ലാത്തത്ര സൗന്ദര്യവതിയാണ്. എന്നും ഒരുങ്ങി നടക്കുന്ന സ്ത്രീ. കുട്ടികളെ നന്നായി ഇഷ്ടപ്പെടുന്ന സ്ത്രീ.

കൗസല്യാംബികയെ വിളിച്ചു വരുത്തുവാൻ വേണ്ടി തീരുമാനിക്കു

ന്നു. ഫോൺ അന്ന് വലുതായൊന്നും പ്രചാരത്തിൽ ഉണ്ടായിരുന്നി ല്ല. കോളേജിൽ നിന്നു വേണം ഫോൺ വിളിക്കാൻ. അങ്ങനെ ഒരാൾ ഫോൺ വിളിക്കുന്നു. കൗസല്യാംബിക എത്തുന്നു. കാര്യങ്ങൾ ഒ ക്കെ കൗസല്യാംബികക്ക് നേരത്തെ അറിയാവുന്നതു തന്നെ. വീട്ടി ലും ചില ദുർമരണങ്ങളും വിശ്വസിക്കാൻ പറ്റാത്ത പല കാര്യങ്ങളും നടന്നുവരുന്നതായി അനുഭവപ്പെട്ടിട്ടുണ്ടെന്ന് കുട്ടികളെ ബോധിപ്പിക്കു ന്നു. കൗസല്യാംബിക കുട്ടികളിൽ നിന്നും കാര്യങ്ങൾ ഗ്രഹിച്ച ശേ ഷം വേണ്ട നടപടികൾ എടുക്കാമെന്നും അതിൽ എല്ലാവരുടെയും സഹായം ആവശ്യമായി വന്നാൽ നിങ്ങൾ സഹകരിക്കണമെന്ന അ ഭ്യർത്ഥനയുമായി കൗസല്യാംബിക അജിതാനിലയത്തിൽ നിന്ന് ഇറ ങ്ങി.

ഇറങ്ങുന്ന നേരം അജിതാ നിലയത്തിന്റെ ഒരു മുറിക്കുള്ളിൽ നി ന്ന് ഒരു സ്ത്രീ നിലവിളിക്കുന്നു, ചെന്നു നോക്കിയപ്പോൾ ബോബ ന്റെ മുറിയിൽ നിന്ന്. ബോബൻ അവശനായി കിടപ്പാണ്.

കൗസല്യാംബിക ചോദിച്ചു, എന്താ മകനെ സംഭവിച്ചത്?

ബോബൻ മിണ്ടുന്നില്ല. എല്ലാവരും ബോബനെ കുലുക്കി വിളിച്ചു. അപ്പോഴേക്കും ഒരാൾ പാത്രത്തിൽ വെള്ളവുമായി എത്തിയിരുന്നു. കൗസല്യാംബിക വെള്ളം മുഖത്ത് തെളിച്ചപ്പോൾ ബോബൻ പതുക്കെ എഴുന്നേൽക്കാൻ ശ്രമിച്ചു.

എന്താണ് സംഭവിച്ചത്?

ഒരു സ്ത്രീ ശബ്ദം. ഈ മുറിയിൽ നിന്നാണ് ശബ്ദം വന്നത്.തിരി ഞ്ഞു നോക്കിയപ്പോൾ ആരെയും കണ്ടില്ല. പക്ഷേ ഞാൻ കട്ടിയുള്ള ഒരു തീഗോളം കണ്ടു.

ബോബന്റെ വിവരണം കേട്ടപ്പോൾ കാസ്യല്യാംബികക്ക് വന്നതി നേക്കാൾ ക്ഷീണവും ഭയപ്പാടും കൂടിവന്നു. എന്തോ തീരുമാനം എ ടുത്ത് കൗസല്യാംബിക അജിതാ നിലയത്തിൽ നിന്ന് ഇറങ്ങുന്നു. തെക്ക് വശത്തുള്ള പാലമരത്തിൽ തൂങ്ങിക്കിടന്നിരുന്ന മുഴുവൻ വ വ്വാലുകൾ വലിയ ശബ്ദത്തോടെ പാല മരം വിട്ട് പറക്കുന്നു. പാല മ രം ശിഖരങ്ങൾ മാത്രമായ മരമായി മാറുകയും മുഴുവൻ വവ്വാലുക ളും നിരനിരയായി കൗസല്യാംബികയെ അനുഗമിച്ചു പറക്കുവാനും തുടങ്ങി. എന്തു ചെയ്യണമെന്ന് അറിയാതെ നാട്ടുക്കാർക്കൊക്കെ പരി ഭ്രാന്തിയും ഭയവുമായി. കൗസല്യാംബിക നാട്ടിലേക്ക് ബസ്സ് കയറിയ പ്പോൾ വവ്വാലുകൾ മുഴുവൻ വല്ലാത്തൊരു ശബ്ദം പുറപ്പെടുവിക്കുക യും ചിറകടിച്ച് വീണ്ടും പലമരത്തിലേക്ക് തിരിച്ചു വരികയും ചെയ്

തു. അപ്പോഴേക്കും പാലമരത്തിന്റെ വലിയൊരു ശിഖരം തീ പിടിച്ച് പൊട്ടിവീണിരുന്നു.

കുറച്ചു കഴിഞ്ഞ് അന്തേവാസികൾ അടുക്കളയിൽ ചെന്നു നോക്കിയപ്പോൾ ഒരു പാത്രവും കാണുവാനില്ല. എല്ലാവരും പാചകക്കാരനെ സംശയിച്ചു. അദ്ദേഹം ഇന്നലെ എല്ലാവരും കോളേജിൽ പോയ ശേഷമാണ് വീട്ടിൽ പോയത്. അയാൾ പാത്രം മുഴുവൻ പൊക്കി കൊണ്ടുപോയതാണെന്ന് എല്ലാവരും സംശയിച്ചു.

കുറച്ചു കഴിഞ്ഞതിന് ശേഷം ഒരാൾ കുളിക്കുവാൻ കിണറ്റിൽ നിന്ന് വെള്ളം കോരുമ്പോൾ വെള്ളത്തിനടിയിൽ നിന്ന് ഒരു തിളക്കം . ശ്രദ്ധിച്ചു നോക്കിയപ്പോൾ അടുക്കളയിലുള്ള പാത്രങ്ങൾ മുഴുവൻ കിണറ്റിനടിയിൽ. അന്തേവാസികളിലെ ഒരുവൻ തന്നെ കിണറ്റിൽ ഇറങ്ങി മുഴുവൻ പാത്രം എടുത്തു കരക്കെത്തിച്ചെങ്കിലും കിണറ്റിൽ ഇറങ്ങിയവന് മുകളിൽ കയറുവാൻ സാധിക്കുന്നുണ്ടായിരുന്നില്ല.

അപ്പുറത്തെ സുഭദ്രയുടെ അച്ഛൻ കൂനൻ നാണു കിണറുപണിക്കാരനാണെന്ന് അതു വഴി വന്ന ഒരു നാട്ടുകാരൻ പറഞ്ഞു. കൂനൻ നാണുവേട്ടനെ വിളിച്ചിട്ട് വരാൻ ഏർപ്പാടു ചെയ്യുമ്പോഴാണ് അപ്രതീക്ഷിതമായി അതുവഴി സുഭദ്ര വരുന്നത്.

ബോബനുണ്ടോ?

അകത്തുണ്ട്.

ഒന്നു വിളിക്കാമോ?

സുഭദ്രേ കിണറ്റിൽ ഒരുവൻ കുടുങ്ങിയിട്ടുണ്ട് അവനെ നമുക്ക് കയറ്റുവാൻ പറ്റുന്നില്ല. നീ നിന്റെ അച്ഛനെ വിളിച്ചുവരുമോ?

വേണ്ട. ബോബന് നീന്തൽ അറിയാം.അവനെ ഇറക്കാം.

അത് നിനക്കെങ്ങനെ അറിയാം?

എനിക്കറിയാം.

നിങ്ങൾ ബോബനെ വിളിക്കൂ.

ബോബൻ വന്നു. സുഭദ്രയെ കണ്ടപ്പോൾ ബോബന് ഒരു ഉഷാർ വന്നതുപോലെ

സുഭദ്ര ബോബനെ കിണറ്റിൽ ഇറക്കുവാൻ ശ്രമിക്കുന്നു.

ബോബൻ കിണറ്റിൽ ഇറങ്ങുവാൻ മടികാണിക്കുന്നുണ്ടെങ്കിലും പിന്നീട് ബോബൻ സുഭദ്രയെ അനുസരിക്കുന്നു. അതിശയമെന്ന് പറയട്ടേ, കയറുവാൻ സാധിക്കാത്തവനെ ബോബൻ പുഷ്പം പോലെ കിണറ്റിൽ നിന്ന് കയറ്റുന്നു.

ബോബന്റെ അമാനുഷിക ശക്തി അന്തേവാസികൾ തിരിച്ചറിയു

ന്നു. ഈ അമാനുഷിക ശക്തി രണ്ട് ദിവസം കൊണ്ട് സുഭദ്ര എങ്ങ നെ തിരിച്ചറിഞ്ഞു എന്നതായി അജിതാ നിലയം അന്തേവാസികൾ. ഇത്രയും നാൾ ഞങ്ങളെ കണ്ടിരുന്ന സുഭദ്രക്ക് ഞങ്ങളിൽ ഇത്തരം ശക്തി കണ്ടെത്തുവാൻ സാധിക്കാത്തത് എന്തായിരുന്നു എന്നായിരു ന്നു എല്ലാവരുടെയും ചിന്ത.

ഒരോരുത്തന്റെയും ഭാഗ്യം. സുഭദ്രയെ ഒരു നോക്ക് കാണുവാൻ ഞങ്ങൾ ബുദ്ധിമുട്ടുമ്പോൾ അവൾ ബോബനെ തേടി വരുന്നു. ബോ ബനെക്കാൾ ഹാൻസം ഞങ്ങളല്ലേ എന്നിട്ടും അവൾ അവനെ...

ബോബനോട് എന്താണിത്ര അടുപ്പം എന്നറിയാതെ ഒരോ ആളും അസൂയയോടെ ബോബനെ നോക്കി ആശ്ചര്യപ്പെട്ടു.

സുഭദ്ര കുറച്ച് സമയം ബോബനോട് കുശലം പറഞ്ഞിട്ട് വീട്ടിലേ ക്ക് പോകുകയും ചെയ്തു..

ഇവിടെ താമസിക്കുന്നത് നല്ലതല്ലെന്ന് മനസ്സിലാക്കിയ കുറച്ചുപേർ മറ്റൊരു വീടു തേടുവാൻ നിശ്ചയിക്കുന്നു.

അപ്പോഴേക്കും നിങ്ങൾ ഇവിടെ നിന്ന് പോകുകയാണെങ്കിൽ ഞ ങ്ങളും വരും. സയൻസും സഖാക്കളും ഒക്കെയാണ് ഞങ്ങളെങ്കിലും ഞങ്ങൾക്കും പേടിയുണ്ട് അജിതാനിലയത്തിനെ..

ഈ ഇടയിൽ കൗസല്യാംബിക ഒരു ജ്യോതിഷിയെ കാണുവാ നും തീരുമാനിക്കുന്നു. വീരനും പ്രശസ്തനുമായ പട്ടാമ്പിക്ക് അടു ത്തുള്ള പഴയൊരു ഇല്ലത്തിലെ പ്രഗത്ഭനായ തത്വശാസ്ത്രവിദഗ്ധ നും ജ്യോതിഷിയുമായ മുരളി ആയില്യത്തിനെ വിളിച്ചു പ്രശ്ന ദിവ സം കാണുവാൻ തീരുമാനിക്കുന്നു.

പ്രശ്ന ദിവസം മുരളി ആയില്യത്തിന് കലശലായ പനി നിമിത്തം പ്രശ്ന കാര്യങ്ങളിൽ നിന്ന് വിട്ടു നിൽക്കേണ്ടി വരികയും മറ്റൊരു ദി വസം കൗസല്യാംബികക്ക് തീയ്യതി കുറിച്ചു നൽകുകയും ചെയ്യുന്നു.

അന്നേ ദിവസം പുറപ്പെടാൻ സമയം അതിശക്തമായ മഴ കൗസ ല്യാംബികയുടെ യാത്ര മുടക്കുവാൻ ശ്രമിക്കുന്നു. എത്ര വലിയ മഴ ആണെങ്കിലും മുരളി ആയില്യത്തിനെ കാണുക എന്നത് തന്നെ ആ യിരുന്നു കൗസല്യാംബികയുടെ ലക്ഷ്യം. കോരിച്ചൊരിയുന്ന മഴയ ത്ത് കൗസല്യാംബിക കുടയും ചൂടി ബസ്സ് സ്റ്റാന്റിൽ എത്തിയപ്പോൾ പട്ടാമ്പിയിൽ പോകാനുള്ള ബസ്സുകൾ മഴകാരണം നിർത്തിവച്ചു എ ന്ന വാർത്തയാണ് കേൾക്കുന്നത്. മഴ നനഞ്ഞ് കൗസല്യാംബിക വീ ട്ടിലേക്ക് മടങ്ങിവരികയും കാര്യങ്ങൾ മുരളി ആയില്യത്തിനെ വിളിച്ച റിയിക്കുകയും ചെയ്തു.

എന്തോ ദുശ്ശകുനം മനസ്സിലാക്കിയ മുരളി ആയില്യത്ത്, മനസ്സിരു ത്തി കൗസല്യാംബികയെ ആവാഹിച്ച് വാരി വച്ചപ്പോൾ കണ്ടത് മുഴു വനും ദുഃശ്ശകുനങ്ങളും നിരനിരയായ ആപത്തുകളും മാത്രം. മാത്രമ ല്ല വരുന്ന രണ്ട് അമാവാസിക്കകം എന്തെങ്കിലും ചെയ്തില്ലെങ്കിൽ വ ലിയ ആപത്തുണ്ടാവുകയും അതിൽ മോചനമോ പ്രതിവിധിയോ ഇ ല്ലാതായി തീരുകയും ചെയ്യാം. അതുകൊണ്ട് ഒരു മാസത്തിനകം എ ന്തെങ്കിലും ചെയ്തേ പറ്റൂ.

മുരളി ആയില്യത്ത് അസ്വസ്ഥനായി. ഇനി എപ്പോഴാണ് അവൾ വിളിക്കുക എന്നറിയില്ല. ഞാൻ തീയ്യതിയും അറിയിച്ചിട്ടില്ല. അവരു ടെ നമ്പറും കുറിച്ച് വച്ചിട്ടില്ല. ഇനി എന്താണ് പ്രതിവിധി.

അപ്പോഴാണ് മുരളി ആയില്യത്തിനെ കാണുവാൻ രണ്ടു പേർ എ ത്തുന്നത്. അച്ഛനും മകനും.

അത് ബോബനും ബോബന്റെ അച്ഛൻ ജോണും ആയിരുന്നു. ജോൺ കാര്യങ്ങളൊക്കെ മുരളി ആയില്യത്തിനോട് പറഞ്ഞ ശേഷം മുരളി ആയില്യത്തിന് കൗസല്യാംബികയുടെ പ്രശ്നവുമായി വലിയ പൊരുത്തം തോന്നുകയും ചോദിക്കുകയും ചെയ്തു.

ബോബന് കൗസല്യാംബികയെ അറിയുമോ?

അറിയാം. നമ്മുടെ ബിൽഡിങ്ങിന്റെ ഓണറാണ്.

അവർ വരാറുണ്ടോ?

എപ്പോഴെങ്കിലും. ഞാൻ ഈ വർഷം ജോയിൻ ചെയ്തതാണ്. വാട ക വാങ്ങുവാൻ മാത്രമാണ് സാധാരണ വരാറുള്ളത്. സീനിയേർസ് പറയുന്നത് കേട്ടതാണ്.

നീ കണ്ടിട്ടുണ്ടോ കൗസല്യാംബികയെ?

ഒരു തവണ.

അവരെ നിനക്ക് വിളിക്കാൻ പറ്റുമോ?

ഞാൻ സീനിയേർസിനെ കൊണ്ട് വിളിപ്പിക്കാം.

ശരി.

എന്നാൽ വിളിക്കാൻ പറയണം. എത്രയും പെട്ടെന്ന്.

മുരളി ആയില്യത്ത് ബോബന് വേണ്ടി കവിടി നിരത്തുകയും എ ല്ലാം തിരച്ചറിയുകയും ജോണിനോട് കാര്യങ്ങൾ മുഴുവൻ പറയാതെ ബോബനു വേണ്ടി അരയിലും കഴുത്തിലും കൈയ്യിലും ഉറുക്ക് എഴു തി കൊടുക്കുകയും എത്രയും പെട്ടെന്ന് ധരിക്കുവാൻ ആവശ്യപ്പെടുക യും ചെയ്തു. പറ്റുമെങ്കിൽ മറ്റുള്ള പുറമേയുള്ള വിടുകളിൽ താമസ മാക്കാതെ കോളേജ് ഹോസ്റ്റലിൽ തന്നെ ബോബനെ താമസിപ്പിക്കാൻ

മുരളി ആയില്യത്ത് ജോണിനെ നിർബന്ധിക്കുന്നു.

ഹോസ്റ്റലിൽ മുറിയില്ലാത്ത കാരണമാണ് ഇവിടെ. ഹോസ്റ്റലിൽ മുറി കിട്ടുവാൻ ഒരു സാധ്യതയുമില്ല. എല്ലാ സാധ്യതകൾ വഴിയും ഞാൻ ശ്രമിച്ചിരുന്നു.

വേണ്ട. ഞാൻ പ്രിൻസിപ്പാളിനോട് സംസാരിക്കാം. പ്രിൻസിപ്പാളി നെ വിളിക്കുന്നു. മുരളി ആയില്യത്ത് കാര്യങ്ങൾ പ്രിൻസിപ്പാളിനെ ധ രിപ്പിക്കുന്നു. പ്രിൻസിപ്പാൾ ഹോസ്റ്റലിൽ ബോബന് മുറി തരപ്പെടു ത്തുന്നു.

പ്രിൻസിപ്പാൾ ജോണിനോട് ഇന്നു തന്നെ ബോബനെ ഹോസ്റ്റലി ലേക്ക് മാറ്റണം എന്നു പറഞ്ഞ് നിർബന്ധിക്കുന്നു. ഹോസ്റ്റലിൽ പോ യി വാർഡനെ കണ്ടാൽ മതി. ബാക്കി ഒക്കെ വാർഡൻ ബോബന് ചെയ്തു കൊടുത്തോളും. നിങ്ങൾ ഇനി ധൈര്യമായി വീട്ടിൽ പോയ്ക്കൊള്ളൂ.

ജോൺ, ബോബനെ ഹോസ്റ്റലിൽ ആക്കി വീട്ടിലേക്ക് പുറപ്പെട്ടു. വഴിമധ്യേ കൗസല്യാംബികയെ ഫോൺ വിളിച്ച് മുരളി ആയില്യത്ത് വിളിക്കുവാൻ പറഞ്ഞ കാര്യം പറയുന്നു.

ബോബന് ഹോസ്റ്റൽ റൂം നന്നായി ഇഷ്ടപ്പെട്ടു. പക്ഷേ കൂട്ടുകാർ അവനെ കളിയാക്കി. ചെറിയ തരം റാഗിങും അവന് കിട്ടി.

ഭൂതത്തെ പേടിച്ചോടിയവൻ. നീയൊരു സയൻസ് വിദ്യാർത്ഥിയ ല്ലേ ? എന്നിട്ടും ഭൂതവും പിശാചും?

എനിക്കറിയില്ല. ഞാൻ വല്ലാതെ സ്വപ്നം കാണുന്നു. അതും ഭയ പ്പെടുത്തുന്നവ. മാത്രവുമല്ല രാത്രിയിൽ സ്വപ്നം കണ്ടിരുന്ന അതേ പോലുള്ള ഒരുവൾ എന്റെ കൂടെ പകൽ സഞ്ചരിക്കുകയും ചെയ്യുന്നു.

അവൾ എങ്ങനെ?

അതെനിക്ക് അറിയില്ല.

അവളെ നിനക്ക് അറിയുമോ?

അജിതാ നിലയത്തിന്റെ തൊട്ടടുത്ത ഓലമേഞ്ഞ വീട്ടിലാണ് അവൾ.

അവളുടെ പേര്?

സുഭദ്ര.

പേര് പ്രേതത്തിന് യോജിച്ചതുതന്നെ.

അവളെ കാണാൻ എങ്ങനെ, പ്രേതം പോലെയാണോ?

എനിക്കറിയില്ല.

സുന്ദരിയാണോ?

എനിക്കറിയില്ല.

അവൾ നിന്റെ കൂടെ വന്നോ?

വന്നു.

എന്നിട്ട്?

ഒന്നുമില്ല.

ഒന്നുമില്ലെന്ന് പറഞ്ഞാൽ.

അവൾ എന്നെ കുളക്കടവിൽ കൂട്ടി കൊണ്ടുപോയി.

അജിതാ നിലയത്തിന്റെ പിറകിലെ കുളത്തിലോ?

അതെ.

അത് സ്ത്രീകൾ കുളിക്കുന്ന കുളമല്ലേ?

അതെ.

പിന്നെ നീ അവിടെ?

അവൾ കൊണ്ടുപോയതല്ലേ.

അവൾ നിന്റെ മുന്നിൽ നിന്ന് കുളിച്ചുവോ?

ഇല്ല .

കളവു പറയരുത്.

കണ്ടത് മുഴുവൻ ഞങ്ങൾക്ക് പറഞ്ഞു തന്നില്ലെങ്കിൽ നിന്നെ ഞ
ങ്ങൾ ഉറങ്ങാൻ വിടില്ല.

ഞാനൊന്നും കണ്ടില്ല.

അവളുടെ അർദ്ധമേനി കാണിച്ചുള്ള സ്നാനം നീ കണ്ടുവോ?

ഇല്ല.

നാളെ നമുക്ക് അവിടെ വരെ ഒന്നു പോകണം. സുഭദ്രയെ നീ
ഒന്നു പരിചയപ്പെടുത്തിത്തരണം.

ശരി, ഞാൻ വരാം. പരിചയപ്പെടുത്തിയും തരാം.

പരിചയപ്പെടുത്തി തരാം എന്ന ആശ്വാസവചനം കേട്ടപ്പോൾ എ
ല്ലാവരും അവരവരുടെ മുറികളിലേക്ക് പോയി.

നാളെ ഇവന്റെ കൂടെ സുഭദ്രയെ പരിചയപ്പെടാം എന്ന മോഹവു
മായി.

ബോബൻ കിടക്കയിൽ കിടക്കുന്നു. സ്ഥലം മാറി കിടന്ന ബുദ്ധി
മുട്ടൊന്നും തോന്നാതെ ബോബൻ പെട്ടെന്ന് തന്നെ ഗാഢനിദ്രയിലാ
ണ്ടു. ശ്വാസോച്ഛ്വാസത്തിൽ പോലും താളവ്യത്യാസമില്ലാതെ അവൻ
അവനല്ലാതായി മതിമറന്നു ഉറങ്ങി.

പെട്ടെന്ന് ആരോ ബോബനെ വാതിൽ തട്ടി വിളിക്കുന്നു.

ബോബാ .. ബോബാ..വാതിൽ തുറക്കൂ .ഞാൻ സുഭദ്രയാണ്.

ബോബൻ വാതിൽ തുറക്കുന്നു.

ഓ.. സുഭദ്രയോ? നീ എന്താണ് ഇവിടെ? ഇത് ഹോസ്റ്റൽ ആണ് .മറ്റുള്ളവർ കണ്ടാൽ നിനക്ക് മോശമല്ലേ?

അതൊന്നും കുഴപ്പമില്ല. നീ എന്റെ കൂടെ വരണം.

ബോബന്റെ കൈപിടിച്ച് വലിച്ചുകൊണ്ട് അവൾ നടക്കുകയാണ്. ബോബന് പോകുവാൻ യാതൊരു താല്പര്യവുമില്ല. മാത്രമല്ല സുന്ദ രിയായ പെണ്ണും. എല്ലാവരുടെയും ഉറക്കത്തിൻ നടുവിലൂടെ സുഭദ്ര ബോബനെയും കൂട്ടി ഹോസ്റ്റലിൽ നിന്ന് അജിതാ നിലയത്തിന്റെ പി റകിലുള്ള കുളത്തിലേക്ക് നീങ്ങുന്നു. മനോഹരമായ പ്രകൃതി ദൃശ്യ ങ്ങൾകണ്ട് ബോബന്റെ കൂടെ കൊഞ്ചുവാൻ..

അകലെ നിന്നു തന്നെ ബോബൻ ശ്രദ്ധിച്ചു. അങ്ങ് കുളക്കടവിൽ അപ്പോൾ രണ്ടു പേർ കാത്തിരിക്കുന്നതുപോലെ തോന്നി

കുളക്കടവിൽ ഇരിക്കുന്നവര ആരൊക്കെയാണെന്ന് ബോബൻ സു ഭദ്രയോട് ചോദിച്ചു.

ഇവർ രണ്ടു പേരും എന്റെ സുഹൃത്തുക്കൾ. ഒന്ന് ഭാനുമതി നിന ക്ക് അറിയാവുന്നവൾ തന്നെ. രണ്ടാമത്തവൾ ചന്ദ്രികാറാണി. ഞങ്ങൾ കുറേ പേരുണ്ട്. മറ്റുള്ളവരൊക്കെ ഒരോ തിരക്കുകാരണം എത്തിയി ല്ല. വെള്ളിയാഴ്ച ഞങ്ങൾ മുഴുവൻ പേരും കാണും.

അതെന്താ വെള്ളിയാഴ്ച

നിങ്ങൾ നാലാംവേദക്കാരുമായി എന്തെങ്കിലും ബന്ധമുണ്ടോ ?

ഹേ.. ഇല്ല.

അവർക്കല്ലേ വെള്ളിയാഴ്ച പ്രധാനം.

ഞങ്ങൾക്കും വെള്ളിയാഴ്ചയാണ് പ്രധാനം. ബോബന് ഞായറാഴ്ച ആണ് പ്രധാനം അല്ലേ?

അതെ ഇവിടെ വന്നിട്ട് ഇതുവരെ കുർബാനക്ക് പങ്കെടുത്തിട്ടില്ല. സുഭദ്രക്ക് അറിയുമോ ഇവിടെ അടുത്തുള്ള പള്ളി

നീ ഏതു തരം ക്രിസ്ത്യനാണ്?

ഞാൻ ആർ സി ക്കാരനാണ്.

ഇവിടെ റെയിൽവെ കോളനിയിൽ ഒരു പള്ളിയുണ്ട്. ഞാൻ കാ ണിച്ചുതരാം. പക്ഷേ ഞാൻ പള്ളിയിൽ കയറില്ല.

കാണിച്ചു തന്നാൽ മതി.

സംസാരിച്ചു സംസാരിച്ചു നടന്ന ദൂരം അവർ അറിഞ്ഞില്ല. അപ്പോ ഴേക്കും കുളക്കടവിൽ എത്തിക്കഴിഞ്ഞിരുന്നു.

ചന്ദ്രികാറാണിയെ ബോബൻ കണ്ട് ഞെട്ടി. ഭൂമുഖത്ത് ഇത്രയും

നല്ല സുന്ദരിമാർ ഉണ്ടോ എന്ന് ബോബൻ താനെ ചോദിച്ചു. വെളു ത്ത സാരിയും ഒണ്ട കെട്ടിയ മുടിയിൽ റോസാപ്പൂ ചൂടി കുളത്തിന്റെ പടവിൽ ഇരുന്ന ചന്ദ്രികാ റാണിയെ കണ്ടാൽ അപ്സരസ്സുകൾ പോ ലും നാണിച്ചുപോകും.

സുഭദ്രേ ഇതാരാണ്? ചന്ദ്രിക റാണി ചോദിച്ചു

ഇവൻ എന്റെ കൂട്ടുകാരൻ ബോബൻ.

ഇവന് കോളേജിൽ ഒന്നും പോകേണ്ടേ?

എന്തിന്? ഞങ്ങളുടെ കൂടെ കൂടിയാൽ എന്തിന് ബോബന് കോ ളേജ്.

നീ അവനെ വൃത്തിക്കേടാക്കരുത്. അവൻ നല്ല പയ്യനാണ്. ചന്ദ്രി ക റാണി ചിരിക്കുന്നു.

ഇവനെ ഞാൻ നോക്കിക്കൊള്ളാം. നീ നിന്റെ പണി എടുത്താൽ മതി.

ആയിടയിൽ ചന്ദ്രികാ റാണി സംസാരിക്കുമ്പോൾ വായിൽ മുക ളിലെ നിരയിലെ രണ്ടു പല്ലുകൾ ചുവന്ന് നീണ്ടുകിടക്കുന്നതായി ബോ ബന്റെ ശ്രദ്ധയിൽ പെട്ടു.

ബോബന്റെ പിറകിൽ തമ്പുരാട്ടി വന്നു നിൽക്കുന്നു. തമ്പുരാട്ടി യെ തുരത്തുവാൻ ചന്ദ്രികാറാണി ബോബൻ അറിയാതെ പലതും ചെയ്യുന്നുണ്ടെങ്കിലും ബോബൻ ധരിച്ചിരിക്കുന്ന ഏലസ്സുകളുടെ ശ ക്തിയിൽ ബോബൻ എല്ലാം തിരിച്ചറിയുവാൻ തുടങ്ങിയിരുന്നു.

മുരളി ആയില്യത്തിന്റെ മാന്ത്രിക ശക്തിയിൽ പ്രേതഭൂതാദികൾ ചെയ്യുന്ന പ്രവർത്തികൾ സ്വബോധത്തിൽ കാണുവാൻ കഴിയുമാറ് അത്രയും ശക്തിയുള്ളവയായിരുന്നു ഏലസ്സുകളെല്ലാം. പക്ഷേ ഭൂത പ്രേതാദികൾക്ക് ഏലസ്സുകൾ കാണാൻ പറ്റുകയോ അവരുടെ പ്രവർ ത്തികൾ തിരിച്ചറിയുന്നുണ്ടെന്ന് മനസ്സിലാക്കുവാൻ സാധിക്കുകയോ ചെയ്യുന്നവ ആയിരുന്നില്ല. അത്രയും സൂക്ഷ്മമായ വ്രതാനുഷ്ഠാന ത്തോടെ ഉണ്ടാക്കപ്പെടുന്ന ഏലസ്സുകളായിരുന്നു അവ.

പക്ഷേ സുഭദ്രയുടെ ശക്തിക്ക് ഏലസ്സിന് മറികടക്കുവാൻ സാധി ക്കുന്നവ ആയിരുന്നില്ല.

പാല മരത്തിൽ ഒരു വലിയ കാലൻകോഴി നിലാവെളിച്ചത്തിൽ കൂവാൻ തുടങ്ങിയിരിക്കുന്നു. അങ്ങ് അകലെയുള്ള എലിവാലൻ മല യിൽ തട്ടിയുള്ള പ്രതിധ്വനി ശബ്ദത്തേക്കാൾ ഭീകരമായിരിക്കുന്നു. ബോ ബനു പേടിയായി.

ചന്ദ്രികാറാണിയും ഭാനുമതിയും തമ്പുരാട്ടിയുടെ നോട്ടത്തിൽ ത

ന്നെ അപ്രത്യക്ഷ്യമായി.

കാലൻ കോഴി കൂവിക്കൊണ്ടിരുന്നു. പെട്ടെന്നായിരുന്നു പാലമര ത്തിൽ നിന്ന് വലിയൊരു പെരുമ്പാമ്പ് ഇറങ്ങി വന്നത്. ബോബനും സുഭദ്രയും സംസാരത്തിനിടയിൽ അതുകണ്ടില്ല. പെരുമ്പാമ്പ് ശബ്ദി ക്കാതെ ബോബന്റെ അരയിൽ വാലുകൊണ്ട് മുറുക്കുകയും പാല മര ത്തിൻ മുകളിലേക്ക് എടുത്തു കൊണ്ടുപോകുകയും ചെയ്തു.

ബോബൻ നോക്കിയപ്പോൾ സുഭദ്രയെ കാണാനില്ല. വെള്ളത്തിൽ എന്തോ വലിയ ശബ്ദത്തിൽ വീഴുന്നതു കേട്ടിരുന്ന ബോബൻ സുഭദ്ര വെള്ളത്തിൽ ചാടിയതായിരിക്കും എന്നു കരുതി ആശ്വസിച്ചു. പെരു മ്പാമ്പ് പിടിച്ചു കൊണ്ടു പോയ ബോബന് ഒന്നും സംസാരിക്കുവാ നോ ഒച്ച വെക്കുവാനോ സാധിച്ചിരുന്നില്ല.

നേരം വെളുത്തപ്പോൾ കോളേജ് ഹോസ്റ്റലിൽ ബോബനെ കാൺ മാനില്ല. എല്ലാവരും ബോബനെ തേടി ഇറങ്ങി. ആർക്കും കണ്ടെത്തു വാൻ സാധിച്ചിരുന്നില്ല. കോളേജ് എല്ലാവർക്കും ലീവ് അനുവദിച്ചു. ബോബനെ തേടുവാൻ. എല്ലാവരും ബോബനെ കണ്ടെത്തുവാൻ നാ ലുഭാഗത്തേക്കും ഓടിത്തുടങ്ങി. കുളക്കടവിലും തേക്കിൻകാട്ടിലും കനാൽക്കരയിലും നോക്കിയിട്ടും ബോബനെ കണ്ടെത്തുവാൻ ആർ ക്കും സാധിച്ചില്ല.

ഈ സമയം കൗസല്യാംബിക മുരളി ആയില്യത്തിന്റെ അടുത്ത് എത്തിയിരുന്നു. അങ്ങനെ മുരളി ആയില്യത്ത് കവിടി നിരത്തുന്നു..

വാരി വെക്കുന്നു.. എല്ലാം തുറന്ന പുസ്തകം പോലെ തെളിഞ്ഞു നിൽക്കുന്നു മുരളി ആയില്യത്തിന്റെ മുന്നിൽ.. വരുന്ന അമാവാസി യിൽ അജിതാ നിലയത്തിലെ അന്തേവാസികളായ പതിനെട്ടുപേരും കൊല്ലപ്പെടുവാൻ സാധ്യത കൂടുതലാണ്. അതുപോലെ കൗസല്യാം ബികയുടെ ജീവനും അപകടത്തിലാണ്.

പ്രതിവിധി എന്താണ്?

അതിൽ കിടന്ന് നരകിക്കുന്ന പതിമൂന്ന് പ്രേതങ്ങളുടെ ശാപമാ ണ് വ്യക്തമാകുന്നത്. പതിമൂന്ന് പ്രേതങ്ങളും ആരേയും ഉപദ്രവിക്കാ തെ ആരെയും കാണാതെ അജിതാനിലയത്തിൽ കഴിയുകയായിരു ന്നു ഇത്രയും നാൾ.

ബോബന് നിങ്ങൾ കൊടുത്ത മുറി ആയിരുന്നു അവരുടെ താവ ളം. അതിൽ നിന്ന് പുറത്ത് പോകുവാൻ അവർക്ക് താല്പര്യമില്ലാ തായിരുന്നു. ബോബൻ അവരിൽ ഒരാളെ കാണുകയും അവൻ അവ ളെ തുരത്തുകയും ചെയ്തു. അവളുടെ പേരാണ് സുഭദ്ര. അവൾ അ

വനെ ഇന്നും പിൻതുടരുന്നുണ്ട്. അവന്റെ ജീവൻ ഏതാനും നിമിഷ ങ്ങൾക്കകം നഷ്ടമാകും. അവനെ ഇപ്പോൾ കണ്ടെത്തണം.

കൗസല്യാംബിക പ്രിൻസിപ്പാളിനെ വിളിച്ചപ്പോൾ മുരളി ആയില്യ ത്ത് പറഞ്ഞതുപോലെ തന്നെ.

കൗസല്യാംബിക മുരളി ആയില്യത്തിനോട് അപേക്ഷിക്കുന്നു. നി ങ്ങളുടെ അപേക്ഷ ഞാൻ കേട്ടു. അനുസരിച്ചു. ഒരു ആപത്തും അജി താ നിലയത്തിൽ നടക്കരുത്. അവിടെയുള്ള കുട്ടികൾ എന്റെ മക്കളാ ണ്

എനിക്കും അവരെ രക്ഷപ്പെടുത്തണമെന്നുണ്ട്. എന്റെ ഏലസ്സിന്റെ ബലത്തിലാണ് അവൻ ഇന്ന് നിലനിൽക്കുന്നത് തന്നെ.

ഇവിടെ ഇനി നല്ല പൂജകൾക്ക് സ്ഥാനമില്ല. നാലാം വേദക്കാരുടെ മാരണവും വശീകരണവുമാണ് ഇനി വേണ്ടത്.

മലപ്പുറത്ത് അഴീക്കോട് പാക്കനാർ എന്ന ഫക്രുദ്ദീൻ സാഹിബ് ഉണ്ട്. അദ്ദേഹത്തെ ഇവിടെ കൊണ്ടുവന്നാൽ രക്ഷ കാണുന്നുണ്ട്.

നല്ല പൂജയുടെ നടുക്ക് പാക്കനാരുടെ വശീകരണ മന്ത്രവും പന്ത വും വിളക്കും ഇവിടെ ആവശ്യമാണ്. വിജയ സാധ്യത കാണുന്നു ണ്ട്. ചിലപ്പോൾ എനിക്ക് തനിച്ച് പറ്റിയില്ലെങ്കിൽ മറ്റൊരുവനിലൂടെ ആവാമല്ലോ..

അജിതാ നിലയത്തിൽ നാളെ ഞാൻ ഒരു കളം പൂജ നടത്തും. നാഗപൂജയും മൃത്യുപൂജയും ഫക്രുദ്ദീൻ സാഹിബ് നടത്തട്ടേ.. അതി നുള്ള ഒരുക്കങ്ങൾ നിങ്ങൾ നടത്തി കൊടുക്കണം.

മുഴുവൻ കുട്ടികളെയും അജിതാ നിലയത്തിൽ നിന്ന് മാറ്റണം. അ വരുടെ ഒരു സാധനവും അജിതാനിലയത്തിൽ കാണരുത്. പൂജ വിജ യിക്കുന്നില്ലെങ്കിൽ അജിതാ നിലയം കത്തിച്ചു ചാമ്പലാക്കണം. അ തോടെ അവിടെ എല്ലാം തീരും. അതിനുള്ള സമ്മതം എനിക്ക് കൗ സല്യാംബിക തരണം.

ഇതൊക്കെ കേട്ടപ്പോൾ കൗസല്യാംബിക ഞെട്ടിയെങ്കിലും വീട് കത്തിനശിച്ചാലും കുഴപ്പമില്ല. ഇവിടെയുള്ള ആരുടെയും ജീവൻ ന ഷ്ടപ്പെടുവാൻ പാടില്ലെന്ന് മുരളി ആയില്യത്തിനോട് ഉറച്ച സ്വരത്തിൽ പറയുന്നു.

മുരളി ആയില്യത്ത് സമ്മതിക്കുന്നു. ആരുടെയും ജീവൻ നഷ്ടപ്പെ ടുത്താതെ ഞാൻ ശ്രദ്ധിച്ചു കൊള്ളാം. എല്ലാ ഒരുക്കങ്ങളും നടത്തി ക്കൊള്ളു. നാളെ വെള്ളിയാഴ്ച. നാളെ ഉച്ചക്ക് പൂജ അവസാനിക്ക ണം. പൂജ അവസാനിക്കുന്ന സമയം നിമിത്തങ്ങൾ ശരിയായില്ലെങ്കിൽ

പിന്നെ പറഞ്ഞതു പോലെ പാതിരാത്രി പന്ത്രണ്ട് മണിക്ക് അജിതാ നിലയം കത്തും. അത് അവിടെ ഉള്ളവർ തന്നെ കത്തിച്ചു കൊള്ളും. അതിനുള്ള മരുന്ന് പാക്കനാരുടെ കൈവശമുണ്ട്.

ബോബനെ കണ്ടെത്തുവാൻ ആർക്കും സാധിക്കുന്നില്ല.

അപ്പോഴാണ് ഉച്ചയോട് അടുപ്പിച്ച് ഒരുവൻ ഓടിവന്ന് കുളക്കടവി ലെ പാലമരത്തിന്റെ മുകളിൽ ബോബന്റെ ഷർട്ട് തൂങ്ങി കിടക്കുന്നു ണ്ടെന്ന് പറഞ്ഞ് കോളേജിൽ എത്തിയത്.

കോളേജിലെ പ്രിൻസിപ്പാളടക്കം എല്ലാ അദ്ധ്യാപകരും വിദ്യാർ ത്ഥികളും കുളക്കടവിൽ നിമിഷങ്ങൾക്കകം എത്തിക്കഴിഞ്ഞു.

എല്ലാവർക്കും മുകളിൽ തൂങ്ങിക്കിടക്കുന്ന ഷർട്ട് നോക്കി നിൽ ക്കുവാനെ സാധിച്ചിരുന്നുള്ളൂ.

ഇത്രയും മുകളിൽ ഷർട്ട് എങ്ങനെ എത്തി എന്നായി എല്ലാവരും.

ഒരു സയൻസിനും കണ്ടുപിടിക്കാൻ പറ്റാത്തവിധം ഷർട്ട് ഉയരമു ള്ള ചില്ലയിൽ രക്തക്കറയോടെ തൂങ്ങിക്കിടക്കുന്നു.

അപ്പോഴാണ് ഒരു കുറവൻ പാളത്തൊപ്പിയും മുട്ട് ഇറക്കം മാത്രമു ള്ള ഒരു മുഷിഞ്ഞ തോർത്തുമായി അവിടെ എത്തുന്നത്. കുറവൻ കാര്യം അന്വേഷിച്ചു. കാര്യങ്ങൾ മനസ്സിലാക്കിയ കുറവൻ പറഞ്ഞു, ഈ മരത്തിന്റെ മുകളിൽ മനുഷ്യർക്ക് ഇരിക്കാൻ മാത്രമുള്ള ഒരു മട യുണ്ടെന്ന് പറഞ്ഞുകേട്ടിട്ടുണ്ട്.

ചിലപ്പോൾ ആ മകൻ ആ മടയിൽ കാണുമായിരിക്കും.

ഇത്രയും ഉയരത്തിൽ ആര് കയറും എന്നായി.

കുറവൻ പറഞ്ഞു നിങ്ങളൊക്കെ എന്നെ കാത്തു നിൽക്കുകയാ ണെങ്കിൽ ഞാൻ കയറാം. എന്നെപ്പോലെയുള്ള ഒരുവൻ പ്രേതമായി ഈ മരത്തിൽ സ്ഥിരതാമസമുണ്ടെന്നാണ് എന്റെ അറിവ്. നിങ്ങൾക്കും കാ ണുമായിരിക്കും. നിങ്ങൾക്ക് അതിലൊന്നും വിശ്വാസം കാണില്ലായി രിക്കും. കാരണം നിങ്ങൾ പഠിക്കുന്നവരല്ലേ.

കൂടെ നിൽക്കുന്നവർക്കൊന്നും കുറവനിൽ വലിയ വിശ്വാസം വ ന്നില്ല.

കനാൽ കരയിൽ കുളിക്കുവാൻ ഇറങ്ങിയപ്പോൾ ഷർട്ട് കരയിൽ വച്ചു കാണും. കാറ്റിൽ ഷർട്ട് പൊങ്ങി വന്നു മരത്തിൻചില്ലയിൽ കു ടുങ്ങിയതാവും.

പലർക്കും കുറവന്റെ മരത്തിന്റെ മടയിൽ വിശ്വാസമില്ലാത്തതിനാൽ കനാൽ കരയിലേക്ക് നീങ്ങി തുടങ്ങി. പലരും അപ്പോഴേക്കും ബോ ബനെ കനാൽക്കരയിൽ വിധി എഴുതി കഴിഞ്ഞു. അത്രയും ഒഴുക്കു

ള്ള കനാൽ ആയിരുന്നു കോളേജിന്റെ പരിസര പ്രദേശങ്ങളിൽ.

നിമിഷനേരത്തിനുള്ളിൽ അണ്ണാരക്കണ്ണൻ മരം കയറുന്നതുപോ ലെ കുറവൻ പാലമരത്തിന്റെ മൂർദ്ധന്യത്തിൽ എത്തി. അവിടെ എട്ട് ശിഖരങ്ങൾ. നീരാളിയുടെ കാലുകൾ പോലെ. ഈ ശിഖരത്തിന്റെ ന ടുവിൽ എത്തിയപ്പോൾ കുറവൻ പറഞ്ഞു.

ബോബൻ ഇവിടെ ഉണ്ട്.

എല്ലാവരും ഞെട്ടി. ഇവൻ എങ്ങനെ ഇത്രയും ഉയരത്തിൽ.. എ ന്തിന് ഇവൻ ഇത്രയും വലിയ മരത്തിൽ കയറി..

അപ്പോഴേക്കും മുരളി ആയില്യത്തും കൗസല്യാംബികയും അവി ടെ എത്തി കഴിഞ്ഞിരുന്നു.

എല്ലാം കാര്യങ്ങളും മുരളി ആയില്യത്ത് ചിന്തിച്ച രീതിയിൽ ത ന്നെയാണ് നടക്കുന്നത്.

തമ്പുരാട്ടിയും കുറവനും ഞങ്ങളുടെ പക്ഷത്താണ് എന്നത് എനി ക്ക് ഉറപ്പായി. എന്നാലും.. ഒരു സംശയം. മുരളി ആയില്യത്ത് കൗസ ല്യാംബികയോട് കുശുകുശുത്തു.

ബോബന് ഒന്നും പറ്റിയിട്ടില്ലെന്ന് മരത്തിൻമുകളിൽ നിന്ന് കുറ വൻ ഉച്ചത്തിൽ പറഞ്ഞു.

അപ്പോഴേക്കും പാലമരത്തിന്റെ മടയിൽ നിന്ന് ബോബൻ തലപൊ ക്കി. എല്ലാവരെയും നോക്കി ഒന്നും സംഭവിക്കാത്തപോലെ ബോബൻ കൈ വീശി.

നിമിഷങ്ങൾക്കകം തോർത്ത് ചുമലിൽ കെട്ടി ബോബനെ അതിൽ ഇരുത്തി കുരങ്ങൻ കുഞ്ഞുമായി മരത്തിൽ നിന്ന് ഇറങ്ങി വരുന്നതു പോലെ കുറവൻ ബോബനുമായി മരത്തിൽ മുകളിൽ നിന്ന് താഴേ ക്ക് ഇറക്കി.

എല്ലാവരും ബോബനെ കുറ്റം പറഞ്ഞു കൊണ്ടിരിക്കുമ്പോൾ മുര ളി ആയില്യത്ത് ഉച്ചത്തിൽ പറഞ്ഞു ബോബനെ വെറുതെ വിടുക.

ഒന്നും അവൻ ചെയ്യുന്നതായിരുന്നില്ല. അവനിലെ അമാനുഷിക ശക്തി ചെയ്തു വരുന്നതാണ്. ഇവിടെ നിങ്ങൾ സയൻസ് കൂട്ടിക്കുഴ ക്കരുത്.. ഇനിയും നിങ്ങളുടെ കൂട്ടുകാരായ ഈ അജിതാ നിലയത്തി ലെ പതിനേഴുപേര എനിക്ക് രക്ഷിക്കാനുള്ളതാണ്. നിങ്ങൾ സഹ കരിക്കണം. വിഷയം എന്തോ ആവട്ടെ. നിങ്ങളുടെ കോളേജിലും ചി ല അദ്ധ്യാപകരും പ്രൊഫസർമ്മാരും ചേർന്ന് പൂജ ചെയ്തവരല്ലേ.. നിങ്ങൾക്കറിയാമല്ലോ? അതുകൊണ്ട് സഹകരിക്കണം. സയൻസ് അ വിടെ നിൽക്കട്ടെ. നാളെ രാത്രി വരെ എനിക്ക് സമയം തരണം.

മുരളി ആയില്യത്തിന്റെ നിർദ്ദേശപ്രകാരം എല്ലാവരും കുളക്കടവിൽ നിന്ന് ഹോസ്റ്റലിലേക്ക് പോയി.

അപ്പോഴേക്കും അജിതാ നിലയം പൂർണ്ണമായും എല്ലാവരും ഒഴിഞ്ഞു കഴിഞ്ഞിരുന്നു.

നാടു മുഴുവൻ അജിതാ നിലയത്തിലെ പൂജയുടെ വിവരം കാട്ടു തീപോലെ പടർന്നു.പക്ഷേ, ആരും അജിതാ നിലയത്തിന്റെ ഏഴയല ത്ത് വരുവാൻ ധൈര്യപ്പെട്ടില്ല.

അജിതാ നിലയത്തിന്റെ കിഴക്കുഭാഗത്തെ തിണ്ണയിൽ എത്തിയ പ്പോൾ മുരളി ആയില്യത്ത് കൗസല്യാംബികയോട് പറഞ്ഞു.ഇന്ന് രാ ത്രി അജിതാ നിലയത്തിൽ എന്റെ കൂടെ നിങ്ങൾ താമസിക്കണം.

കൗസല്യാംബിക ഞെട്ടി.

ആ ഞെട്ടലിന് അധികം ആയുസ്സ് ഉണ്ടായിരുന്നില്ല.

കൗസല്യാംബികയ്ക്ക് പെട്ടെന്ന് ബോധക്ഷമുണ്ടായി.

അവിടെ ഉണ്ടായിരുന്നവർ കൗസല്യാംബികയെ പൊക്കി എടുത്ത് അജിതാ നിലയത്തിന്റെ കിഴക്കുഭാഗത്തെ വരാന്തയിൽ ഒരു പലക മുകളിൽ കിടത്തി.

അവിടെ വച്ച് മുരളി ആയില്യത്ത് കൗസല്യാംബികയെ മുഖം കാ ണുംവിതം വഴയിലകൊണ്ട് പുതപ്പിച്ചു. അതിന് ശേഷം കണ്ണെഴുതി വലിയ കറുത്ത പൊട്ടും വച്ചു. അപ്പോൾ കൗസല്യാംബിക അതീവ സുന്ദരിയായി മാറിയിരുന്നു.

കൗസല്യാംബിക അവിടെ ഉറങ്ങട്ടേ..

മുരളി ആയില്യത്ത് പുറത്ത് നോക്കിയപ്പോൾ അങ്ങ് അകലെ നിന്ന് നല്ല ഉയരവും അരോഗദൃഢഗാത്രനുമായ ഒരാൾ

കൈയിൽ ഒരു വളയൻ കാലുകുട അതിന്റെ കൂടെ ഒരു ആടും. ത ലയിൽ കെട്ടിന് മുകളിൽ ഒരു ട്രങ്ക് ബോക്സ് അരയിൽ വലിയ വീ തിയുള്ള പച്ച അരപ്പട്ട പിന്നെ പച്ച ലുങ്കിയും വെളുത്ത ഫുൾ കൈ ഷർട്ടും.

സഹായികൾ ആരുമില്ല.

സ്വയം പര്യാപ്തത നേടിയ ഒരു ദുർമന്ത്രവാദി. അതെ അയാൾ ത ന്നെ ഫക്രുദ്ദീൻ സാഹിബ്.

ഇയാൾ ഇത്ര നേരത്തെ എത്തിയോ?

ഞാൻ വൈകേണ്ട എന്നു കരുതി നേരത്തെ പുറപ്പെട്ടു. സംഗതി ഗൗരവമുള്ളതല്ലേ? വല്ല വിഘ്നങ്ങളും വഴിക്ക് വച്ച് ഉണ്ടായാൽ തര ണം ചെയ്തു വേണ്ടേ ഇവിടെ എത്താൻ. അതിനുള്ള സമയം കണ്ടു

നേരത്തെ പുറപ്പെട്ടു. പക്ഷേ വിഘ്നങ്ങളൊന്നും തന്നെ ഉണ്ടായിരു ന്നില്ല. നിങ്ങൾ ഇവിടെ ഉള്ള സ്ഥിതിക്ക് അവിടെ എന്നെ എതിരിടാൻ ഒരു ശത്രു വരില്ലല്ലോ? ഇൻശാ അള്ളാ .. അല്ലേ തമ്പുരാനേ..

അജിതാ നിലയത്തിൽ വരാന്തയിൽ ഇരുന്ന് രണ്ടും പേരും തു മ്മാൻ മുറുക്കി സംസാരിച്ചു കൊണ്ടിരിക്കുമ്പോഴാണ് ഫക്രുദ്ദീൻ വാ ഴഇലയിൽ പൊതിഞ്ഞ സുന്ദരിയായ കൗസല്യാംബികയെ കാണു ന്നത്.

അല്ല ആയില്യത്തെ എന്റെ ആട് വെറുതെ ആയി പോകുമോ?

ഇല്ല. എല്ലാം ഇതുവരെ ഞാൻ ചിന്തിച്ചതു പോലെ സംഭവിച്ചിട്ടു ള്ളൂ. ഇനി ഉള്ളതും അങ്ങനെ തന്നെ നടക്കണം.

കാണുമ്പോൾ എനിക്കൊരു മോഹം.

മോഹം മനസ്സിൽ വച്ചാൽ മതി. നിങ്ങളുടെ ക്രിയകൾ അത്തര ത്തിലുള്ള കാരണമാണ് ഇത്തരം മോഹം. വേണ്ടാ ഇത്തരം ചിന്തക ളും മോഹങ്ങളും.

മോഹിക്കുന്നതിൽ തെറ്റില്ല എന്നതാണ് എന്റെ വശം. ഇത്രയും സുന്ദരിയായ ഇവളെ നമ്മുക്ക് ഭോഗിക്കുന്നതിൽ എന്താണ് തെറ്റ്.

വേണ്ട. അത് ഇവിടെ വേണ്ട.

ഇവിടെ ഇനി ആരും വരുവാൻ പോകുന്നില്ല. ഞങ്ങൾ എന്തു ചെ യ്താലും ജനങ്ങൾ അറിയുകയുമില്ല.

ഫക്രുദീൻ നിങ്ങൾ ഒരു നാലാം വേദക്കാരനാണ്. സമാധാനമാ ണ് നിങ്ങളുടെ ലക്ഷ്യമെങ്കിൽ ഇവിടെ അത്തരം ചിന്തകൾ അരുത്. നിങ്ങൾ വന്നതും ഞാൻ വന്നതും സഹായം അന്വേഷിച്ചുവന്നവരെ ഭോഗിക്കുവാനല്ല. രക്ഷിക്കുവാൻ വന്നവരാണ്. നിങ്ങൾ നിങ്ങളുടെ കർമ്മം ചെയ്യുക.

ചില ഇടങ്ങളിൽ എന്റെ മന്ത്രം ഫലിക്കണമെങ്കിൽ ഇത്തരം കാഴ് ചകളെ ഉപയോഗപ്പെടുത്തണം എന്നൊരു നിബന്ധനയുണ്ട്.

അത്തരം നിബന്ധനകൾ എന്റെ മുന്നിൽ നിന്ന് വേണ്ട. അതും ഉ ന്നതകുലത്തിൽ പിറന്ന കൗസല്യാംബികയിൽ വേണ്ട.

ഞാൻ നടത്തിയിരിക്കും.

സാധ്യമല്ല. ഞാൻ ഇവിടെ ഇരിക്കുമ്പോൾ അത് സംഭവിക്കില്ല. അ ഥവ സംഭവിക്കുകയാണെങ്കിൽ നിങ്ങൾ കൊണ്ടുവന്ന ആട് വെറു തെയാകും.

അവർ തമ്മിൽ വാക്കുതർക്കം മൂർച്ഛിച്ചു. പക്ഷേ മുരളി ആയില്യ ത്ത് ഫക്രൂദ്ദീനിനെ നേരത്തെ ദിവ്യശക്തിയാൽ ബന്ധിച്ചിരുന്നു. ഫ

ക്രുദ്ദീൻ സംസാരിക്കുകയല്ലാതെ ഒന്നും പ്രവർത്തിയിൽ കൊണ്ടുവ രുവാൻ സാധിച്ചിരുന്നില്ല. മാത്രമല്ല അജിതാ നിലയത്തിൽ നിന്ന് പു റത്ത് പോകുവാനും അദ്ദേഹത്തിന് ഇനി സാധിക്കുകയില്ല.

രാത്രി ഏറെ വൈകുവോളം അവരുടെ സംഭാഷണം മുറുകിയെ ങ്കിലും കൗസല്യാംബികയുടെ ഉറക്കത്തിന് യാതൊരു ഭംഗവും വന്നി ല്ല.

മുരളി ആയില്യത്ത് അജിതാ നിലയത്തിന്റെ വടക്ക് കിഴക്കു ഭാഗ ത്തുള്ള മുറിയിലും ഫക്രുദ്ദീൻ ബോബൻ കിടന്നുറങ്ങിയ തെക്കുഭാ ഗത്തുള്ള മുറിയിലും പൂജകൾ തയ്യാറാക്കിക്കൊണ്ടിരുന്നു.

പുലർച്ച തന്നെ പൂജയുടെ ഒരുക്കങ്ങൾ പൂർത്തിയാക്കി ബ്രാഹ്മ മു ഹൂർത്തത്തിൽ രണ്ടു പേരും വാശിയോടെ പൂജ ആരംഭിച്ചു. എത്ര ത്തോളം ഫക്രുദ്ദീന്റെ മനസ്സ് ഉത്ക്കണ്ഠാപൂർണ്ണമാകുന്നുവോ അത്ര ത്തോളം വശീകരണ പൂജയുടെ ശക്തിയും കൂടും എന്ന തിരിച്ചറിവാ ണ് മുരളി ആയില്യത്ത് അദ്ദേഹത്തെ പ്രകോപിപ്പിച്ചത്. പക്ഷേ ഫ ക്രുദ്ദീന്റെ പൂജ തുടങ്ങി ഏറെ സമയം കഴിഞ്ഞെങ്കിലും മുരളി ആയി ല്യത്ത് ചിന്തിക്കുന്ന തലത്തിലേക്ക് ഫക്രുദ്ദീൻ ഉയർന്നു വരുന്നില്ല. ഫക്രുദ്ദീന്റെ ശ്രമം ആത്മാർത്ഥമാണെങ്കിലും വിജയിക്കുന്നില്ലെന്ന് മ നസ്സിലാക്കുന്ന മുരളി ആയില്യത്ത് കൗസല്യാംബികയെ പതുക്കെ പതുക്കെ വിവസ്ത്രയാക്കുന്നു.

വിവസ്ത്രയാക്കുന്നത് ഫക്രുദ്ദീൻ കാണുന്നത് ബോധമനസ്സിൽ ആ യിരുന്നില്ല. വിവസ്ത്ര ആക്കിയപ്പോൾ ഫക്രുദ്ദീൻ തന്റെ ഉപബോധമ നസ്സിൽ കൗസല്യാംബികയെ ഭോഗിക്കുവാൻ തുടങ്ങി. ഭോഗസുഖ ത്തിൽ അടിമപ്പെട്ട ഫക്രുദ്ദീന്റെ എല്ലാ കാര്യങ്ങളും പതിമൂന്ന് പ്രേത ങ്ങളും ഫക്രുദിന്റെ മനസ്സിൽ നടക്കുന്ന കാര്യങ്ങൾ കാണുകയും ആ ഘോഷിക്കുകയും ആയിരുന്നു.

കൗസല്യാംബികയുമായി സ്വപ്നസമ്പർക്കത്തിൽ ആയ ഫക്രുദീൻ ജീവിതം ആഘോഷിക്കുന്നത് പതിമൂന്നുപേർക്കും ഇഷ്ടപ്പെട്ടു. ഈ ആലിംഗനത്തിൽ കൗസല്യാംബികയെ കഴുത്ത് ഞെരിച്ചു നാലാം വേ ദക്കാരനിലൂടെ മരിക്കണം എന്നതായിരുന്നു പതിമൂന്ന് പേരുടെയും ആഗ്രഹം.

പക്ഷേ ഫക്രുദീന്റെ സ്വപ്നം ഇടക്ക് വച്ച് മുരളി ആയില്യത്ത് മുറി ച്ചു കളഞ്ഞു. അപ്പോഴേക്കും വെള്ളിയാഴ്ച നട്ടുച്ച കഴിഞ്ഞിരുന്നു. പ തിമൂന്ന് പേരും ഫക്രുദീനെ ചുറ്റി നിൽക്കുന്നു. ഫക്രുദ്ദീൻ സുന്ദരിക ളിൽ സുന്ദരിയായ പതിമൂന്ന് പേരേയും ദർശിക്കാതെ കൗസല്യാംബി

കയെ തേടുന്നു.

ഗത്യന്തരമില്ലാതെ ആയില്യത്ത് വീണ്ടും കൗസല്യാംബികയെ വി വസ്ത്ര ആക്കുകയും മുരളി ആയില്യത്ത് സ്വന്തം പൂജയിലൂടെ പതി മൂന്ന് പേരെ വീണ്ടും പ്രത്യക്ഷപ്പെടുത്തുകയും ചെയ്യുന്നു.

വികാരനിർവൃതിയാൽ കൗസല്യാംബികയുടെ കഴുത്ത് പിടിക്കു ന്ന ഫക്രുദീൻ പിന്നെ കഴുത്തിൽ നിന്ന് കൈ എടുക്കുവാൻ പറ്റാത്ത അവസ്ഥയിൽ എത്തിച്ചേരുകയും ഫക്രുദ്ദീൻ വികാരത്തിന്റെ അന്ത്യ മറിയാതെ ആലിംഗനം ചെയ്തുകൊണ്ടിരുന്നു.

പതിമൂന്നുപേരും അട്ടഹാസത്തോടെ ഫക്രുദ്ദീന്റ പൂജ മുടക്കുന്നു. അജിതാ നിലയം മുഴുവൻ കുലുങ്ങുവാൻ തുടങ്ങി. ഭൂമി കുലുക്കം വ ന്ന പ്രതീതി. അഥവാ എന്തെങ്കിലും മറിച്ചു സംഭവിച്ചാൽ മൂന്ന് ജീ വൻ അപകടത്തിലാകും. മുരളി ആയില്യത്ത് വരച്ചു വച്ചതിൽ മാറ്റം കണ്ടു തുടങ്ങിയിരിക്കുന്നു. ആദ്യ ശ്രമം പരാജയത്തിന്റെ വക്കിൽ ആ തിനാൽ ഇനി എന്ത് എന്ന് നിനച്ചിരിക്കേയാണ് അവിടെ ആരും അറി യാതെ ബോബൻ കടന്നുവരുന്നത്.

ഇനി ആടിനെ ബലി കൊടുക്കുക അല്ലെങ്കിൽ ബോബനെ ബലി കൊടുക്കുക എന്നതേ ആയില്യത്തിന്റെ മുന്നിലുണ്ടായിരുന്നുള്ളൂ.

ഉച്ച കഴിഞ്ഞു പതിമൂന്ന് പേരുടെയും ശക്തി ക്ഷയിച്ചപ്പോൾ ഫ ക്രുദ്ദീൻ ബോധ മനസ്സിലേക്ക് തിരിച്ചുവന്നു.

നടന്ന കാര്യങ്ങൾ ഒക്കെ ആയിലത്ത് ഫക്രുദീനെ പറഞ്ഞു കൊ ടുത്തു.

ഫക്രുദീൻ പറഞ്ഞു, ഇനി എന്നിൽ തെറ്റുണ്ടാവില്ല. ഇവിടെയുള്ള പ്രേതങ്ങൾ എന്നെ കൊണ്ടു ചെയ്യിച്ചതാണ്. നമുക്ക് രാത്രിയിലേക്കു ള്ള പൂജക്ക് ഒരുങ്ങാം. ബോബനെ ഉപയോഗപ്പെടുത്താം. ഇവൻ വ ന്നത് ദൈവനിശ്ചയമാണ്.

ശരിയാണ്. പക്ഷേ ഫക്രുദീൻ ഒന്ന് മനസ്സിലാക്കണം ഇരുപത്തി നാല് മണിക്കൂർ ആകാറായി കൗസല്യാംബിക ജഡമായിട്ട്. ഇനി ഇ വരെ ഉണർത്താൻ വൈകിയാൽ അവർ ഞങ്ങൾക്കൊരു ബുദ്ധിമുട്ടാ യി മാറും.

സന്ധ്യയോടെ വീണ്ടും രണ്ടു വശത്തും പൂജ തുടങ്ങി. ആടിനെ ഫക്രുദീൻ തന്റെ പിറകിൽ കെട്ടിയിട്ടു. രണ്ടു ഭാഗത്തു നിന്നുള്ള മ ണിയുടെ ശബ്ദം അജിതാ നിലയത്തെ നിശബ്ദതയിൽ ഭയപ്പെടു ത്തിക്കൊണ്ടിരുന്നു. ഫക്രുദീൻ ഉറഞ്ഞു തുള്ളുവാൻ തുടങ്ങി. ഫക്രു ദീൻ കൊണ്ടു വന്ന ആട് കരയുവാൻ തുടങ്ങി.

പതുക്കെ ആയില്യത്ത് ഫക്രുദ്ദീന്റെ പൂജാമുറിയിലേക്ക് പ്രവേശി ച്ചു കൊണ്ടിരിക്കുന്നു. വാവലുകൾ പാല മരത്തിൽ നിന്ന് ഇറങ്ങി അ ജിതാ നിലയത്തെ വലം വെക്കുവാൻ തുടങ്ങി. കുറുക്കന്മാർ ഓരി ഇ ടുവാൻ തുടങ്ങി. പശുക്കൾ അർദ്ധരാത്രി കരയുവാൻ തുടങ്ങി. നായ കൾ കുരച്ചുകൊണ്ട് നാലുഭാഗത്തും ഓടി തുടങ്ങി. അജിതാനിലയം ധൂമങ്ങളാൽ മറഞ്ഞുനിന്നു. നാലു ഭാഗത്തും ഭീതിപ്പെടുത്തുന്ന ശബ്ദ ങ്ങൾ. അങ്ങ് എലിവാലൻ മലയിൽ തട്ടി പ്രതിധ്വനി ആയി വരുന്ന ശ ബ്ദങ്ങൾ നാടിനെ വിറപ്പിച്ചു കൊണ്ടിരുന്നു. ആ പ്രദേശത്തുള്ള ആ രും ഭയന്ന് വീട്ടിന് പുറത്തിങ്ങിയില്ല.

കൗസല്യാംബികയെ മുരളി ആയില്യത്ത് ഉണർത്തുന്നു. ഉണർന്നെ ങ്കിലും ആയില്യത്തിന്റെ നിയന്ത്രണത്തിലായിരുന്നു കൗസല്യാംബിക.

കൗസല്യാംബികയെ പതുക്കെ ഫക്രുദ്ദീന്റെ പൂജാമുറിയിലേക്ക് .. അപ്പോഴേക്കും പതിമൂന്ന് സ്ത്രീകളും ഫക്രുദ്ദീനിൽ അനുസരണ ഉ ള്ളവരായിരുന്നു. അവർ വല്ലാത്ത ശബ്ദം വെച്ചു നാഗങ്ങളോടൊപ്പം ഇഴഞ്ഞ് ഫക്രുദ്ദീന്റെ നിർദ്ദേശത്തിന് അനുസരിച്ച് നൃത്തം വെക്കുക യായിരുന്നു. മാത്രമല്ല അവർ എന്തൊക്കെയോ ഫക്രുദ്ദിനോട് ആവ ശ്യപ്പെട്ടുകൊണ്ടിരിക്കുകയും ചെയ്യുന്നു.

വേണ്ടുന്നതൊക്കെ നിങ്ങൾക്ക് തരാമെന്ന് ഫക്രുദ്ദീൻ ആണയിടു ന്നു. കൊണ്ടുവന്ന ആടിനെ ആവർക്ക് നീട്ടുന്നു.

അപ്പോഴേക്കും കൗസല്യംബികയേയും ബോബനേയും ഫക്രുദ്ദീ ന്റെ പിന്നിൽ ആയില്യത്ത് മറയിൽ നിർത്തുന്നു.

കൗസല്യാംബികയും ബോബനും എത്തിയതോടു കൂടി പതിമൂ ന്ന് പേരും രണ്ടു പേരുടെ മുകളിൽ ചാടി വീഴാൻ ശ്രമിച്ചപ്പോൾ മുര ളി ആയില്യത്ത് തടയുകയും പൂജാ മുറിയിലെ വിളക്കുകളുടെ തിരി കൾ അണയുകയും അതൊരു തീഗോളം കണക്കെ അജിതാ നിലയ ത്തിന്റെ പുറത്തുവരികയും ചെയ്യുന്നു. ഇതേ നിമിഷം ഫക്രുദ്ദീനും ബോബനും കൗസല്യാംബികയും ആടും പുറത്തേക്ക് ഓടി വരുന്നു. പെട്ടെന്ന് തന്നെ തീഗോളം അജിതാ നിലയത്തിന്റെ മുഴുവൻ അക വും നിറയുന്നു. അജിത നിലയം അഗ്നിപർവ്വതം കണക്കെ മുകളി ലേക്ക് തീ എറിഞ്ഞപ്പോൾ വട്ടമിട്ടു കൊണ്ടിരുന്ന വവ്വാലുകൾ ആ അഗ്നിയിലേക്ക് പ്രവേശിച്ചുകൊണ്ടിരുന്നു. പെട്ടെന്ന് തന്നെ തെക്കു ഭാഗത്ത് ഉണ്ടായിരുന്ന പാലമരം അഗ്നിക്കിരയായുകയും ചെയ്തു.

പൂജാമുറിയിൽ അറിയാതെ ബന്ധനസ്ഥരാക്കിയ പതിമൂന്നും പേ രും ആ അഗ്നിയിൽ നിലവിളിയോടെ നിർജ്ജീവമായി. അജിതാ നി

ലയം നിമിഷങ്ങൾക്കകം വെണ്ണീരായി മാറിക്കഴിഞ്ഞിരുന്നു.

അപ്പോഴേക്കും പടിഞ്ഞാറു വശത്തുള്ള പാല മരത്തിൽ കുറവ നും തമ്പുരാട്ടിയും ദീർഘനിശ്വാസത്തിലായിരുന്നു. ഇത്രയും നാൾ കുറവനും തമ്പുരാട്ടിക്കും കൊഞ്ചുമ്പോഴും കുഴയുമ്പോഴും പതിമൂ ന്ന് പേരും എന്നും വിഘ്നങ്ങളായിരുന്നു. ഇനി അവരുടെ ശല്യമില്ല. ബോബനും കൗസല്യാംബികക്കും ദീർഘായുസ്സ് നേർന്ന് കുറവനും തമ്പുരാട്ടിയും ലോകാവസാനം വരെ പാലമരത്തിൽ എല്ലാവരുടെയും രക്ഷക്കായി കാണുമായിരിക്കും.

•••

നിനച്ചിരിക്കാതെ

ലോകകപ്പ് ഫുട്ബോൾ മത്സരങ്ങൾ ഖത്തറിൽ തകൃതിയായി നട ക്കുന്നു.

ഇന്ന് ബ്രസീൽ കാമറൂൺ മത്സരം.

വളരെ അധികം ബുദ്ധിമുട്ട് സഹിച്ചു കൊണ്ട് ഒരു ടിക്കറ്റ് സംഘ ടിപ്പിച്ച് സ്റ്റേഡിയത്തിലേക്ക്. ഖത്തറിലുള്ള ഏറ്റവും വലിയ സ്റ്റേഡി യം. ലോകകപ്പ് ഫൈനൽ മത്സരം അരങ്ങേറാൻ പോകുന്ന വമ്പൻ സ്റ്റേഡിയം.

ഒരു സിവിൽ എഞ്ചിനിയയറിംഗ് വിസ്മയമാണ് സ്റ്റേഡിയം. സാധാ രണ മുസ്ലിം മതവിശ്വാസികൾ ഉപയോഗിക്കുന്ന തൊപ്പിയാണ് സ്റ്റേ ഡിയത്തിന്റെ മാതൃകയെങ്കിലും അതിന്റെ ജീവൻ വിസ്മയകരമാണ്. ഒരു സിവിൽ എഞ്ചിനീയർക്ക് ഇത്രയും വിസ്മയകരമാണെങ്കിൽ സാ ധാരണക്കാർക്ക് ആ ഭീമാകാരനായ സ്റ്റേഡിയം എന്തായിരിക്കും?

പുറത്ത് കാണുമ്പോൾ സുന്ദരമായ കാഴ്ച. അകത്ത് ഭയാനകവും വിസ്മയകരവും അവർണ്ണനീയവുമായ കാഴ്ച.

പണ്ട് ചെറുക്ലാസ്സിൽ പഠിക്കുമ്പോൾ ലോക ഫുട്ബോളർ പെലെ യെക്കുറിച്ച് പഠിച്ചിരുന്നു. പെലെ ആയിരം ഗോളുകൾ അടിച്ചത് പഠി ച്ചിരുന്നു. അന്ന് ലോകകപ്പ് എന്തെന്ന് അറിയില്ലായിരുന്നു. പിന്നീട് നാട്ടിൽ എൺപതുകളുടെ തുടക്കത്തിൽ ടിവി വന്നപ്പോഴാണ് ലോ കകപ്പ് ഫുട്ബോൾ എന്തെന്ന് അറിയുന്നത്.

കുട്ടിക്കാലത്ത് എല്ലാ കുട്ടികൾക്കും ഫുട്ബോൾ ഒരു ജ്വരമായിരു ന്നു. അന്ന് ധാരാളം മൈതാനങ്ങൾ ഉണ്ടായിരുന്നു. എന്നും വൈകു ന്നേരം പലതരം കളികളാൽ സമ്പന്നമായിരുന്നു എല്ലാ മൈതാനങ്ങ ളും. ഇന്ന് മൈതാനങ്ങൾ കുറവാണ്. ഉള്ളവയൊക്കെ കെട്ടിടങ്ങളാ യി. കുട്ടികളൊക്കെ കളിക്കാതെയായി. എല്ലാവരും പാഠ്യവിഷയങ്ങ ളുമായി മത്സരിച്ചപ്പോൾ മത്സരം നാല് ചുമരിനുള്ളിൽ മാത്രം ഒതു

ങ്ങി. മൈതാനങ്ങൾ ആവശ്യമില്ലാതായിവന്നു.

കുട്ടികളെ ആരും ഇന്ന് കളിക്കാൻ വിടുന്നില്ല. കളിയിൽ ഉപയോ ഗപ്പെടുത്തുന്നില്ല. എല്ലാവരും മത്സര പരീക്ഷകളുടെ ഒരുക്കങ്ങളിലും മത്സരത്തിലുമാണ്. കായിക മത്സരങ്ങൾ ആർക്കും വേണ്ടതായിരിക്ക യാണ്. എല്ലാവർക്കും പഠിച്ച് വലിയ വലിയ ജോലികൾ വേണം.എ ല്ലാവരും ജോലി ചെയ്യുവാനാണ് ജീവിക്കുന്നത് എന്നു തോന്നിപ്പോ കുന്നു. ആർക്കും സംരംഭകരാകേണ്ട. സംരംഭകർ എന്ന ചിന്ത തൊ ണ്ണൂറ്റിയൊമ്പത് ശതമാനം പേർക്കുമില്ല. ഇപ്പോൾ മക്കൾ ഉണ്ടായ അ ന്ന് തീരുമാനമെടുക്കുകയാണ്. ജനിച്ചവൻ എന്താവണമെന്ന്. ഒരു വ ല്ലാത്ത ഭൗതികതയിലാണ് ഇന്നുള്ളവർ. ഇത്തരം മാറ്റങ്ങൾക്ക് കാര ണം പഠിച്ചവർക്ക് മാത്രമെ കാശുണ്ടാക്കുവാൻ പറ്റുകയുള്ളൂ എന്ന മി ഥ്യാധാരണയാണ്.

ലോകത്തിലുള്ള ഇൻഡിവിജ്വൽ ധനികന്മാരെ നോക്കിയാൽ ഭൂരി ഭാഗവും കളിക്കാരാണ്. ഇത് വിസ്മരിക്കാൻ പറ്റാത്തതാണ്. എന്താ യാലും എല്ലാവർക്കും ഒന്നാമൻ ആകുവാൻ സാധിക്കില്ല എന്നത് എ ല്ലാവരും പഠിക്കണം.

അങ്ങനെ ലുസൈൽ സ്റ്റേഡിയത്തിൽ വിത്സൺ. ബ്രസീൽ കാമ റൂൺ മത്സരം. സ്റ്റേഡിയം വിശാലമായ സ്ഥലമായതിനാൽ ആളുകളു ടെ തിരക്കുകൾ അനുഭവപ്പെട്ടിരുന്നില്ല. വിവിധ രാജ്യക്കാർ. എല്ലാവ രുടെയും മുഖഭാവം സ്ഥിരം കാണുന്ന പരിചയക്കാരെ പോലെ. എ ല്ലാവരും സന്തോഷത്തിലാണ്. ആരും ആരേയും മുഖം മറക്കുന്നില്ല. എല്ലാവരും വീറും വാശിയോടെയുമുള്ള ദ്രുതചലനത്തിലാണ്. എ ല്ലാവിധ കോപ്രായങ്ങളും എല്ലാവരിലുമുണ്ട്. പിഞ്ചു കുട്ടികൾ മുതൽ പ്രായമായവർ വരെ. പലവിധ വേഷങ്ങളിലും പലവിധ കോലങ്ങളി ലും. ആരിലും അപകർഷതയോ നാണമോ കണ്ടില്ല. എല്ലാവരിലും ഒരേ ഒരു ഭാവം എന്റെ ടീം ജയിക്കണം. എതിർ ടീം തോൽക്കണമെ ന്നല്ല. എല്ലാവരും പോസിറ്റീവ് മൈൻഡ് സെറ്റപ്പുള്ളവർ.

ആളുകൾ നിരനിരയായി നിന്ന് മുഖത്ത് ചിത്രങ്ങൾ വരച്ചെടുക്കു ന്നവർ. വരക്കുന്നവരുടെ രൂപഭാവം ശ്രേഷ്ഠതയുള്ളതാണ്. അവരു ടെ വരയുടെ താളവും ലയവും വര കാണുന്നവർക്ക് ആകർഷണം ഉണ്ടാക്കുന്നവയാണ്. കടലാസ്സിൽ വരക്കുന്ന ലാഘവത്തോടെയാണ് അവർ മുഖത്ത് ചിത്രങ്ങൾ വരച്ച് ഉണ്ടാക്കുന്നത്. വര കഴിഞ്ഞാൽ അ തിന് ഉചിതമായ തൊപ്പിയും ജേഴ്സിയും ഇതൊക്കെ അണിഞ്ഞു ക ഴിഞ്ഞാൽ ഫേൻ സോണിലേക്ക്. അവിടെ മ്യൂസിക്കിന് താളമിട്ടു കൊ

ണ്ടുള്ള ചടുലമായ നൃത്തച്ചുവടുകൾ ആരേയും രസിപ്പിക്കുന്നവയാണ്.

ഇവിടെ കാഴ്ചക്കാർ ഇല്ല. എല്ലാവരും ഒരോ രൂപം കൊണ്ടവർ. എല്ലാം ഫീഫ ഫ്രീയായി ഒരുക്കിയവ. ഇവിടെ ഭാഷ പ്രശ്നമില്ല .വേ ഷം പ്രശ്നമില്ല. അവരവരുടെ താല്പര്യത്തിന് അനുസരിച്ച് ബ്രസീ ലിനെയോ കാമറൂണിനെയോ പിന്തുണക്കുന്നു. കാണികൾ തമ്മിൽ മത്സരമില്ല. എല്ലാവരും എല്ലാരെയും ബഹുമാനിക്കുന്നു എന്നതാണ് ഏറെ പ്രത്യേകത.

വിത്സന് ടിക്കറ്റ് കിട്ടിയത് ഭാഗ്യം കൊണ്ടാണെന്ന് പറയാം. വി ത്സൺ അർജന്റീനയുടെ കളി കാണുവാൻ ഖത്തറിൽ എത്തിയിരുന്ന ഒരു അർജന്റീനൻ ഫാൻസാണ്. പക്ഷേ വിത്സണിന്റെ കൂട്ടുകാർ മുഴു വൻ ബ്രസീലുകാരും. വിത്സനെ കൂടാതെ കളി കാണാൻ പറ്റില്ലെന്ന് രവി പറഞ്ഞതിന്റെ അടിസ്ഥാനത്തിൽ എങ്ങനെയൊക്കെയോ പിന്നീട് വിത്സന് ഒരു ടിക്കറ്റ് രവി സംഘടിപ്പിച്ചു കൊടുത്തതാണ്. അതുകൊ ണ്ടു തന്നെ സുഹൃത്തുക്കളായ രവിയുടെയും ബാബുവിന്റെയും അ നിലിന്റെയും അടുത്ത് ഇരിപ്പിടം കിട്ടിയില്ല.

വിത്സന്റെ ഇരിപ്പിടം ഗാലറിയിൽ അഞ്ചാം ലെവലിൽ വൈ റോയിൽ നൂറ്റി അഞ്ചാം നമ്പർ സീറ്റാണ്.

അങ്ങനെ കളി കഴിഞ്ഞ് കാണാം എന്ന് പറഞ്ഞ് അവരുടെ ഗേറ്റ് നമ്പർ ആയിരുന്ന ഏഴിലും വിത്സന്റെ ഗേറ്റ് നമ്പർ ആയിരുന്ന മുപ്പ ത്തിമൂന്നിലേക്കും കടക്കുവാൻ നാൽവർ സംഘം രണ്ടായി പിരിഞ്ഞു.

കളി തുടങ്ങുവാൻ ധാരാളം സമയമുണ്ട്. പല രാജ്യക്കാരും പരിച യ സമ്പന്നരെപോലെ സ്റ്റേഡിയത്തിൽ യഥേഷ്ടം നടന്നു നീങ്ങുന്നു. ഞങ്ങളുടെ നാടാണെങ്കിൽ എത്രയോ പോലീസുകാരുടെ നിയന്ത്ര ണത്തിലാവും സ്റ്റേഡിയം. ഇവിടെ പോലീസുകാർ വിരലിൽ എണ്ണാ വുന്നവർ മാത്രം. സാധാരണ വളണ്ടിയർമാരാണ് ലോകകപ്പ് കാണി കളെ പ്രധാനമായി നിയന്ത്രിക്കുന്നത്.

ഇവിടെ ട്രാഫിക് ജാമില്ല. ആളുകളുടെ തിരക്കുകളില്ല. പ്രശ്നങ്ങ ളില്ല. ഉന്തും തള്ളുമില്ല. ആർക്കും എനിക്ക് ആദ്യം കയറണമെന്ന വാ ശിയില്ല.

ഒക്കെ വെള്ളം സാവധാനം ഒഴുകുന്നതുപോലെ ജനങ്ങൾ ആരവ ങ്ങൾ ഉണ്ടാക്കി ഒഴുകി നീങ്ങുന്നു. ഇത്തരം ആരവങ്ങൾ ആർക്കും വേവലാതി ഉണ്ടാക്കുന്നില്ല. എല്ലാവരും എല്ലാവരുടെയും ഉത്സവം ന ല്ല മനസ്സാലെ ആഘോഷിക്കുകയാണ്. അതുകൊണ്ട് ഇവിടെ പോ ലീസ്സൊന്നും വേണ്ട. എല്ലാവരും എല്ലാവർക്കും വേണ്ടി സംയമനം

പാലിക്കുന്നു എതിരാളികളെ സ്നേഹത്തോടെ നോക്കിക്കാണുന്നു.

അങ്ങനെ വിത്സൺ, വിത്സന്റെ ഗേറ്റ് ലക്ഷ്യമാക്കി നീങ്ങുന്നു. അ തിനിടയിൽ രണ്ട് ബ്രസീൽ ലേഡീസ് മുപ്പത്തിമൂന്നാം നമ്പർ ഗേറ്റ് എവിടെ എന്ന് വിത്സനോട് ചോദിക്കുന്നു. അവരോട് വിത്സനും മുപ്പ ത്തിമൂന്നാം നമ്പർ ഗേറ്റിലേക്കാണെന്ന് ആവേശത്തോടെയും സന്തോ ഷത്തോടെയും പറയുന്നു. നിങ്ങൾ ഒറ്റയ്ക്കാണോ?

അതെ.

ഞങ്ങളുടെ കൂടെ കൂടുന്നോ?

പിന്നെ എന്താ?

വിത്സൺ ഒറ്റക്കായതിനാൽ വിത്സന് അവർ ഒരു കമ്പനി കൊടു ക്കുവാൻ തയ്യാറായത് വിത്സനെ കൂടുതൽ ഉത്കൃഷ്ടനാക്കി. വിത്സൺ ബ്രസീൽ ജേഴ്സി ആണ് ധരിച്ചതെങ്കിലും വിത്സൺ കട്ട അർജൻറീ നക്കാരനാണ്. ആ കാര്യം വിത്സൺ അവരോടു പറഞ്ഞില്ല. ഇടവും വലവും രണ്ട് ബ്രസീലിയൻ സുന്ദരിമാരുടെ കൂടെ കിഞ്ചന വർത്തമാ നവുമായി മുപ്പത്തിമൂന്നാം നമ്പർ ഗേറ്റിലേക്ക്.

അവരുടെ ഓരോ ചോദ്യവും വിത്സനെ ഉൾപ്പുളകിതനാക്കി കൊ ണ്ടിരുന്നു. ബ്രിസീലിന്റെ സുന്ദരികളിൽ സുന്ദരികളായ രണ്ട് പേർ. പ ച്ച ട്രൗസറും മഞ്ഞ ബനിയനുമാണ് അവരുടെ വേഷം. വിത്സന്റെ കൂ ടെ നടക്കുമ്പോൾ മലയാളികളായവർക്ക് വിത്സന്റെ മുകളിൽ ഒരു നോ ട്ടം കൂടി വരുന്നുണ്ട്. മുഖഭാവത്തിൽ ഇവൻ ബ്രസീലുകാരനോ ക ണ്ണൂർക്കാരനോ എന്നതാണ്. ഇവൻ ഇവിടെ വന്ന് രണ്ടെണ്ണത്തിനെ ഒ പ്പിച്ചോ എന്നതാണ് അവരുടെ അടുത്ത നോട്ടത്തിൽ. തികച്ചും അ സൂയാലുക്കൾ. സ്റ്റേഡിയത്തിൽ പത്ത് ശതമാനം കാണികൾ വിത്സൻ ഉൾപ്പെടെയുള്ള മലയാളികൾ ആയിരിക്കും. അത്ര അധികം മലയാ ളികൾ സ്റ്റേഡിയത്തിന്റെ പരിസരപ്രദേശത്തുണ്ട്. എല്ലാ മലയാളികൾ ക്കും വിത്സൺ അസൂയയുടെ പ്രതീകമായി. മലയാളി സ്ത്രീകൾക്കട ക്കം. അസൂയപ്പെടുവാൻ മാത്രമുള്ള സുന്ദരികളാണ് വിത്സന്റെ കൂ ടെയുള്ളത്.

അവരുടെ ഓരോ ചോദ്യവും വിത്സനെ രസിപ്പിച്ചു കൊണ്ടിരുന്നു. കൂടെ വിത്സന്റെ തമാശകൾ അവരെ കളി കാണുന്നതിനേക്കാൾ കൂ ടുതൽ സന്തുഷ്ടരാക്കി എന്നു പറയാം. അവർക്ക് ഗാലറിയിൽ കയ റുവാനുള്ള താല്പര്യം പോലും വിത്സന്റെ ശ്രേഷ്ഠമായ തമാശയിലൂ ടെ നഷ്ടപ്പെട്ടതുപോലെ തോന്നി. അവർക്ക് വിത്സനുമായി സംസാരി ച്ചു രസിക്കാനായിരുന്നു താല്പര്യം.. മലയാളികളൊഴികെ മറ്റൊരു

രാജ്യക്കാരനും വിസനെ ശ്രദ്ധിക്കുന്നുണ്ടായിരുന്നില്ല. വിസൻ ഒരു മലയാളി ആയതിനാൽ അതിൽ അഭിമാനം കൊണ്ടു. നമ്മുടെ സം സാരം പരിസരം മറന്നു കൊണ്ടുള്ള ശബ്ദമുഖരിതവും ആക്ഷൻ ഓ റിയൻറും ആയിരുന്നതിനാൽ എല്ലാവരും ഞങ്ങളെ ശ്രദ്ധിച്ചുകൊണ്ട് അവരവരുടെ ലക്ഷ്യസ്ഥാനത്തേക്ക് നടന്നുകൊണ്ടിരുന്നു.

ഇനിയും ധാരാളം സമയം കളി തുടങ്ങുവാനുണ്ട്. അവർക്ക് കളി തുടങ്ങാറാകുമ്പോൾ സ്റ്റേഡിയത്തിൽ കയറിയാൽ മതിയെന്നായി. ക ളിയെക്കാൾ സൗന്ദര്യം ഇവിടെയുള്ള ജനങ്ങളുടെ ആരവമാണെന്ന് അവർ വിസനെ ബോധിപ്പിക്കുന്നു. വിസൺ സമ്മതിക്കുന്നു. സ്റ്റേ ഡിയത്തിന്റെ വലിയ കോറിഡോറിൽ നിന്ന് താഴെ ഇറങ്ങി നമുക്ക് ഡിജെയുടെ അടുത്ത് ചെന്ന് ഡാൻസ് കളിക്കാം എന്നവർ പറഞ്ഞ തിന്റെ അടിസ്ഥാനത്തിൽ അവരുമായി ഡിജെയുടെ അടുത്തേക്ക് നി ങ്ങുന്നു.ഇവർ എന്തു കണ്ടുകൊണ്ടാണ് വിസനെ ഇത്രയും ചെറിയ സമയത്തിൽ ഇത്രയും സ്നേഹം കൊടുത്തത് എന്നറിയില്ല. തടിയ നും കുടവയറനും മൊട്ടയുമായ വിസനിൽ ഇത്രയും താല്പര്യം കാ ണിക്കുവാൻ ഉണ്ടായ കാരണം വിസന് തന്നെ മനസ്സിലാകുന്നില്ല. പ ക്ഷേ വിസൺ അവരുടെ താളത്തിനൊത്ത് സംസാരിക്കുകയും വള രെ കാലത്തേയുള്ള പരിചയക്കാരെപോലെ അവർക്ക് വേണ്ടുന്നതൊ ക്കെ നൽകിക്കൊണ്ടുമിരുന്നു.

ഡിജെ വേദിയിൽ എത്തിയപ്പോൾ അവർ ഡാൻസ് കളിക്കുവാൻ തുടങ്ങി. കൂടെ മതിമറന്ന് വിസനും അവരുടെ താളത്തിനൊത്ത് തു ള്ളുവാൻ തുടങ്ങി. അവർക്ക് ഡാൻസ് അറിയാത്ത വിസന്റെ ഓരോ സ്റ്റെപ്പുകളും ഏറെ രസം പിടിപ്പിച്ചു. രണ്ടു സ്ത്രീകളുടെ ഇടയിലു ള്ള വിസന്റെ ഡാൻസ് എല്ലാവർക്കും ഹരം പകർന്നു. എല്ലാവരുടെ ശ്രദ്ധയും മൂന്നു പേരിലേക്കായി. പരിസരം മറന്ന് അവർ ആടുവാൻ വിസനെ പ്രോത്സാഹിപ്പിച്ചുകൊണ്ടിരുന്നു. അവരുടെ ഒരോ സ്റ്റെപ്പു കളും പ്രൊഫഷണൽ ഡാൻസേർസിനേക്കാൾ മികച്ചതായിരുന്നു.

അതിനിടയിൽ വിസന്റെ ആട്ടം എല്ലാവരെയും എങ്ങനെ രസിപ്പി ക്കുന്നു എന്നറിയാതെ വിസൺ മതിമറന്നു നൃത്തം വച്ചു. കാരണം വിസന്റെ ഡാൻസിന് അനുസരിച്ചായിരുന്നു അവരുടെ ചലനങ്ങൾ. അങ്ങനെ ഡിജെ വേദിയിൽ അവർ വിസനെ ഹീറോ ആക്കി. അങ്ങ നെയാണ് ചില നിമിഷങ്ങൾ. മുല്ലപ്പൂമ്പൊടി ഏറ്റു കിടക്കും കല്ലിനുമു ണ്ടാരു സൗരഭ്യം എന്ന് പറഞ്ഞതുപോലെ അവരുടെ പ്രൊഫഷണ ലിസം വിസനെ ശരിക്കും ഒരു ഡാൻസറാക്കി മാറ്റി. കൂടെ വിസന്റെ

താല്പര്യവും.

വിത്സൺ തളർന്നു എന്ന് കണ്ടതിന്റെ അടിസ്ഥാനത്തിൽ അവിടെ നിന്ന് വീണ്ടും സ്റ്റേഡിയത്തിലേക്ക്. അവർ പതുക്കെ നടന്നാൽ മതി യെന്ന് വിത്സനെ ഉപദേശിക്കുന്നു. ഇവർ രണ്ടു പേരും ബ്രസീലിൽ ഡാൻസേർസ് ആണ്. കുടുംബം കൃഷിക്കാരാണ്. ബ്രസീൽ ഫുട്ബോൾ ഗ്രൗണ്ടിൽ ചീയർ ഗേൾ ആവാറുണ്ട്. പിന്നെ ബാറുകളിൽ സ്ഥിരം നൃത്തക്കാർ. വിത്സനെപോലെ തന്നെ ലോകകപ്പ് ആദ്യമായി കാണു ന്നവർ. ഇവർ ഖത്തറിൽ താമസിക്കുന്നത് മരുഭൂമിയിൽ പടുത്തുയർ ത്തിയ ആയിരക്കണക്കിന് ടെൻറുകളിൽ ഒരെണ്ണത്തിൽ. അങ്ങനെ കു റച്ച് നാട്ടുകാര്യവും വീട്ടുകാര്യവും പറഞ്ഞ് മുപ്പത്തിമൂന്നാം നമ്പർ ഗേറ്റിൽ എത്തി. ഗേറ്റ് കടന്ന് അകത്ത് ചെന്നപ്പോൾ സ്റ്റെയർ കയറ ണം. ലിഫ്റ്റ് ഇല്ല. ചുമരിൽ വലിയ അക്ഷരത്തിൽ എഴുതിയിരിക്കു ന്നു ലെവൽ വൺ എന്ന്. അപ്പോൾ അഞ്ച് തട്ട് മുകളിൽ കയറണം. ഒ രു ലവൽ എന്നാൽ ഇരുപത്തിനാല് സ്റ്റെപ്പ് കയറണം അഞ്ചാം ലവ ലിൽ എത്തണമെങ്കിൽ നൂറ്റി ഇരുപത് സ്റ്റെപ്പ് കയറണം. വിത്സൺ കൂ ടെ ഉള്ളവരോട് കാര്യം പറഞ്ഞു. ഞാൻ ക്ഷീണിതനാണ്.

എനിക്ക് ഇത്രയും സ്റ്റെപ്പ് കയറുവാൻ സാധിക്കുമോ എന്നറിയില്ല.

ഇപ്പോൾ തന്നെ നല്ല കിതപ്പുണ്ട്. പിന്നെ നിങ്ങളെ കാണുമ്പോഴു ള്ള കിതപ്പും.

ഇതു പറഞ്ഞപ്പോൾ അവർ ചിരിക്കുവാൻ തുടങ്ങി.

കുഴപ്പമില്ല.

പതുക്കെ കയറാമെന്നായി.

അങ്ങനെ സ്റ്റെയറിന്റെ ഓരോ ലാൻറിങ്ങിൽ എത്തുമ്പോഴും കുറച്ച് വിശ്രമിച്ച് നൂറ്റി ഇരുപത് സ്റ്റെപ്പുകൾ കയറി മുകളിൽ എത്തി. അവിടെ വലിയ വീതിയുള്ള കോറിഡോർ. ഈ കോറിഡോറിൽ നിന്നാണ് സ്റ്റേ ഡിയത്തിന്റെ അകത്ത് കയറേണ്ടത്. ബ്രസീലുകാരികളുടെ സീറ്റുകൾ വിത്സണിൽ നിന്ന് വളരെ അകലത്തിൽ ആയതിനാൽ കളി കഴിഞ്ഞ് കാണാം എന്ന് പറഞ്ഞു പിരിഞ്ഞു.

അവർ പോയതിന് ശേഷം വിത്സന് തല കറങ്ങുന്നതുപോലെ തോ ന്നി. വിത്സൺ ഇപ്പോൾ വീഴും എന്നു വരെയായി. കുറച്ചു സമയം കോറിഡോറിൽ നിലത്ത് ഇരുന്നു. ധാരാളം പേർ ഇരുന്ന് വിശ്രമം കൊള്ളുന്നുണ്ട്. അതിൽ ഒരുവനായി വിത്സനും. കുറച്ച് തലയുടെ ഭാ രം കുറഞ്ഞതിന് ശേഷം എഴുന്നേറ് സ്റ്റേഡിയത്തിന്റെ അകത്തേക്ക്; അഞ്ചാം ലവലിൽ വൈ റോ എവിടെ എന്ന് നോക്കിയപ്പോഴാണ് വീ

ണ്ടും നാല്പത് സ്റ്റപ്പ് കയറണം എന്നു മനസ്സിലാക്കിയത്.

അകത്ത് കയറിയപ്പോൾ ഇ റോവാണ് മുന്നിൽ. വൈ പിന്നെയും പിന്നിലേക്ക് പോകണം. ഗാലറിയിൽ ഒരോ റോവിൽ കയറുവാനും ര ണ്ട് സ്റ്റോപ്പുകൾ കയറണം. ഇ റോവിൽ നിന്ന് ഗ്രൗണ്ട് കാണുമ്പോൾ തന്നെ പേടിയാവുന്നുണ്ടായിരുന്നു.പിന്നെ തലകറക്കവും. വിത്സൺ കുറച്ച് സമയം ഇ ലവലിൽ തന്നെ ഇരുന്നു. പക്ഷേ തലകറക്കം കൂടു കയല്ലാതെ കുറയുന്നില്ല.

രണ്ടും കൽപിച്ച് വിത്സൺ ഗാലറിയുടെ പുറത്തേക്ക് കടന്നു. അ വിടെയുള്ള വലിയ കോറിഡോറിൽ ആർക്കും തടസ്സമില്ലാത്ത തര ത്തിൽ മലർന്നു കിടന്നു. പലരും വിത്സനെ പോലെ ക്ഷീണിതരായി കിടക്കുന്നുണ്ട് അതിൽ ഒരുവനായി വിത്സനും. കുറച്ചു കഴിഞ്ഞപ്പോൾ ഒരു ഫോൺകാൾ എവിടെയാണ് ഉള്ളത്? ബ്രസീലുകാരികളുടെതാ യിരുന്നു ആ ഫോൺകാൾ.

ഞാൻ ഗ്രൗണ്ടിൽ ആണ് ഉള്ളത്.

എങ്ങനെ എത്തി?

തലകറക്കം എന്നെ ഗ്രൗണ്ടിൽ കിടത്തി.

ഞങ്ങൾ വരണോ?

നിങ്ങൾക്ക് കളി കാണേണ്ടേ?

കളി കാണുന്നതിനേക്കാൾ സന്തോഷം നമുക്ക് വിത്സന്റെ കൂടെ യുള്ള സംസാരമാണ്.

വേണ്ട. നിങ്ങൾ കളി കണ്ടോളൂ ഞാൻ ഈ ഗ്രൗണ്ടിൽ കിടന്നോ ളാം ധാരാളം പേർ കിടക്കുന്നുണ്ട്.

നമ്മുക്ക് വിത്സനോടൊപ്പം കളി കാണണം. നിങ്ങൾ കാണുന്നി ല്ലെങ്കിൽ ഞങ്ങളും കാണുന്നില്ല. നമുക്ക് ഫേൻ സോണിലിരുന്ന് ബിഗ്സ്ക്രീനിൽ ഒരുമിച്ച് കളി കാണാം.

അതു വേണ്ട. നിങ്ങൾ കളി കാണുവാൻ എത്ര ദൂരത്തു നിന്നു വ ന്നവരാണ്, എത്ര കാശ് മുടക്കിയവരാണ്..

അതൊന്നുമൊരു കുഴപ്പവുമില്ല. നമുക്ക് വലുത് ഇന്ന് ബ്രസീൽ ടീം അല്ല ഇന്ന് നമ്മുക്ക് വലുത് വിത്സനാണ്..

വിത്സൺ ഞെട്ടുന്നു.

അവർ രണ്ടു പേരും ഗാലറിയിൽ നിന്ന് ഇറങ്ങി വരുന്നു. അതിന് ശേഷം രണ്ടു പേരും വിത്സനെ തേടി വിത്സൺ കിടക്കുന്നിടമെത്തി.

എന്തു പറ്റി?

ഏ.. ഒന്നുമില്ല.

ഒരു കിതപ്പ് മൊത്തം ഒരു അസ്വസ്ഥത.

അവർ വെള്ളം വാങ്ങി വിത്സനെ കുടിപ്പിച്ചു എന്നിട്ടും വലിയ ശാ ന്തിയൊന്നും തോന്നിയില്ല. വിത്സൺ ഗാലറിയിൽ ഇരുന്ന് കളി കാ ണുവാൻ അവരെ നിർബന്ധിച്ചു കൊണ്ടിരുന്നു. അവർ വിത്സന്റെ നിർ ബന്ധത്തിന് വഴങ്ങാതെ ഒരാൾ കാലറ്റത്തും മറ്റൊരാൾ തല അവളു ടെ മടിയിൽ വച്ചും തടവിക്കൊണ്ടിരുന്നു. ഒന്നുമറിയാത്ത വിത്സൺ അവരുടെ സ്പർശത്തിൽ ഒന്നു മയങ്ങി.

കുറച്ചു കഴിഞ്ഞപ്പോൾ കോറിഡോർ മുഴുവൻ കാലിയായി. കളി തുടങ്ങാറായി.

അവർ വിത്സനെ വിളിച്ചുണർത്തി.

വിത്സൺ, വിത്സന് കളി കാണുവാൻ സാധിക്കില്ലെന്ന് വിധി എഴു തി. ശരീരവും മനസ്സും നേർരേഖയിൽ എത്താത്ത വിഷമം വിത്സനെ വല്ലാതെ അലട്ടിക്കൊണ്ടിരുന്നു. പക്ഷേ എവിടെയോ ജനിച്ച രണ്ട് ബ്രസീലിയൻ സുന്ദരികൾ വിത്സനെ വിടുവാൻ കൂട്ടാക്കിയില്ല. രണ്ടു പേരും വിത്സനെ നെഞ്ചിൽ ചേർത്തുപിടിച്ചു. നമുക്ക് ഇനി താഴെ ഇ റങ്ങാം.

ഇന്ന് ഇനി കളി കാണുന്നില്ല.

മൂവരും ആരുമില്ലാത്ത ഗോവണി പടിയിലൂടെ സാവധാനം താഴെ ക്ക് ഇറങ്ങി കൊണ്ടിരുന്നു. രണ്ടു പേരുടെയും കൈകളിൽ വിത്സന്റെ കാലിൽ അധികം ഭാരം വരാത്ത വിധത്തിൽ അവർ വിത്സനെ താഴെ ഇറക്കിക്കൊണ്ടിരുന്നു. അപ്പോഴേക്കും കളി ആരംഭിച്ചു കഴിഞ്ഞിരു ന്നു. പതുക്കെ പതുക്കെ ഇറങ്ങി മൂന്നാം ലവൽ എത്തിയപ്പോൾ ഗാല റിയിലേക്ക് കടക്കുവാനായി വലിയൊരു ഓപ്പണിംഗ് കാണുന്നു.

വിത്സൺ പറഞ്ഞു ഇവിടെ നിന്ന് നമുക്ക് കളി കാണാം അവർ പ റഞ്ഞു ബുദ്ധിമുട്ടായിരിക്കും.

ഒക്കെ.. ഞാനൊന്ന് ശ്രമിക്കാം. നിങ്ങൾ ഇവിടെ ഇരുന്നോളു.

അങ്ങനെ വിത്സൺ പതുക്കെ ഗാലറിയിൽ അവശനായി തന്നെ കിടക്കുന്നു. ഗ്രൗണ്ടിൽ കളിയുടെ തുടക്കമാണ്. നല്ല കാഴ്ചയുള്ള സ്ഥലം. വികലാംഗരുടെ ഗാലറിയാണ്. അവിടെ നിന്ന് ഫോട്ടോ എ ടുക്കണമെന്നായി വിത്സന്. അങ്ങനെ മൊബൈൽ ഒരു അറബിയുടെ കൈവശം കൊടുക്കാൻ ഭാവിച്ചപ്പോൾ അവിടെ നിന്നിരുന്ന ഒരു വേൾ ഡ് കപ്പ് വളണ്ടിയർ ഞാൻ എടുത്തു തരാം എന്നു പറയുന്നു.

വിത്സൺ മലയാളിയാണെന്ന് അദ്ദേഹത്തിന് തോന്നിയത് കൊണ്ടാ ണ് അദ്ദേഹം ഫോട്ടോ എടുത്തു തരുവാൻ ആഗ്രഹം പ്രകടിപ്പിച്ചത്.

ഫോട്ടോ എടുത്തു കഴിഞ്ഞു പരിചയപ്പെട്ടപ്പോൾ അദ്ദേഹം കണ്ണൂ
രിൽ കണ്ണാടിപ്പറമ്പുകാരനാണെന്ന് മനസ്സിലായി.

എനിക്ക് നല്ല സുഖംപോര. ഞാൻ ഇറങ്ങുകയാണെന്ന് പറഞ്ഞ
പ്പോൾ കണ്ണാടിപ്പറമ്പുകാരൻ പറഞ്ഞു പറ്റുമെങ്കിൽ ഇവിടെ ഇരുന്നു
കളി കാണാം.

വികലാംഗരുടെ സീറ്റിലോ?

അതെ.

പ്രശ്നമാകില്ലേ?

ഇല്ല. ഇതിന്റെ കസ്റ്റോഡിയൻ ഞാനാണ്. ഇവിടെ ഇരിക്കാൻ ഒ
ന്നോ രണ്ടോ വികലാംഗർ മാത്രമെ എത്താറുള്ളൂ. സാറിന് സുഖമാ
യി ഇരുന്നുകളി കാണാം.

എന്നാൽ ഞാൻ രണ്ടു പേരേക്കൂടി വിളിച്ചോട്ടേ?

അവർ മലയാളിയാണോ?

അല്ല.

ബ്രസീലുകാരാണ്.

സാറുടെ സുഹൃത്തുക്കളാണെങ്കിൽ വിളിക്കാം

വിത്സൺ രണ്ട് ബ്രസീൽ സുന്ദരികളെ കൂട്ടിവന്നപ്പോൾ ആ ക
ണ്ണാടിപ്പറമ്പുകാരൻ ഒന്നു ഞെട്ടി. മാത്രമല്ല ഇയാൾ ചില്ലറക്കാരനല
ല്ലോ എന്ന നോട്ടവും ഒരു ചിരിയും വിത്സന് സമ്മാനിച്ചപ്പോൾ വി
ത്സൺ സമ്മാനമായി വിത്സന്റെ കൂട്ടുകാരികളെ കണ്ണാടിപ്പറമ്പുകാര
ന് നല്ലവണ്ണം പരിചയപ്പെടുത്തുകയും അവർ പിന്നീട് സ്നേഹം നിറ
ഞ്ഞ നന്ദിയും പ്രകടിപ്പിച്ചപ്പോൾ അദ്ദേഹം ഏതോ ലോകത്ത് എത്തി
യിരുന്നു.

പിന്നിട് കളിയുടെ മുഴുനീളം ആ കണ്ണാടിപ്പറമ്പുക്കാരൻ മൂവരേ
യും സേവിക്കുന്നതു കണ്ടപ്പോൾ മൂവരും ഗാലറിയുടെ ആ ഏരിയലു
ള്ള വിശിഷ്ടാതിഥികളായി മാറിയിരുന്നു.

കളി നടന്നുകൊണ്ടിരിക്കുന്നുണ്ടെങ്കിലും എല്ലാവരുടെയും പകു
തി ശ്രദ്ധ മൂവരിലും ആയിരുന്നു. അതിനിടയിൽ കണ്ണാടിപ്പറമ്പുകാ
രൻ മൂന്നുപേരെയും വച്ച് ഒരു സെൽഫി എടുത്തപ്പോൾ അങ്ങനെ
ഓരോ ആൾക്കും എടുക്കണമെന്നായി.

പിന്നിടുള്ള സമയങ്ങൾ സെൽഫിയുടെതായിരുന്നു.

കൂടുതൽ പേരും മലയാളികൾ ആയിരുന്നു. പക്ഷേ വിത്സൺ ക
ണ്ണൂർക്കാരനാണെന്ന് ആർക്കും മനസ്സിലായിട്ടില്ല. ഉണ്ടെങ്കിൽ അവർ
ഫോട്ടോ എടുക്കാൻ വരില്ലായിരുന്നു.

കളി ഹാഫ് ടൈം ആയപ്പോൾ തലകറക്കവും മറ്റുള്ള ശാരീരികാ സ്വസ്ഥതകളൊക്കെ മാറി വിത്സൺ ഉഷാറായി. വിത്സന്റെ ഉഷാർ കൂട്ടുകാരികളിലും ആവേശം ജനിപ്പിച്ചു. ഞങ്ങളുടെ മുന്നിൽ ഇപ്പോൾ നെയ്മറും വിത്സനും വന്നു നിന്നാൽ ഞങ്ങൾ വിത്സണിൽ നിന്നേ ഓട്ടോഗ്രാഫ് വാങ്ങിക്കുകയയുള്ളുവെന്ന് അവർ തന്നെ പറയുമ്പോൾ വിത്സന്റെ മനസ്സിന്റെയും ശരീരത്തിന്റെയും സംഗീതം കൂടുതൽ ഇമ്പമുള്ളതായി മാറി. ശരിക്കു പറഞ്ഞാൽ അവർ ഇപ്പോൾ കളിയൊന്നും കാണുന്നില്ല. വിത്സന്റെ തമാശകൾ ആവർത്തിച്ച് പറഞ്ഞ് അവർ രസം കൊള്ളുകയാണ്. അവരെ കൂടുതൽ കൂടുതൽ ആഴത്തിൽ ശ്രദ്ധിക്കുവാൻ തുടങ്ങിയപ്പോൾ അവരിൽ എന്തൊക്കയോ കെട്ടിക്കിടക്കുന്ന വലിയ കഥകളുണ്ടെന്ന് വിത്സന്റെ ചെറിയ മനസ്സിൽ തോന്നിത്തുടങ്ങി.

വിത്സൺ കളി ശ്രദ്ധിക്കുന്നു. അവർ അവരുടെതായ ലോകത്ത് മുഴുകുന്നു. അങ്ങനെ പെട്ടെന്ന് ബ്രസീലിനെതിരെ കാമറൂൺ ഗോളടിക്കുന്നു. വിത്സന്റെ മുന്നിലിരുന്ന ഒാട്ടിസം ബാധിച്ച ഒരു ബ്രസീലുകാരൻ കുട്ടി ദേഷ്യം പിടിച്ചു വികൃതിത്തരം കാണിക്കുവാൻ തുടങ്ങി. അവന്റെ മുന്നിലിരുന്ന സമപ്രായക്കാരനായ ഒരു കാമറൂൺ ബോയിയുടെ ആഹ്ലാദം കാണാൻ വയ്യാതെ ഓട്ടിസം ബാധിച്ചവൻ അക്രമണത്തിന് തുനിഞ്ഞു. അവന്റെ അമ്മയും വിത്സനും ഏറേ പരിശ്രമിച്ചു അവനെ ശാന്തനാക്കി. കാമറൂൺ ബോയിയുടെ പുറത്ത് വിത്സൺ ഇടം കൈവച്ച് വലം കൈ കൊണ്ട് ഇടം കൈയെ ശബ്ദമുണ്ടാകുന്ന വിധം രണ്ടു മൂന്ന് തവണ അടിച്ചപ്പോൾ ഓട്ടിസം ബാധിച്ച പയ്യൻ വളരെ സന്തോഷമാവുകയും പിന്നീട് കളിയുടെ ഒരോ നിമിഷവും വിത്സനെ തിരിഞ്ഞുനോക്കി ചിരിച്ചുകൊണ്ടിരുന്നു.

അവസാനം ബ്രസീൽ കളി തോൽക്കുന്നു. ഓട്ടിസം ബാധിച്ചവൻ കാമറൂൺകാരന് കൊടുത്ത വിത്സന്റെ അടിയിൽ തന്നെയാണ് ഉള്ളത്. അവന് വിത്സനോട് ധാരാളം നന്ദി പറയണമെന്നുണ്ട്. പക്ഷേ അവന്റെ സന്തോഷങ്ങൾ അവന്റെ വായയിൽ നിന്ന് ധാരധാരയായി ഉമിനീർ വന്നുകൊണ്ടിരിക്കുകയും അത് സുന്ദരിയായ അവന്റെ അമ്മ വലിയ ടവൽ വച്ച് തുടച്ചുകൊണ്ടിരുന്നു. അവൻ വിത്സനിൽ നിന്ന് മറയുന്നതു വരെ കൈവീശി കൊണ്ടിരുന്നു. പക്ഷേ വിത്സൻ നിർവികാരനായി ആ കുട്ടിയേ നോക്കി നിൽക്കുവാനെ സാധിച്ചിരുന്നുള്ളൂ.

അങ്ങനെ വിത്സൺ രണ്ടു ബ്രസീലുകാരികളുടെ ഇടയിലൂടെ വീണ്ടും ഫ്രാൻസോണിലേക്ക് യാത്ര തിരിച്ചു. അവിടെ പുലരുന്നതു വ

രെ ഡിജെ പരിപാടികളാണ്. ഇവരുടെ കൂടെ പുലരുന്നതുവരെ കഥ
യും പാട്ടുമായി കഴിയാം എന്ന് വിചാരിച്ച് നടന്നു വരുമ്പോഴാണ് വി
ത്സന്റെ മുന്നിൽ രവിയും ബാബുവും അനിലും വന്നു നിൽക്കുന്നത്.
വിത്സന്റെ കൂടെ രണ്ട് ബ്രസീലുകാരെ കണ്ടപ്പോൾ അവർ അക്ഷരാർ
ത്ഥത്തിൽ ഞെട്ടി.

കടലിൽ പോയാൽ എല്ലാവർക്കും മീൻ ലഭിക്കണമെന്നില്ല. വിത്സ
ന് രണ്ട് അയക്കൂറ തന്നെ കിട്ടിയെന്ന് രവിയുടെ കമന്റ് കേട്ട് എല്ലാ
വരും ചിരിച്ചു.

രാവിലെ വരാമെന്ന് വിത്സൺ രവിയോട് പറഞ്ഞു.

എന്നാൽ അങ്ങനെ ആവട്ടെ എന്നു പറഞ്ഞു അവർ നീങ്ങുമ്പോൾ
അനിലേട്ടൻ വിത്സനെ നോക്കി ചിരിച്ചു കൊണ്ടിരിക്കുന്നു. എന്റെ മാ
വും പൂക്കും എന്നായിരുന്നു ആ നോട്ടത്തിന്റെയും ചിരിയുടെയും അർ
ത്ഥം.അനിയേട്ടൻ നാളെ നാട്ടിലേക്ക് പോകുകയാണ്. പിന്നെ എപ്പോ
ഴാണ് പൂക്കുന്നത് എന്ന് വിത്സൺ മനസ്സിൽ ആക്കി ഒരു ചോദ്യം
ചോദിച്ചു.

അനിയേട്ടൻ തിരിഞ്ഞു നോക്കി കൊണ്ടിരിക്കുന്നു. വേവലാതിയും
അസൂയയയും കുശുമ്പും സങ്കടവും ആവേശവും ആവലാതിയും ഒ
ക്കെ മനസ്സിൽ ഒതുക്കിക്കൊണ്ട് അദ്ദേഹം കാറിൽ കയറി അവശ്യമാ
യ ശക്തി ക്ഷയിച്ച ഒരു റ്റാറ്റ നൽകി അവർ വീട്ടിലേക്ക് പുറപ്പെട്ടു.

ഡിജെ സോണിലേക്ക് പോകുന്ന വഴി ലിക്കർ കഴിക്കുവാൻ മൂവ
രും ലിക്കർ ഷോപ്പിലേക്ക്. അവിടെ വച്ച് അവർ ധാരാളം ലിക്കർ അ
കത്താക്കുന്നു. അവരുടെ കൂടെ വിത്സനും കഴിക്കുന്നു. ധാരാളം കഥ
കൾ ഒഴുകിക്കൊണ്ടിരിക്കുന്ന അവരുടെ മുഖങ്ങൾ ചിലപ്പോഴൊക്കെ
എന്നെ അതിശയിപ്പിക്കുംവിധം ക്രൂരത അനുഭവിക്കുന്നുണ്ടെന്ന് വി
ത്സന് മനസ്സിലായി.

ലിക്കർ കഴിക്കുന്നതിനിടയിൽ ഒരാളുടെ ഹാൻഡ് ബേഗ് നിലത്തു
വീഴുന്നു. സാധാരണ ബാഗിൽ വെക്കുന്ന സാധനങ്ങളിൽ നിന്ന് വി
ത്യസ്തമായ ഒരു ശബ്ദം അതിൽ നിന്ന് വന്നു.

എന്താണ് ബേഗിൽ നിന്ന് വല്ലാതൊരു ശബ്ദം.

ഹേ ഒന്നുമില്ല. കാണണമോ ?

വിത്സൺ ചിരിച്ചുഅവൾ സ്വകാര്യമായി ബാഗിന്റെ സിബ് തുറന്നു
കാണിച്ചപ്പോൾ അതിൽ ഒരു കഠാര. വിത്സൺ സ്തബ്ധനായി.

എന്താണ് പറ്റിയത്.

ഇത് കുറച്ചു ദിവസങ്ങളായി ഞങ്ങളുടെ കൈവശമുണ്ട്

വിത്സന് പേടിയുണ്ടോ?

ഹേ ഇല്ല. നിങ്ങൾ എന്തിനാണ് കാഠാരയുമായി നടക്കുന്നത്.

നമ്മുടെ സംരക്ഷണത്തിന്.

നിങ്ങൾ ഇവിടെ ആരെയാണ് ഭയക്കുന്നത്?

ഞങ്ങളെ പിൻതുടരുന്നവരുണ്ട്.

ആര്?

നമ്മുടെ കാമുകൻ,

ആര്?

നമ്മുടെ കാമുകൻ,

രണ്ടാൾക്കും ഒരു കാമുകനോ?

അതെ

അതെങ്ങനെ?

വിത്സന് അറിയണമോ?

അവർ ലിക്കർ വീണ്ടും കഴിക്കുന്നു. മുഖം വല്ലാതെ ചുവന്നു തുടു
ക്കുന്നു.

എന്താണ് നിങ്ങൾക്ക് രണ്ടു പേർക്കും പറ്റിയത്? പറയൂ.

പറയാം. നമ്മുക്ക് ഈ ഡിജെ സോണിൽ നിന്ന് കുറച്ച് മാറിയിരി
ക്കാം.

അവൻ ഞങ്ങളെ തേടി ഇവിടെ എത്തും. വിസനും അത് ആപ
ത്താണ്. ദൂരെമാറി എവിടെയെങ്കിലും വെളിച്ചക്കുറവുള്ള സ്ഥലത്ത്
പോയി ഇരിക്കാം.

അവിടെ നിന്ന് ആറ് ബീറുകൾ വാങ്ങി വെളിച്ചക്കുറവുള്ള സ്ഥലം
നോക്കി ഞങ്ങൾ മൂന്നുപേരും അങ്ങോട്ടു നീങ്ങി.

രണ്ടു പേരും ലിക്കർ അകത്തായപ്പോൾ കൂടുതൽ സുന്ദരികൾ ആ
യതുപോലെ വിസന് തോന്നി. സംസാരത്തിന്റെ ദൃഢതയും കണ്ണി
ന്റെ തേജസും കവിളിന്റെ തുടുപ്പും ചുണ്ടുകളുടെ വാചാലതയും നെ
ഞ്ചിടിപ്പിന്റെ വശ്യതയും വിസന്റെ ശരീരത്തെ വല്ലാതെ കോരിത്തരി
പ്പിക്കുന്നുണ്ടെങ്കിലും വിസന്റെ മനസ്സു മുഴുവൻ അവരുടെ മനസ്സി
ന്റെ ഉള്ളറകൾ പരിശോധിച്ചുകൊണ്ടിരിക്കുക ആയിരുന്നു.

ഇവർക്ക് വിസനോട് ഇത്ര സ്നേഹത്തിനും അനുഭൂതിക്കും എ
ന്താണ് കാരണമെന്ന് ആലോചിച്ചിട്ട് ചില നിമിഷങ്ങളിൽ വിൽസൺ
പകച്ചു പോയിട്ടുണ്ടെങ്കിലും അവരുടെ ശരീരഭാഷ വിസനെ വല്ലാ
തെ സ്നേഹിച്ചു കൊണ്ടിരിക്കുന്നുണ്ടായിരുന്നു.

മൈതാനത്തിന്റെ ഇരുട്ടറയുള്ള ഒരു സ്ഥലത്തെ ഒരു ഇരിപ്പിടത്തിൽ

മൂവരും ഇരിക്കുന്നു. നടുക്ക് വിത്സനെ ഇരുത്തുന്നു.

രണ്ടു പേരും വശങ്ങളിൽ. സുന്ദരികളായ ഇവരുടെ കഥ എനിക്ക് കേൾക്കണം. എന്തുകൊണ്ട് ഇവർ ഇത്രയും ദൂരം ഒറ്റപ്പെട്ടു വന്നു. സാധാരണ ഇത്രയും സ്നേഹവും ഐക്യവും രണ്ടു സുന്ദരികളിൽ കാണുക പതിവില്ലാത്തതാണ്. ഇവരുടെ ഇടയിൽ ശക്തിയുക്തമായ എന്തോ ഒരു കാര്യം പ്രവർത്തിക്കുന്നുണ്ടെന്ന് വിത്സന് മനസ്സിലായി. അത്രക്ക് ദൃഢവും ഗാഢവുമായ ഐക്യമാണ് അവർ തമ്മിൽ കാണു ന്നത്.

എന്താണ് നിങ്ങൾക്ക് പറ്റിയത്.. നിങ്ങളുടെ കഥ കേൾക്കാൻ ഇ പ്പോൾ നല്ല മൂഡ് ആണ്. പറയുമോ?

ഞാൻ പറയാം.. ഡാനി സിൽവ എന്ന നമ്മുടെ കാമുകൻ ബ്രസീ ലിന്റെ ഒന്നാം നമ്പർ ഡ്രമ്മറും ഡിജെ ആർട്ടിസ്റ്റുമാണ്. വിത്സൺ അത്തരമൊരു ഡ്രമ്മറെ കേട്ടിട്ടുണ്ടോ?

ഇല്ല. ഡാനിയും സിൽവയും രണ്ട് ബ്രീസിലിയൻ ഫുട്ബോളർമാ രല്ലേ.

അതെ.

അവർ രണ്ടു പേരല്ലേ?

അല്ല. ഞങ്ങൾക്ക് ഇത് ഒരാളാണ്. ഡാനി സിൽവ. പല സംഗീത വിരുന്നുകളിലും ഡിജെ നമ്മുടെ ഹരമായിരുന്നു ഡാനി സിൽവ. ന മ്മുടെ നൃത്തച്ചുവടുകൾക്ക് അവൻ പ്രത്യേകം താളമിട്ടപ്പോൾ തോ ന്നിയ ഒരു ഇഷ്ടമായിരുന്നു തുടക്കം. ഡാനി സിൽവ നമ്മുടെ ഹരമാ യിരുന്നു. പല വേദികളിലും ഡാനി സിൽവയുടെ പരിപാടികൾക്ക് ഞങ്ങളുടെ നൃത്തച്ചുവടുകളായിരുന്നു എല്ലാവരുടെയും ഹരം. നമ്മു ടെ നൃത്തച്ചുവടുകൾക്ക് പ്രത്യേകതരം സംഗീതം ഒഴുക്കുവാൻ ഡാ നി സിൽവക്ക് പ്രത്യേകം കഴിവും ഉണ്ടായിരുന്നു.

ദിവസങ്ങളും കുറച്ചു വർഷങ്ങളും കഴിഞ്ഞതിന് ശേഷമാണ് ഡാനി സിൽവക്ക് ഭാര്യയും മക്കളും ഉള്ളത് ഞങ്ങൾ അറിയുന്നത്. അതോ ടുകൂടി ഡാനി സിൽവയുമായി ഉള്ള ബന്ധം കുറച്ചു കൊണ്ടുവരുവാ നും ഇല്ലാതാക്കുവാനും ഞങ്ങൾ രണ്ടു പേരും തീരുമാനിച്ചു. അങ്ങ നെ വർഷങ്ങൾ കഴിഞ്ഞപ്പോൾ ഡാനി സിൽവക്ക് ഞങ്ങളെ ഉദ്ദേശി ക്കുന്ന രീതിയിൽ ഡിജെ പരിപാടികൾക്ക് കിട്ടാതാവുകയും ചെറിയ തോതിൽ ഞങ്ങളോട് അദ്ദേഹത്തിന് പക വരികയും ചെയ്തു.

പക്ഷേ അതൊന്നും ഞങ്ങൾ വലിയ തോതിൽ മനസ്സിൽ കൊടു ത്തില്ല. ഞങ്ങളില്ലാത്ത പരിപാടികൾ പലതും ഡാനി സിൽവക്ക് വിജ

യിപ്പിക്കുവാൻ കഴിയാതെ വിഷമത്തിലായപ്പോൾ പക കൂടുതൽ കൂ
ടുതൽ വഷളായിക്കൊണ്ടിരുന്നു. അവസാനം ഞങ്ങൾ പങ്കെടുത്ത പ
ല വേദികളിലും ഞങ്ങൾ ആക്രമിക്കപ്പെടുകവരെ ഉണ്ടായി.

അക്രമം സഹിക്കവയ്യാതെ ബുദ്ധിമുട്ടിയപ്പോൾ അയാളെ ഞങ്ങൾ
ക്ക് അവഗണിക്കേണ്ടതായി വന്നു. ഞങ്ങളില്ലാത്തതിനാൽ ഡാനി സിൽ
ക്ക് പല പരിപാടികളും മുടങ്ങി. ഇപ്പോൾ അയാളുടെ ലക്ഷ്യം ഞങ്ങ
ളെ വകവരുത്തുക എന്നതാണ്.

ചീയർ ഗേൾസ്സായി ആക്രമണം ഭയന്ന് ഇപ്പോൾ പോകാറുമില്ല.

ഞങ്ങൾക്ക് നല്ല കാലത്ത് കിട്ടിയിരുന്ന കാശൊക്കെ വേണ്ടവിധം
സൂക്ഷിച്ചതിനാൽ ഇപ്പോൾ ആരേയും ഭയപ്പെടാതെ കഴിയുന്നു. എ
ന്നിരിന്നാലും ഞങ്ങൾ നാലുഭാഗവും ശത്രുക്കളാൽ നിബിഡമാണ്.

കഴിവുള്ളവർ ഉയരങ്ങളെ കീഴടക്കുമ്പോൾ പലവിധത്തിലുള്ള കൂ
രമ്പുകൾ ഞങ്ങൾ പ്രതീക്ഷിക്കേണ്ടിവരുമല്ലോ. അത്തരം കൂരമ്പുകൾ
ധാരാളം ഞങ്ങൾ തരണം ചെയ്തിട്ടുണ്ട്.

ഡിജെ ചെയ്യുമ്പോൾ അദ്ദേഹത്തെ സ്നേഹിക്കുവാൻ കാരണം മ
റ്റുള്ളവരിൽ നിന്നുള്ള ഒരു രക്ഷപ്പെടൽ ആയിരുന്നു. ആ രക്ഷപ്പെടൽ
ഡാനി സിൽവ മുതലെടുക്കാൻ ശ്രമിച്ചപ്പോൾ ഞങ്ങൾ അതിൽ നി
ന്ന് പിൻവലിഞ്ഞു. ഡാനി സിൽവ വിവാഹിതനല്ലായിരുന്നെങ്കിൽ അ
ദ്ദേഹത്തെ ഞങ്ങൾ രണ്ടു പേരും സ്വീകരിച്ചേനേ. അദ്ദേഹം ഒരു സ
ത്യം ഞങ്ങളിൽ നിന്ന് മറച്ചുവച്ചു കൊണ്ടിരുന്നു. ആ സത്യം ഞങ്ങൾ
അറിഞ്ഞപ്പോൾ അദ്ദേഹത്തെ വെറുത്തു എന്നേയുള്ളൂ.

പക്ഷേ ഡാനി സിൽവയിൽ വെറുപ്പായിരുന്നില്ല പകയായിരുന്നു
അഗ്നിപർവ്വതംപോലെ പൊട്ടിത്തെറിച്ചത്. അദ്ദേഹം ഞങ്ങളെ പിൻ
തുടരുന്നുണ്ട്. ഡാനി സിൽവയും ഞങ്ങളും ഒരു ദേശക്കാരൊന്നുമല്ല.
ഡാനി സിൽവ ബ്രസീലിന്റെ തെക്ക് വശത്തുള്ള പോർട്ടോ അലിഗ്രെ
എന്ന പട്ടണപ്രദേശത്തുനിന്ന് വന്നവനും ഞങ്ങൾ വടക്കേ അറ്റത്തു
ള്ള ബേലം എന്ന പട്ടണത്തിൽനിന്നും ഉള്ളവരുമാണ്.സവോപോളോ
യിൽ ഞങ്ങൾ എത്തിയപ്പോൾ അവിടെ വച്ച് പരിചയപെട്ടവരാണ്.

പക്ഷേ ഇന്ന് നമുക്ക് നാട്ടിൽ എത്തിച്ചേരുവാൻ സാധിക്കില്ല. അ
വിടെയും ഡാനി സിൽവയുടെ ആൾക്കാർ ഞങ്ങളെ തേടി നടക്കു
ന്നുണ്ട്.

എന്തിനാണ് കഠാരയുമായി നടക്കുന്നത് ?

വിത്സന് നമ്മുടെ നാടിന്റെ പരിതഃസ്ഥിതി അറിയില്ല.

ബ്രസീൽ ഒരു നല്ല നാടൊന്നുമല്ല, നിങ്ങളുടെ നാടുപോലെ മാ

വേലിയുടെ നാടൊന്നുമല്ല.

അവിടെ വെറും പിടിച്ചുപറിയും താന്തോന്നിത്തരവും മാത്രമാണ് ഭൂരിപക്ഷത്തിന്റെയും മുതൽക്കൂട്ട്. ഞങ്ങളെ പോലുള്ളവർക്ക് ആയുധം എപ്പോഴും കൈവശം വേണം.

ഈ കഠാര ബ്രസീൽ നിന്ന് വരുമ്പോൾ കൊണ്ടുവന്നതാണോ?

അല്ല.

പിന്നെ?

ഇവിടെ നിന്ന് വാങ്ങിയതാണ്.

ഇതൊക്കെ കൊണ്ടു നടക്കുന്നത് ആപത്തല്ലേ?

ഇതില്ലാതെ നടക്കുന്നതാണ് ആപത്ത്.

എന്തോ എനിക്ക് ഭയപ്പാട് ഉണ്ട്.

വിത്സൺ ഭയപ്പെടേണ്ട .

വിത്സൺ ഞങ്ങളുടെ കൂടെ ഇല്ലായിരുന്നെങ്കിൽ ഞങ്ങൾക്ക് ഫുട് ബോൾ കാണുവാൻ തന്നെ സാധിക്കില്ലായിരുന്നു. ഈ നിമിഷങ്ങൾ ആഘോഷമാക്കി തീർത്തത് വിത്സനാണ്.

അയ്യോ ഞാൻ?

തീർച്ചയായും.

ഞാൻ നിങ്ങളെ കണ്ട് ഭ്രമിച്ച് കൂടെ നടന്ന ആളാണ്. പിന്നെ അത് സൗഹൃദമായി.

ബ്രസീലുകാരികൾ ചിരിക്കുന്നു. ഭ്രമിക്കാൻ മാത്രം ഞങ്ങളിൽ എ ന്തുണ്ട്?

ഒരോ ആൾക്കും ഒരോ രീതിയിൽ ആയിരിക്കും ഭ്രമം. എനിക്ക് എ ന്തോ ലവ് അറ്റ് ഫസ്റ്റ് സൈറ്റ് എന്ന് പറഞ്ഞതുപോലെ എന്തോ നി ങ്ങളിൽ ആകർഷിച്ചിട്ടുണ്ട്. അതുകൊണ്ടാണല്ലോ ഞങ്ങൾ ഇത്രയും സമയം ഒരുമിച്ച് ചിലവഴിച്ചത്. നിങ്ങൾ എനിക്ക് തന്നിരുന്ന ആദ്യ സ മ്മാനമായ ആ നിഷ്ക്കളങ്കമായ ആ ചിരിയുണ്ടല്ലോ അത് എന്നിലെ ഹൃദയത്തിലേക്ക് നിങ്ങളും നിങ്ങളുടെ ഹൃദയത്തിലേക്ക് ഞാനും ക യറി പറ്റി എന്നതാണ് ശരി.

കൊണ്ടുവന്ന ബീയർ മുഴുവനും അപ്പോഴേക്ക് മൂന്നുപേരും കൂടി കുടിച്ച് കഴിഞ്ഞിരുന്നു. സമയം രാത്രി 2.30. കാലത്ത് ആറ് മണി വ രെ ഡിജെയുണ്ട്

വിത്സന് ഉറക്കം വരുന്നുണ്ടോ?

യേ.. ഇല്ല.

നിങ്ങൾ കൂടെ ഉണ്ടെങ്കിൽ ഇനിയുള്ള ദിവസങ്ങളിൽ ഞാൻ ഉറ

ങ്ങില്ല.

അതെന്താ?

നിങ്ങൾ കൂടെ ഉണ്ടാകുമ്പോൾ നിങ്ങളെ കാണാതിരിക്കുന്നത് എ ന്റെ നയനസുഖത്തിന് തീരാനഷ്ടമായിരിക്കും.

വീണ്ടും അവർ ചിരിക്കുന്നു. ഞങ്ങൾ അത്രയും ഭംഗിയുണ്ടോ?

പിന്നെ ഇല്ലാതെ.. നമ്മുടെ നാട്ടിലെ ശകുന്തളയേക്കാളും രംഭയേ ക്കാളും ഊർവ്വശിയേക്കാളും എന്തായാലും സൗന്ദര്യമുണ്ട്.

ഇവരൊക്കെ വിത്സന്റെ ആരാണ്?

എന്റെ ആരുമല്ല.

പിന്നെ

എന്റെ നാട്ടിലെ ദൈവത്തിന്റെ മുന്നിൽ നൃത്തമാടുത്ത അപ്സര സുകളാണ്.

വിത്സൺ ഇവരെ കണ്ടിട്ടുണ്ടോ?

ഇല്ല.

പിന്നെ എങ്ങനെയാണ് അവരേക്കാൾ സൗന്ദര്യം ഞങ്ങളിൽ ഉ ണ്ടെന്ന് പറയുന്നത്.

കണ്ടവരിൽ ചിലർ സിനിമയിൽ അവരെ കൊണ്ട് നൃത്തം ചെയ്യി പ്പിച്ചതായി കണ്ടിട്ടുണ്ട്. അങ്ങനെ പറഞ്ഞതാണ്.

അവർ വീണ്ടും ചിരിക്കുന്നു.

വിത്സൺ നമുക്ക് തരുന്ന ഈ നിമിഷങ്ങളിലെ സുഖം വിത്സൺ ഞങ്ങളിൽ കണ്ണടച്ചു കാണുന്ന സുഖങ്ങൾക്കും അപ്പുറമാണ്. നാലോ അഞ്ചോ മണിക്കൂറുകളാണ് നമ്മൾ ഒന്നായി കഴിഞ്ഞത്. പക്ഷേ ഒരു യുഗം കഴിഞ്ഞതുപോലെ തോന്നുന്നു. വിത്സൺ എന്നും നമ്മുടെ കൂ ടെ ഉണ്ടായിരുന്നെങ്കിൽ എന്നാശിച്ചു പോകയാണ് ഇപ്പോൾ.

ഞാൻ ആദ്യമേ പറയാം. എനിക്ക് ഭാര്യയും നാല് മക്കളും ഉണ്ട്.

വിത്സൺ ഞങ്ങളെ ഭയപ്പെടുന്നുണ്ടോ?

വീണ്ടും അവർ ചിരിക്കുന്നു.

ഹേ.. ഇല്ല. സ്നേഹത്തിന്റെ ആഴം കാണാനാകുന്നത് കൂടെ ഉള്ള തിനേക്കാൾ അകലങ്ങളിൽ നിൽക്കുമ്പോഴാണ്.

അതെ.

നമ്മുക്ക് കുറച്ചു കൂടി ബീയർ വാങ്ങിയാലോ?

ആവട്ടേ.

വിത്സനും കൂടെ വരണം.

ശരി ഞാനും വരാം.

ബീയർ കടയിലേക്ക് മൂവരും നീങ്ങി കടയുടെ മുൻവശത്ത് എ
ത്തിയപ്പോൾ രണ്ടു പേരും പരുങ്ങലിലായി.

എന്താണ് മുഖത്ത് ഇത്ര വെപ്രാളം?

ഒന്നുമില്ല.

നമുക്ക് ഇവിടെ നിന്ന് മാറാം.

പെട്ടെന്ന് രണ്ടു പേരും തലയിൽ കേപ്പ് വച്ചു. മത്രമല്ല മാസ്ക്കും
ധരിച്ചു. അവർ രണ്ടു പേരും എന്തോ കുശുകുശുത്തു. വിസനെ അ
വർ ശ്രദ്ധിക്കുന്നില്ലെങ്കിലും വിസൺ അവരുടെ ആളെന്ന മട്ടിൽ അ
വരുടെ കൂടെ നടന്നു നീങ്ങി. എന്തോ പന്തികേട് വിസണും മണ
ത്തു തുടങ്ങി. പക്ഷേ വിസൺ അവരുടെ ശൈലി നോക്കി വിവേക
ത്തോടെ അവരുടെ ഒരോ സ്റ്റെപ്പുകൾക്കും അകമ്പടിയായി നീങ്ങി. ആ
രോ അവരെ പിൻതുടരുന്നുണ്ട് എന്നത് വിസൺ ഉറപ്പിച്ചു.

മറ്റൊരു കടയിൽ നിന്ന് ബീയറിനു പകരം വിസ്കിയും അതിന്
വേണ്ടുന്ന ചേരുവയും വാങ്ങി ഞങ്ങൾ വീണ്ടും ഇരുട്ടിന്റെ മറവിലേ
ക്ക് നീങ്ങി.

എന്താണ് ഇവരുടെ മനസ്സിൽ ഓടുന്ന വിഷയം എന്നത് വിസന്
ഒരു വിധത്തിലും പിടി കിട്ടുന്നില്ല. ഇവർ സ്പൈകളാവാം കള്ളക്കട
ത്തുകാരാവാം അങ്ങനെ പലതും ആവാം. പക്ഷേ വിസൺ അതി
ലൊന്നും വലിയ ശ്രദ്ധ കൊടുക്കാതെ അവരോട് ചേർന്നു തന്നെ ന
ടന്നു. പലതും നടക്കുന്നത് ഞങ്ങൾ ചിന്തിക്കുന്നതുപോലെയൊന്നു
മല്ല.

വിസ്കി മൂന്ന് ഗ്ലാസ്സിൽ ഒഴിക്കുന്നു. അവർ രണ്ടു പേരും പിടക്കോഴി
കുഞ്ഞുങ്ങളെ കൊണ്ടുനടക്കുമ്പോൾ കാണിക്കുന്ന വേവലാതിയാണ്
കാണിക്കുന്നത്. നാലുപാടും അല്ല അവരുടെ ശ്രദ്ധ എട്ടുപാടുമാണ്.

ഒരു പുരുഷനേക്കാൾ പതിന്മടങ് ശ്രദ്ധാലുക്കളാണ് സ്ത്രീകൾ.
സ്ത്രീകളുടെ കണ്ണുകളുടെ പ്രവേഗം പ്രകാശരശ്മിയേക്കാൾ വേഗ
തയേറിയതാണെന്ന് ആ ഇരുട്ടിൽ വിസന് തോന്നി.

മൂന്നു പേരും ബിയറിൽ നിന്ന് വിസ്കിയിലേക്ക് മാറുവാനുണ്ടായ
സാഹചര്യം വിസന് മനസ്സിലായില്ല. ഒരോരുത്തരും കഴിക്കേണ്ട സാ
ധനങ്ങൾ അത് ഉത്പാദിപ്പിക്കുമ്പോൾ അതിന്റെ മുകളിൽ എഴുതി വ
ച്ചിട്ടുണ്ട് എന്ന് പറഞ്ഞത് എത്ര ശരിയാണ്. ബിയറിൽ അവരുടെ പേ
രില്ല. വിസ്ക്കിയിലാണ് പേര്.

മൂവരും വിസ്ക്കി കുടിക്കുവാൻ തുടങ്ങി. ആ സമയവും രണ്ടു പേ
രുടെ കണ്ണുകൾ എന്തിനോ വേണ്ടി തിരയുന്നുണ്ടായിരുന്നു.

നിങ്ങൾ ആരെയാണ് ഭയപ്പെടുന്നത്. ആരാണ് നിങ്ങളെ പിൻതുട രുന്നത്. നിങ്ങൾക്ക് ഞാൻ ബുദ്ധിമുട്ടാണെങ്കിൽ ഞാൻ പോയിക്കൊ ള്ളാം

പോകണമോ വേണ്ടയോ എന്നത് നിങ്ങളുടെ ഇഷ്ടം. ഞങ്ങൾ ഒ രാപത്തിൽ പെട്ടിരിക്കയാണ്.

അല്ലാതെ നിങ്ങൾ കഠാരയുമായി നടക്കില്ലല്ലോ? അല്ല.. നിങ്ങൾ ക്ക് തോക്കൊന്നും വാങ്ങാൻ കിട്ടിയില്ലേ.

തോക്കിനേക്കാൾ ശക്തമായി ഈ കഠാര പ്രവർത്തിക്കും എന്ന് വിത്സനറിയില്ലേ?

നിങ്ങൾ എന്തൊക്കെയാണ് സംസാരിക്കുന്നത്?

നിങ്ങളുടെ ശരീരം നിങ്ങളുടെ മനസ്സുമായി യാതൊരു ബന്ധവുമി ല്ലല്ലോ?

ശരിയാണ്. അതാണ് നമ്മുടെ ജീവിതം. ഞങ്ങൾ വിളിക്കുന്നിടം വിത്സൺ വരുവാൻ കാരണമെന്താണ്. ഞങ്ങൾ നിർബന്ധിച്ചുവോ. ഇല്ലല്ലോ? എന്നിട്ടും വിത്സൺ ഞങ്ങളുടെ കൂടെ വന്നു. വിത്സന് ഇവി ടെ ആരെയും അറിയാത്ത സ്ഥിതിക്ക് ഞാൻ ഒരു കാര്യം പറയാം, ഞങ്ങൾ രണ്ടു പേരും പ്രൈവറ്റ് ഡിക്ടറ്റീവുകൾ ആണ്. ഞങ്ങളുടെ ശരീരമാണ് ജനങ്ങൾ ശ്രദ്ധിക്കുന്നത്. നമ്മുടെ മനസ്സല്ല. പക്ഷേ വി ത്സനിൽ പല ഗുണങ്ങളും ഒറ്റനോട്ടത്തിൽ കണ്ടു. അതുകൊണ്ടാണ് ഞങ്ങൾ നിങ്ങളെ കൊണ്ടുനടക്കുന്നത്. ഇനി എന്നിൽ വിഭിന്നമായ ത് എന്ത് നിങ്ങൾ കണ്ടെത്തി എന്ന് ഞങ്ങളോട് ചോദിക്കരുത്. അത് നമ്മുടെ സ്വകാര്യതയാണ്.

വിത്സനെ ഞങ്ങൾ കീഴ്പ്പെടുത്തി കഴിഞ്ഞു. ഇനി വിത്സൻ സം സാരിക്കേണ്ട. ഞങ്ങൾ എന്ത് ചിന്തിച്ചാലും അത് ഇവിടെ നടക്കും. വിത്സനെ ഞങ്ങൾ എന്തു ചെയ്താലും ആരും അറിയിയുവാൻ പോ കുന്നുമില്ല. ഒരു തെളിവും ഇല്ലാതെ നമുക്ക് രക്ഷപ്പെടുവാനും ആ കും.

അപ്പോൾ നിങ്ങൾ എന്നെ നിങ്ങളുടെ ആവശ്യത്തിന് വേണ്ടി കൊ ണ്ടു നടക്കുകയാണോ?

അല്ല.

പിന്നെ

ഞങ്ങൾ രണ്ടു പേരും മാത്രമാണ് ദിവസങ്ങളും മാസങ്ങളുമായി സംസാരിക്കുന്നത്. ആ മടുപ്പ് ഒഴിവാക്കുവാൻ നമുക്ക് ആരെങ്കിലും സംസാരിക്കുവാൻ കൂട്ടു വേണം എന്ന് ചിന്തിച്ച് നടക്കുമ്പോഴാണ്

നിങ്ങളെ കണ്ടെത്തുന്നത്. പെട്ടെന്ന് കണ്ടെത്തിയതല്ല. നിങ്ങൾ ഈ ഗ്രൗണ്ടിൽ എത്തിയത് മുതൽ ഞങ്ങൾ പിറകിലുണ്ട്. നിങ്ങളുടെ സം സാരവും നിങ്ങളുടെ കൂട്ടുകാരുടെ പ്രതികരണവും ഒക്കെ ഞങ്ങൾ ശ്രദ്ധിക്കുന്നുണ്ടായിരുന്നു. ആയിടെയാണ് എന്തോ ഒരു നിമിത്തം പോ ലെ അവരിൽ നിന്ന് നിങ്ങൾ വേർപെടുന്നത്.

ഈ അർദ്ധരാത്രി ഉറക്കമൊഴിഞ്ഞ് കള്ള് കുടിച്ച് സംസാരിക്കേ ണ്ട വിഷയമൊന്നുമല്ല ഇത്. പെട്ടെന്ന് രണ്ടു മിടുക്കരായ ചെറുപ്പക്കാർ ഞങ്ങളുടെ അടുത്തേക്ക് ഓടി അടുക്കുന്നു.

കൂടെ ഉള്ള ബ്രസീലിയൻസിന്റെ ശ്രദ്ധയിൽപ്പെടുന്നു. പെട്ടെന്ന് തന്നെ രണ്ടു പേരും ഉസൈൻ ബോൾട്ടിനെക്കാൾ വേഗത്തിൽ ഓടി അകലുന്നു. അവർ ഓടിയ ഭാഗം ഇനി പുല്ല് മുളക്കില്ല എന്നത് ഉറപ്പാ ണ്.

നീ ആരാണ്?

ഞാൻ ഇന്ത്യനാണ്.

അവരുമായി..

ഫോൻസോണിൽ വച്ച് പരിചയപ്പെട്ടതാണ്.

അവർ ആരാണെന്ന് അറിയുമോ?

ഇല്ല.

പിന്നെ നിങ്ങൾ എന്തിനാണ് അവരുടെ പിറകിൽ?

ഞാൻ അവരുടെ കൂടെ അല്ല .അവർ എന്റെ കൂടെയാണ്. അതു കൊണ്ടാണല്ലോ അവർ ഇവിടെ നിന്ന് ഓടിയതും ഞാൻ ഇവിടെ ബാ ക്കി ആയതും.

നിങ്ങൾ ഇത്രയും സമയം അവരുമായി സംസാരിക്കാനുള്ള കാര ണം എന്താണ്?

എനിക്കറിയില്ല. അവരോടു ചോദിക്കണം?

നിങ്ങൾ നല്ലവണ്ണം കുടിച്ചിട്ടുണ്ട് അല്ലേ?

ഉണ്ട്.

അവർ ആരാണെന്ന് നിങ്ങൾ ചോദിച്ചിരുന്നുവോ?

ചോദിച്ചിരുന്നു. പക്ഷേ അവർ പറയുന്നതൊന്നും ഞാൻ വിശ്വസി ച്ചിരുന്നില്ല.

അതെന്താ?

അവർ സ്ത്രീകളാണ്.

സ്ത്രീകൾ പറയുന്നത് വിശ്വസിക്കരുത് എന്നുണ്ടോ?

ഇല്ല.

പിന്നെ?

ഒറ്റക്കും ഇരട്ടക്കും നടക്കുന്ന സ്ത്രീകളെ വിശ്വസിക്കാൻ കൊള്ളില്ലെന്ന് എന്റെ പ്രമാണം.

പിന്നെ കൂടെ..

ഒരു രസം.

അവർ സ്ത്രീകളാണെന്ന് അറിഞ്ഞു കൂടെ?

അറിയാം. അതിന് ഞാൻ അവരിലെ സ്ത്രീകളോട് സംസാരിച്ചിട്ടില്ല.

ഇത്രയും സമയം പിന്നെ നിങ്ങൾ ആരോടാണ് സംസാരിച്ചത്?

ഇന്ത്യയിൽ നിന്ന് ഇവിടെ കളി കാണുവാൻ വന്നത് രസിക്കുവാനും ഉല്ലസിക്കുവാനുമാണ്. കളി കാണുക മാത്രമല്ല എന്റെ ലക്ഷ്യം.

എത്ര ദിവസമായി ഇവിടെ?

നിങ്ങൾ ആരാണെന്ന് മനസ്സിലായില്ല?

ഞങ്ങൾ ബ്രസീലുകാരാണ്.

ഇവരെ തേടുവാൻ..

പല കാരണങ്ങളുണ്ട്.

അവർ ആരെയോ ഭയപ്പെടുന്നുണ്ട് എന്ന് എനിക്ക് മനസ്സിലായിരുന്നു.

ഇനി അവർ ഇവിടെ വരുമെന്ന് തോന്നുന്നുണ്ടോ?

ഇല്ല.

ഉറപ്പാണോ?

എനിക്ക് അങ്ങനെ തോന്നുന്നു.

തോന്നുവാൻ കാരണം? അവർ എന്റെ ആരുമല്ല.

നിങ്ങൾ മിടുക്കനാണ്.

എന്തുകൊണ്ട്?

ഉരുളക്ക് ഉപ്പേരി പോലുള്ള ഉത്തരങ്ങൾ തന്നെ.

നിങ്ങൾ എന്തിനാണ് ആ പാവങ്ങളുടെ പിറകിൽ? അതും അന്യ നാട്ടിൽ.

അവർ കുടിച്ചിട്ടുണ്ടോ?

ധാരാളം.

ഫെൻസോണിലെ ഡിജെ കൊടുമ്പിരിക്കൊള്ളുന്നുണ്ട്. അതിനിട യിലേക്കാണ് അവർ രണ്ടു പേരും നിങ്ങിയത്, അവരുടെ വസ്ത്രങ്ങൾ ഡിജെയുടെ പ്രകാശവലയങ്ങൾ മാറുന്നതിന് അനുസരിച്ച് മാറിക്കൊ ണ്ടിരിക്കുന്നവയാണ്. പിന്നെ മാസ്ക്കും തൊപ്പിയും ധരിച്ചാൽ അവ

രെ തിരിച്ചറിയുക പ്രയാസമാണ്. അതു കൊണ്ടു തന്നെയാണ് ഓടി അടുത്തവർ പിൻതുടരാതെ വിത്സനുമായുള്ള സംഭാഷണത്തിൽ മു ഴുകിയത്.

നിങ്ങൾ അവരുടെ കൂടെ ഓടാതിരുന്നത് എന്തുകൊണ്ടാണ്?

അവരുമായി എനിക്ക് യാതൊരു ബന്ധവുമില്ല എന്നതുകൊണ്ടു മാത്രം.

എന്നാലും?

ആവശ്യമുണ്ടെന്ന് തോന്നിയില്ല. ഞാനൊരു തെറ്റും ചെയ്തിട്ടില്ല. നിങ്ങൾ എന്തിനാണ് അവരുടെ പുറകിൽ നടക്കുന്നത്.

പെട്ടെന്ന് ഫേൻ സോണിലെ മൊത്തം വെളിച്ചം അണയുന്നു. നി മിഷങ്ങൾക്കകം ഒരു നിലവിളി കേൾക്കുന്നു. ജനങ്ങൾ നാലുപാടും കുതറി ഓടി തുടങ്ങി എന്തു സംഭവിച്ചു എന്നറിയാതെ. ഫാൻസോൺ ഇരുട്ടിൽ തന്നെ. മൊത്തം ആളൊഴിഞ്ഞു. ആളൊഴിഞ്ഞ സ്ഥലത്ത് നോക്കിയപ്പോൾ ഒരാൾ നിലത്ത് രക്തത്തിൽ കുളിച്ച് കിടക്കുന്നു.

ഞങ്ങൾ വന്നില്ലായിരുന്നുവെങ്കിൽ ഇയാൾ നിങ്ങൾ ആവേണ്ടതാ യിരുന്നു. പക്ഷേ അത് സംഭവിച്ചില്ല.

അവർ ഇവിടെ നിന്ന് രക്ഷപ്പെടുകാണും. ഒരു തെളിവും ബാക്കി വെക്കാതെ . അതാണ് അവരുടെ രീതി. അവർ നാടിനും ലോകത്തി നും ആപത്താണ് . അവരെ പിടിക്കുവാൻ 10 ലക്ഷം ഡോളർ സമ്മാ നമായി ബ്രസീൽ ഗവൺമെൻറ് പ്രഖ്യാപിച്ചിരിക്കയാണ്. അവരെ പി ടിക്കുവാൻ നിങ്ങൾക്ക് സാധിക്കും.

അതെങ്ങനെ?

പറഞ്ഞു തരാം. അവർ നിങ്ങളെയും നോട്ടമിട്ടിരിക്കയാണ്. അതാ ണ് അവരുടെ രീതി. അവർ നിങ്ങളെ തേടി എത്തും.

അവർ നല്ലവരാണെല്ലോ. എന്താണ് അവർ ഇങ്ങനെ പ്രവർത്തി ക്കുവാൻ കാരണം?

പ്രേമനൈരാശ്യമാണ് പ്രധാന കാരണം, ഇവർ ബാർ ഗേൾസ്സാ ണ്. ശരിക്കു പറഞ്ഞാൽ ബാർ മ്യൂസിക്കിൽ ചീയർ ഗേൾസ് ആണ്. ഇവരെ സ്നേഹിച്ചിരുന്ന ഒരുവളുടെ ധനികനായ കാമുകൻ ഒരു കാ രണവുമില്ലാതെ പെട്ടെന്ന് ഉപേക്ഷിക്കുന്നു. രണ്ടു പേർക്കും കാമുക ന്മാരുണ്ട്. രണ്ടും പേരും രണ്ട് നാട്ടുകാരാണ്. ഇവർ ഒരുമിച്ചാണ് സാ വോപോള്ളോവിൽ താമസം. ഒരാളുടെ കാമുകൻ ഒരുവള ഉപേക്ഷി ച്ചപ്പോൾ രണ്ടും പേരും ദുഃഖം സഹിക്കവയ്യാതെ ആത്മഹത്യ ചെയ്യു വാൻ തീരുമാനിക്കുകയും അവർ ആത്മഹത്യക്ക് ശ്രമിക്കുകയും ചെ

യ്തു. എന്തോ ശബ്ദം കേട്ട് സമയോചിതമായ അയൽപക്കക്കാരന്റെ ഇടപെടലിലൂടെ ഇവരുടെ ഉദ്യമം പരാജയപ്പെട്ടു.

പിന്നീട് ഇവർക്ക് ആണുങ്ങളെ ഇഷ്ടമല്ലാതായി മാറി. രണ്ടു ദിവ സങ്ങൾക്ക് ശേഷം ഇവരെ ആത്മഹത്യയിൽ നിന്ന് രക്ഷപ്പെടുത്തിയ അയൽക്കാരനെ രണ്ടു പേരും ചേർന്ന് നിഷ്ഠൂരമായി കൊലപ്പെടു ത്തി. യാതൊരു തെളിവും ബാക്കി വെക്കാതെ, അതിന് ശേഷം പന്ത്ര ണ്ടോളം കൊലപാതകങ്ങൾ ഇവർ നടത്തി. ഒന്നിനും ഒരു തെളിവും ഇല്ല. പക്ഷേ സംശയം ഞങ്ങൾക്ക് ഇവരുടെ പേരിൽ മുറുകിയപ്പോ ഴാണ് ലോകകപ്പ് ഫുട്ബോളിന്റെ തുടക്കം. അപ്പോഴേക്കും രണ്ടു പേ രും ബ്രസീൽ കടന്നിരുന്നു. ഇവിടെ വച്ച് പിടിക്കാം എന്ന നിലയിലാ ണ് ഞങ്ങൾ ഇവിടെ എത്തിയത്. ഇവർ ഇവിടെ എത്തിയിട്ട് ഏഴ് ദിവ സമേ ആയിട്ടുള്ളൂ. അതിനിടയിൽ ഒന്ന് നടന്നു. ശരിക്ക് പറഞ്ഞാൽ ആ വിക്ടിം നിങ്ങൾ ആവേണ്ടവനായിരുന്നു, പക്ഷേ സംഭവിച്ചില്ല. അ തുകൊണ്ട് നമ്മുടെ ജോലി കുറയുമെന്ന് തോന്നുന്നു,

അവർ എന്നെ കൊല്ലില്ല.

എന്തുകൊണ്ട്?

അവർക്ക് എന്നെ അങ്ങനെ ചെയ്യുവാൻ സാധിക്കില്ല.

എത്ര കഴിച്ചിട്ടുണ്ട്?

എണ്ണമൊന്നുമില്ല.

നിങ്ങൾ കള്ളുകുടിച്ച് ബോധം നഷ്ടമായാൽ അവർ കഠാരകൊ ണ്ട് കൈയ്യിൽ ഒരു വര വരവരക്കുകയേ വേണ്ടൂ. പിന്നെ അവരെ കാ ണുകയേയില്ല.

ഇല്ല. അവർക്ക് എന്നെ അങ്ങനെ ചെയ്യുവാൻ സാധിക്കില്ല.

നിങ്ങൾ രണ്ടെണ്ണം കൂടി അടിക്കൂ, ഞങ്ങൾ കാണിച്ചു തരും.

അപ്പോൾ നിങ്ങളോ അവരോ കൊലയാളി.

ഞങ്ങളല്ല. ഈ മൂഡിൽ വായിക്കുവാൻ പറ്റുമോ?

എന്താ..?

ഇതാണ് നമ്മുടെ ഐഡന്റിറ്റി കാർഡ്.

നിങ്ങൾ പ്രൈവറ്റ് ഡിക്റ്ററീവുകളാണ് അല്ലേ? ഇതു തന്നെയാണ് അവരും പറഞ്ഞത്.

ഞാൻ ആരെ വിശ്വസിക്കും?

നിങ്ങൾക്ക് ഇന്ത്യയിൽ തിരിച്ചു പോകണമെങ്കിൽ ഞങ്ങളുടെ കൂ ടെ നിൽക്കേണ്ടിവരും. അല്ല എന്ന മറുപടി ആണെങ്കിൽ ഞങ്ങൾക്ക് നിങ്ങളെ പലതും ചെയ്യേണ്ടിവരും.

ഒരു ചുക്കും എന്നെ ചെയ്യുവാൻ സാധിക്കില്ല.

അതു വെറുതെ.

ഇപ്പോൾ എവിടെയാണ് ഉള്ളതെന്ന് അറിയാമോ?

നിങ്ങൾ എവിടെയാണ് ഉള്ളത് എന്നത് നിങ്ങൾക്കറിയുമോ?

അധികം സംസാരം വേണ്ട, ഈ വണ്ടിയിൽ കയറണം.

എന്നെ കൂട്ടുവാൻ രവിവരും.

അവൻ വന്നോട്ടേ. ഇപ്പോൾ ഈ വണ്ടിയിൽ കയറൂ.

ഞാൻ കയറില്ല.

ഞങ്ങൾ പോകുന്നത് രവിയുടെ വീട്ടിലേക്കാണ്.

നിങ്ങൾക്ക് രവിയെ അറിയുമോ?

അറിയുമോ എന്നോ?

അങ്ങനെ അവർ വിത്സനെ വണ്ടിയിൽ കയറ്റി അവരുടെ കേന്ദ്ര ത്തിൽ എത്തിക്കുന്നു. വിത്സന്റെ ബോധം അപ്പോൾ വിസ്കി തിന്നു കഴിഞ്ഞിരുന്നു. പിന്നിട്ട് വിത്സന് ചോദിച്ചതിനൊന്നും മറുപടി പറയു വാൻ കഴിയാതെ ആയി.

ഉറങ്ങുന്ന വിസനെ കിടക്കയിൽ കിടത്തുന്നു.വിത്സൺ സുഖനിദ്ര.

കുറച്ചു കഴിഞ്ഞപ്പോൾ ഒരു ഫോൺ കോൾ .വിത്സൺ എഴുനേൽ ക്കുന്നു.നോക്കിയപ്പോൾ രവിയുടെ ഫോൺ,

എവിടെയാണ് നീ ഉള്ളത്?

ഞാൻ ഇവിടെയുണ്ട്.

നീ ഉറങ്ങിയോ?

ഉറങ്ങി?

ഫേൻസോണിൽ തന്നെ ഉറങ്ങിയോ?

അല്ല, ഒരു വീട്ടിലാണ് ഉള്ളത്.

നേരം വെളുത്തെടാ നീ എഴുന്നേൽക്ക്, ആരുടെ വീട്ടിലാണ്?

അറിയില്ല.

നിന്റെ കൂട്ടുകാരുടെ ആരുടെയെങ്കിലും വീട്ടിലാണോ?

അല്ല.

പിന്നെ?

ആരാണെന്ന് അറിയില്ല.

എടാ നീ എന്താണ് പറയുന്നത്. നീ എവിടെയാണ് ഉള്ളത് എന്ന റിയാമോ?

എട ഞാൻ കുറച്ചു കഴിഞ്ഞിട്ട് വിളിക്കാം.

വേഗം വിളിക്കണം. എനിക്ക് ജോലിക്ക് പോകാനുള്ളതാണ്വൈ

കുന്നേരം കളിയും കാണണം. നീ വേഗം ഒരു ടാക്സി പിടിച്ചു ഞാൻ ജോലിക്ക് പോകുന്നതിന് മുന്നേ വീട്ടിൽ എത്തുവാൻ ശ്രമിക്കൂ.

ശരി.

അങ്ങനെ വിത്സൺ എഴുന്നേറ്റു പുറപ്പെടുവാൻ നോക്കുമ്പോൾ ബ്ര സീലുകൾ തടഞ്ഞു.

നിങ്ങൾക്ക് പുറത്ത് പോകാൻ സാധ്യമല്ല. നിങ്ങൾക്ക് വേണ്ടുന്ന തൊക്കെ ഞങ്ങൾ ഇവിടെ എത്തിക്കാം.

നിങ്ങൾ ആരാണ് ?

അപ്പോൾ ഇന്നലെ സംസാരിച്ചത് ഓർമ്മയില്ലേ?

വിത്സൺ ഒരോന്നായി ഓർത്തെടുക്കാൻ ശ്രമിക്കുന്നു. പ്രൈവറ്റ് ഡിക്റ്റീവ്. ഡാൻസേർസിനെ പിടിക്കാൻ വന്നവർ. പത്ത് ലക്ഷം ഡോ ളർ സമ്മാനം. ഇന്നലെ ഫാൻസോണിൽ ഒരു കൊലപാതകം.

വിത്സൺ ഒരോ കാര്യവും അയവിറക്കാൻ തുടങ്ങി. ഇനിയെന്തു ചെയ്യണം എന്നറിയാതെ പകച്ചു നിൽക്കുമ്പോഴാണ് രവിയുടെ ഫോൺ വീണ്ടും വന്നത്. രവിയോട് കാര്യങ്ങൾ വിത്സന് പറയാൻ പറ്റാതായ പ്പോൾ ബ്രിസീലുകാരൻ ഫോൺ വാങ്ങി രവിയോട് കാര്യങ്ങൾ പറ ഞ്ഞു തുടങ്ങി. രവിക്ക് മൊത്തം ഒരു ഭയപ്പാടായി. ബ്രസീലുകാർ രവി യെ സമാധാനിപ്പിക്കുവാൻ ശ്രമിക്കുന്തോറും അവന്റെ ആധി കൂടി കൂടി വന്നു. അവസാനം രവിക്ക് ബ്രസീലുകാർ തമസിക്കുന്ന സ്ഥല ത്തിന്റെ വിലാസം പറഞ്ഞു കൊടുക്കുന്നു. ഫോൺ വെക്കുന്നതിന് മുന്നേ രവി മുറിയിൽ എത്തുന്നു.

എന്താടാ പറ്റിയത്?

ഒന്നുമില്ല.

ഇവർ എന്നെ പൊക്കി.

എന്തിന്?

നീ കണ്ടിരുന്നില്ലെ എന്റെ കൂടെ രണ്ട് സ്ത്രീകളെ. അവരുടെ കൂ ടെ നടന്നതിന്. ഞാൻ അവരെ ഇവർക്ക് പിടിച്ചു കൊടുക്കണം എ ന്നാണ് ഇവർ പറയുന്നത്. അവരുടെ പേരോ ഫോൺ നമ്പരോ എ ന്റെ കൈവശമില്ല. ഞാൻ ഇപ്പോൾ ഇവരിൽ ബന്ധനസ്ഥനാണ്.

വൈകുന്നേരം കളികാണുവാൻ പറ്റുമോ എന്നറിയില്ല.

നീ എന്തിനാണ് അവരുടെ പുറകെ നടന്നത്.

അവർ എന്റെ കൂടെ നടന്നതല്ലേ ?

ഏതായാലും വലിയ പ്രശ്നങ്ങളൊന്നും ഇല്ലെന്നാണ് തോന്നുന്ന ത്. പക്ഷേ പുറത്തിറങ്ങിയാൽ നിന്റെ കാര്യം കട്ടപ്പൊകയായിരിക്കും.

നിന്നെ ആ രണ്ട് ലേഡീസും ചേർന്ന് തട്ടും എന്നാണ് പറയുന്നത്. അതുകൊണ്ട് ആരും അറിയാതെ നീ ഇന്ത്യയിലേക്ക് മടങ്ങണം.

ഇവന്മാർ അതിന് എന്നെ വിടുമോ?

നീ ഒരുക്കിവച്ച വിനയല്ലേ?

രവിയെ ബ്രസീലുകാർ വിളിക്കുന്നു. അവർ തമ്മിൽ വിത്സൺ അറിയാതെ പലകാര്യങ്ങളും സംസാരിക്കുന്നു. അവരുടെ പല ഡോക്യുമെന്റുകളും രവി വായിക്കുന്നു. രവി ഭയപ്പെടുകയും ആശ്ചര്യപ്പെടുകയും ചെയ്യുന്നത് കാണുന്നു.

വിത്സനെ രവിക്ക് ഇവിടെ നിന്ന് ഇനി രക്ഷപ്പെടുത്തുവാൻ സാധ്യമല്ല. വിത്സനെ രക്ഷപ്പെടുത്തുന്നത് സമൂഹത്തിന് തന്നെ വലിയ നഷ്ടമാണ്, പക്ഷേ വിത്സന്റെ ജീവൻ തുലാസ്സിൽ ആണ്. ഇപ്പോഴുള്ള തുലാസ്സിൽ നിന്ന് വിത്സനെ ആർക്കും രക്ഷപ്പെടുത്തുവാൻ സാധ്യമല്ല. അതുകൊണ്ട് ഡിക്റ്റേറ്റീവ് പറയുന്നത് അനുസരിക്കുക എന്നതു മാത്രമാണ് രവിയുടെ മുന്നിലുള്ള കാര്യം.

രവിയോട് ഡിറ്റക്റ്റീവുകൾ കാര്യങ്ങൾ മണിക്കൂറുകൾ വച്ച് അറിയിക്കാം എന്ന് ഉറപ്പ് കൊടുത്തതിന്റെ അടിസ്ഥാനത്തിൽ രവി, വിത്സനോട് കാര്യങ്ങൾ പറഞ്ഞു മനസ്സിലാക്കുന്നു. രവി ജോലി സ്ഥലത്തേക്ക് നീങ്ങുന്നു.

രവി പോയതിന് ശേഷം അവർ ചില കാര്യങ്ങൾ വിത്സനെ പഠിപ്പിക്കുന്നു. അവരെ എങ്ങനെ കീഴ്പ്പെടുത്താം എന്നതും കീഴ്പ്പെടുത്തിയാൽ എങ്ങനെ അവരെ സംരക്ഷിക്കണമെന്നും അവർ വൈകുന്നേരം ആകുമ്പോഴേക്ക് പറഞ്ഞു കൊടുക്കുന്നു.

വൈകുന്നേരം ഫേൻ സോണിലേക്ക് വിത്സൺ പുറപ്പെട്ടു. അവരുടെ പ്രതികരണം എന്തെന്നറിയാതെ. ഫാൻസോണിൽ ഒരു ബീറും കുടിച്ച് വിത്സൻ ഡിറ്റക്റ്റീവുകളുടെ നിർദ്ദേശാനുസരണം പെരുമാറി. പക്ഷേ ഡിറ്റക്റ്റീവിന്റെ പ്രവർത്തനം എന്തെന്ന് വിത്സന് അറിയില്ലായിരുന്നു.

കുറച്ചു കഴിഞ്ഞപ്പോൾ അവർ രണ്ടു പേരും എത്തി. ഡിക്റ്റേറ്റീവുകളുടെ കണക്കുക്കൂട്ടൽ തെറ്റിയില്ല. ഇന്നലെ ഇവിടെ ഒരു കൊലപാതകം ചെയ്ത സ്ഥിതിക്ക് ഇവിടെ വരില്ല എന്ന ജനറലായ ഒരു ചിന്തക്ക് വിരാമമിട്ട് അവർ രണ്ടു പേരും അതെ ഡിജെ സോണിൽ എത്തി.

ഇന്നലെയുള്ള കൊലപാതകം കാരണം ഇന്ന് ഇവിടെ ഡിജെ ഉണ്ടാവില്ലെന്ന് അറിയിപ്പുകൾ വന്നുതുടങ്ങിയിരുന്നു. മറ്റുള്ള എൻററ്റെയിൻമെൻറിന് തടസ്സമില്ല. അതുകൊണ്ട് അവർക്ക് വിത്സനെ ക

ണ്ടെത്തുവാൻ പ്രയാസമായില്ല.

ഇന്നലെ ഒന്നും നടക്കാതെപോലെ അവർ തമ്മിൽ സംസാരിച്ചു തുടങ്ങി. വിത്സനും അവർക്കും യാതൊരു ഭാവഭേദവുമില്ലാതെ സ്വത സിദ്ധമായ ശൈലിയിൽ അവരുടെ പ്രയാണം ആരംഭിച്ചു.

ഇന്നലെ എന്താണ് പെട്ടെന്ന് എന്നെ വിട്ടുപോയത്?

ഓ.. അതോ? അത് നമുക്ക് അലോട്ട് ചെയ്തിരുന്ന താല്ക്കാലിക ഷെഡിന്റെ അകത്ത് പ്രവേശിക്കുവാനുള്ള സമയം അതിക്രമിച്ചതി നാലാണ് ഓടിയത്.

എന്നിട്ട് റൂമിൽ കയറ്റിയോ?

ഓ.. കയറി

നിങ്ങൾ പോയതിന് ശേഷം ഇവിടെ ഒരു കൊലപാതകം നടന്നി രുന്നു.

ഞങ്ങൾ അറിഞ്ഞില്ല. അതുകൊണ്ടാണോ ഇവിടെ ഡിജെ ഇല്ലാ ത്തത്.

ആയിരിക്കാം..

നിങ്ങൾ അറഞ്ഞില്ലേ?

ഇല്ല.

ഒരു തെളിവും പോലീസിന് കിട്ടിയില്ല എന്നാണ് കേട്ടത്.

നിങ്ങൾ ചാടി എഴുന്നേറ്റപ്പോൾ മുഴുവൻ വെളിച്ചവും അണഞ്ഞു പോയല്ലോ? ആ സമയം കൊലപാതകി ഏത് രാജ്യക്കാരൻ എന്നു പോലും അറിയിയുവാൻ സാധിച്ചിരുന്നില്ല.

അങ്ങനെ നടന്നുവോ? ഞങ്ങൾ ഒന്നും അറിഞ്ഞിരുന്നില്ല. റൂമിൽ പോയി കിടന്നതേ ഓർമ്മയുള്ളൂ. ഉച്ചയ്ക്കാണ് എഴുന്നേറ്റത്.വിൽസൺ അതൊന്നും കാര്യമാക്കേണ്ട ഞങ്ങളുടെ നാട്ടിൽ ഇത്തരം കൊലപാ തകങ്ങൾ വെറുതെ നടക്കാറുണ്ട്.

പക്ഷേ ഇത് ഖത്തർ ആണ്. ബ്രസീൽ അല്ല. ഇവിടെ ശിക്ഷ നട പ്പാക്കുന്നത് ഖത്തർ നിയമപ്രകാരമാണ്. ആ അതുപോകട്ടേ. നമുക്ക് ഒരോ ബീയർ കഴിച്ച് അടുത്ത ഫേൻ സോണിലേക്ക് നടന്നു പോയാ ലോ? എന്താ തയ്യാറെല്ലേ?

വിത്സൻ പറയുന്നതുപോലെ.

ഇന്നലെ നിങ്ങൾ ഓടി മറഞ്ഞത് എനിക്ക് തീരേ ഇഷ്ടമായിട്ടില്ല.

അതെന്താ?

തമാശ എന്നപോലെ വിത്സൻ കഠാര കൈവശമുണ്ടോ എന്നു ചോ ദിച്ചു.

ഇന്ന് എടുത്തില്ല. അതെന്താ വിത്സൺ അങ്ങനെ ചോദിച്ചത്?

നിങ്ങൾ പറഞ്ഞതു പോലെ ഒരു ആത്മവിശ്വാസത്തിന്.

ഇപ്പോൾ വിത്സൺ ഞങ്ങളുടെ കൂടെ ഉണ്ടല്ലോ?

ഒന്നോ രണ്ടോ ആളൊക്കെ വന്നാൽ ഞാൻ അടിച്ചിടും. ഞാൻ ക രാട്ടേ ബ്ലാക്ക് ബൽട്ടാണ്.

ഈ കുടവയറന് ബ്ലാക്ക് ബൽറ്റോ?

അതെന്താ?

കഥകൾ പറഞ്ഞ് മറ്റൊരു ഫെൻസോണിലേക്ക് മൂവരും നീങ്ങി തുടങ്ങിയിരുന്നു. നാലുഭാഗവും ഇവരെ എങ്ങനെയെങ്കിലും പിടിക്കു വാൻ ബ്രസീലിയൻ ഡിക്റ്റേറ്റിവുകൾ കണ്ണടയാതെ നോക്കിനിൽപ്പുണ്ട്. സാധാരണ രീതിയിൽ ഇവരെ കീഴ്പ്പെടുത്തുവാൻ കഴിയില്ലെന്നറി യാവുന്നവർ അടുത്തു വരുവാനും മടിക്കുന്നുണ്ടെന്ന് വിത്സൻ അവ രുടെ സംസാരത്തിൽ നിന്ന് മനസ്സിലാക്കിയിരുന്നു.

വിത്സനും ചിന്തിച്ചു തുടങ്ങി ഇവരെ എങ്ങനെ കീഴ്പ്പെടുത്തും?

അതിവേഗം കാറുകൾ ചീറിപായുന്ന ഹൈവേ. ബീയറിന്റെ ലഹ രി ഒഴിഞ്ഞു കഴിഞ്ഞിരിക്കുന്നു. ബീയർ വീണ്ടും കുടിക്കണം എന്ന മോഹം അതിക്രമിക്കുന്നു. എത്രയും വേഗം അടുത്ത ഫെൻസോണിൽ എത്തണം.

വേലിക്കെട്ടുകളില്ലാത്ത ഒരിടം. വിത്സന്റെ കണക്കുകൾ പിഴച്ചില്ല. സീബ്രാ ക്രോസ്സില്ലാത്ത സ്ഥലം. ആളുകൾ വണ്ടിയുടെ വരവും പോ ക്കും നോക്കി റോഡു മുറിച്ചു കടക്കുന്നുണ്ട്. വിത്സൻ ബ്രസീൽ സ്ത്രീ കളുടെ പിറകിൽ നടക്കുകയാണ്. അപ്പോഴാണ് അതിവേഗം വരുന്ന ട്രക്ക് ഞങ്ങളുടെ സൈഡിലൂടെ വരുന്നത്. ഒരു നിമിഷം മാത്രമേ ചി ന്തിച്ചുള്ളൂ. പിറകിൽ നിന്ന് ക്യാമറക്കണ്ണുകൾ പെടാതെ വേഗത്തിൽ നടന്നുകൊണ്ടിരിക്കുന്ന ഒരുവളുടെ കാലിനിടയിൽ കാൽ വച്ച് നില ത്ത് വീഴ്ത്തി വിത്സൺ പെട്ടെന്ന് അവിടെ നിന്ന് പിറകോട്ട് പിൻവ ലിഞ്ഞു.

ഒരുവൾ വീണ ഉടനെ മറ്റവളെ കാൺമാനില്ല.

വീണവൾ അതിവേഗം വന്നു കൊണ്ടിരുന ട്രക്കിനടിയിൽ. അപ്പൊ ഴെക്കും വിത്സനെ പിൻതുടരുന്ന ഡിറ്റക്ടീവുകൾ അവിടെ എത്തിയി രുന്നു. വീണവൾ വലിയ പോറലുകൾ ഇല്ലാതെ റോഡിൽ കിടന്നെ ങ്കിലും അബോധാവസ്ഥയിൽ ആയിരുന്നു. പെട്ടെന്ന് തന്നെ അവളെ കാറിൽ കയറ്റി ഹോസ്പിറ്റലിലേക്ക്.

മറ്റവളെ തിരയുവാൻ ഡിറ്റക്ടീവുകൾ ആരും അറിയാതെ നിർദ്ദേ

ശം നൽകുന്നു.

മറ്റവൾ കുറച്ചു ദൂരം ഓടിയതിന് ശേഷം വിത്സനെ തിരഞ്ഞ് അപ കടമുണ്ടായ സ്ഥലത്ത് തിരിച്ചുവന്നു. വിത്സന് അറിയാമായിരുന്നു അ വൾ വിത്സനെ തേടി വരുമെന്ന്.

വിത്സൺ മറ്റവൾക്ക് എന്തുപറ്റി.

അവൾ ട്രക്കിനടിയിൽ പെട്ടിരുന്നു.

പോലീസ് അവളെ ഹോസ്പിറ്റലിൽ കൊണ്ടുപോയിരിക്കയാണ്.

ഇനി നമ്മൾ എന്തു ചെയ്യും?

ആശുപത്രിയിൽ ചെന്നു നോക്കാം.

അതു വേണ്ട.

പിന്നെ എങ്ങനെ അവളെ കാണും. നമ്മുടെ കൂടെ ഉണ്ടായവര ല്ലേ? ഞങ്ങളെല്ലേ പോയി നോക്കേണ്ടത്.

അതു പൊല്ലാപ്പാകും.

എന്തു പൊല്ലപ്പ്?

ഇനി ഞങ്ങൾ ഇവിടെ വന്നതിന്റെ ലക്ഷ്യ സാക്ഷാത്ക്കാരം നട ക്കില്ല. അവളായിരുന്നു എല്ലാറ്റിന്റെയും സൂത്രധാരൻ.

എന്താണ് നിങ്ങളുടെ ലക്ഷ്യം.

ഡാനി സിൽവ . ഇന്നലെ ഡാനി സിൽവ കൊല്ലപ്പെടുമായിരുന്നു. പക്ഷേ മറ്റാരോ ആയിരുന്നു അവിടെ മരിച്ച് വീണത്. ഞങ്ങൾ ഇന്ന ലെ ഡാനി സിൽവയെ കണ്ടിരുന്നു.

നീ എന്തൊക്കെയാണ് പറയുന്നത്?

അവളില്ലാതെ ഇനി ഞാനെന്ത്?

പെട്ടെന്ന് അവളുടെ രൂപവും ഭാവവും മാറുന്നു. അവൾ ബാഗിൽ നിന്ന് ഒരു കഠാര കൈവശം വച്ച് വിത്സനെ കെട്ടിപ്പിടിക്കുന്നു.

വിൽസൺ പെട്ടെന്ന് നിലത്ത് വീഴുന്നു. അവൾ കൈകൾ മലമ്പാ മ്പിനെ പോലെ കെട്ടി മുറുക്കുവാൻ ശ്രമിക്കുമ്പോൾ വിത്സൺ ഒരു പിടി മണൽ വാരി അവളുടെ കണ്ണുകളിൽ എറിഞ്ഞിരുന്നു. അപ്പോ ഴേക്കും ബ്രസീലിയൻ ഡിറ്റക്ടീവുകളുടെ പിടിയിൽ അവൾ ഒതുങ്ങി യിരുന്നു. അവളെ അവർ കൂടി കൊണ്ടുപോയപ്പോൾ വിത്സനെ മറ്റൊ രു കാറിൽ രവിയുടെ വീട്ടിലേക്കും കൊണ്ടുപോയി.

മണിക്കൂറുകൾക്കകം രവിയുടെ ഫോൺ ശബ്ദിച്ചു. ഡിറ്റക്ടീവ് ആ യിരുന്നു മറുവശം. വിൽസനെ വീട്ടിൽ എത്തിച്ചിട്ടുണ്ട്. മറ്റ് രണ്ടു പേ രും ഞങ്ങളുടെ സംരക്ഷണത്തിലാണ്. വിത്സൺ ഭയപ്പെടാനില്ല. കുറ ച്ചു കഴിഞ്ഞാൽ ഞാൻ വീണ്ടും വിളിക്കാമെന്നായി ബ്രസീലിയൻ ഡി

റ്റക്ലീവ്.

രവി വിസനെ വിളിക്കുന്നു. പെട്ടെന്ന് തന്നെ രവി വീട്ടിൽ എത്തു ന്നു. പിന്നിട്ട് വിസൻ വീരഗാഥകൾ പറഞ്ഞു ഞെട്ടിച്ചുകൊണ്ടിരിക്കു മ്പോൾ വീണ്ടും ഡിറ്റക്ലീവിൽനിന്ന് ഫോൺകാൾ.

എന്താണ് സാർ?

നിങ്ങളുടെ വിത്സൺ ഭാഗ്യവാനാണ്.

എന്താണ് സാർ

മരണത്തിൽ നിന്ന് രക്ഷപ്പെടുക മാത്രമല്ല ബ്രസീൽ ഗവൺമെൻറ് പത്തു ലക്ഷം ഡോളർ സമ്മാനമായി വിത്സന് നൽകാൻ തീരുമാന മായി ഓർഡർ വന്നിരിക്കുന്നു.

സാർ ഞാൻ എന്താണ് ചെയ്യേണ്ടത്?

ഒന്നും വേണ്ട. ഹോസ്പിറ്റൽ പരിപാടികൾ കഴിഞ്ഞാൽ ഞങ്ങൾ രവിയുടെ വീട്ടിൽ വരുന്നുണ്ട്. രവിയെയും വിസനെയും ബ്രസീൽ ഗവൺമെന്റ് അങ്ങോട്ടേക്ക് ക്ഷണിച്ചിട്ടുണ്ട്. പ്രസിഡന്റിന്റെ ക്ഷണ ക്കത്തുമായി ഏതാനും നിമിഷങ്ങൾക്കകം ഞങ്ങൾ വീട്ടിൽ എത്തും.

ബ്രസീൽ വച്ച് പ്രസിഡൻറിന്റെ നേതൃത്വത്തിൽ പൗരസ്വീകരണ ത്തോടെ വിത്സന് പത്തു ലക്ഷം ഡോളർ പ്രസിഡൻറ് കൈമാറും.

●●●

സുകൃതം

എന്നും വീട്ടിൽ വൈകി എത്തുന്ന അശോകൻ ഇന്ന് വീട്ടിൽ നേരത്തെ എത്തി.

അശോകൻ ഉമ്മറത്തിരുന്ന് ഗഹനമായ ചിന്തയിലാണ്ടു. എന്നും വേവലാതി പറയുന്ന ഭാര്യയെ എങ്ങനെ നേർവഴിയിൽ കൊണ്ടുവരാം എന്ന ചിന്തയിലാണ് അശോകൻ.

നിങ്ങളെന്താ ഉമ്മറത്ത് ഇരിക്കുന്നത്? ചായ വേണോ?

കിട്ടിയാൽ കുടിക്കാം.

എന്താ ഞാനൊന്നും തരാത്തതുപോലെ.

അങ്ങനെ ഒന്നുമില്ല.

കിട്ടിയാൽ കുടിക്കാം എന്നു പറഞ്ഞതിന്റെ അർത്ഥം എന്താണ്?

നിനക്ക് ചോദിക്കുന്നതിനേക്കാൾ നല്ലത് കാര്യം മനസ്സിലാക്കി എനിക്കൊരു ചായ കൊണ്ടുത്തരുന്നതല്ലേ നല്ലത്.

കുറേ നാളായി ഞാൻ നിങ്ങളുടെ സന്തോഷം കാണാത്തത്.

എനിക്ക് ഇനി ചായ വേണ്ട, ചായ കുടിച്ചതു പോലെയായി. ഇനി ശരീരത്തിന് ഉണർവ്വേക്കാൻ പച്ചവെള്ളം കിട്ടിയാലും മതി.

അതെന്താ ചായ കുടിച്ചാൽ?

ശരീരം നല്ല ഉണർവ്വിലാണ്. പിന്നെ എന്തിനാണ് എനിക്ക് ചായ?

എന്നാൽ ഞാൻ മുറ്റമൊന്ന് അടിച്ചു വാരട്ടേ.

നിന്റെ ഇഷ്ടം.

രണ്ടു ദിവസമായി മുററം അടിച്ചു വാരത്തത്. മുഴുവൻ മാവിന്റെ ഇലകൾ വീണ് വൃത്തികേടായിരിക്കയാണ്.

കാര്യങ്ങൾ നടക്കട്ടേ. ഇവിടെ ആരും വരുവാനൊന്നുമില്ലല്ലോ? വൃത്തിയാക്കിയാൽ എന്ത്? വൃത്തിയാക്കിയില്ലെങ്കിൽ എന്ത്?

എന്നിട്ട് നിങ്ങൾക്ക് കുറ്റം പറയുവാനാണോ?

ഞാൻ എപ്പോഴെങ്കിലും അങ്ങനെ പറഞ്ഞിരുന്നുവോ?

എപ്പോഴാണ് അങ്ങനെ പറയുക എന്നറിയില്ലാ?

അതു ശരിയാ. ഓടുന്ന നായക്ക് ഒരു മുഴം മുന്നേ. ഇത്രയും കാര്യ ബോധമുണ്ടായിട്ടും ഒരു കാര്യവും മര്യാദക്ക് നടക്കുന്നില്ലല്ലോ?

എന്താ നടക്കാത്തത് ഒന്നു പറഞ്ഞേ?

ഒന്നുമില്ലേ?

നിങ്ങൾ ഒക്കെ കാര്യങ്ങൾ നടത്തുന്ന ആൾ?

ഞാൻ അങ്ങനെ ഒന്നും പറഞ്ഞിട്ടില്ല. നിന്നെ സഹായിക്കുന്ന ആ ളായെങ്കിലും ഒന്നു പരിഗണിക്കാം.

എന്ത് സഹായമാണ് നിങ്ങൾ നൽകുന്നത്. എപ്പോഴെങ്കിലും നി ങ്ങൾ എന്നോട് മര്യാദക്ക് സംസാരിച്ചിട്ടുണ്ടോ?

ഇവളോട് ഇപ്പോൾ സംസാരിച്ചിട്ട് കാര്യമില്ലെന്ന് മനസ്സിലാക്കിയ അശോകൻ കുറച്ചു സമയം ചിന്തകളിൽ ആയി.

ഞങ്ങൾ ചിന്തിക്കുന്ന രീതികളിൽ ഒന്നും കാര്യം നടക്കണമെന്നി ല്ല. എല്ലാ കാര്യങ്ങളും ഭഗവാൻ നിശ്ചയിക്കുന്നതിന് അപ്പുറമില്ല. പല കരുതലുകൾ ഞങ്ങൾ നടത്തുമെങ്കിലും ഒന്നും നേരാംവണ്ണം ആയി വരണമെന്നില്ല.അതു പച്ചക്കറി നട്ടാൽ പോലും. പാലും തേനും കൊ ടുത്താലും അതിന്റെ സമയം വരുമ്പോൾ കീടാക്രമണം ഉണ്ടാകുക യും വിള നശിക്കുകയും ചെയ്യുന്നു. അതുകൊണ്ട് ഭൂരിഭാഗവും കൃ ഷിയിൽ നിന്ന് മാറി നിൽക്കുന്നത്. പിന്നെ ഒരു ജീവൻമരണപോരാട്ട മാണ് കീടനാശിനി പ്രയോഗം. അത് ജീവിതത്തിൽ പ്രായോഗികമല്ല ല്ലോ? ജീവിത വിജയത്തിന് ഏറ്റവും നല്ല മരുന്ന് പോസറ്റീവ് ചിന്താ രീതിയാണ്. സംഭവിക്കുന്നതിന് അനുസരിച്ച് നീങ്ങുക. മഹാഭാരത ത്തിൽ പറഞ്ഞതുപോലെ സംഭവിക്കുന്നതും നല്ലതിന് സംഭവിക്കു വാൻ പോകുന്നതും നല്ലതിന് സംഭവിച്ചതും നല്ലതിന് ഇത് അനുസ രിച്ച് ജീവിക്കുകയാണെങ്കിൽ ജീവിതം സുന്ദരമായിരിക്കും.

പക്ഷേ സ്ത്രീകളോട് ഇത്തരം വാക്യങ്ങൾ പറയുവാൻ സാധ്യമ ല്ല. അവരുടെ തീരുമാനങ്ങൾ മുറക്ക് നടക്കണം. അല്ലെങ്കിൽ അവർ സ്വമേധയാ നടത്തിക്കൊള്ളും.

ഭക്ഷണത്തിന് വിളിച്ചാൽ വേണ്ട എന്നു പറയരുത്. പറഞ്ഞാൽ ആയിരം ചോദ്യങ്ങൾ വരും എന്താ വേണ്ടാത്തത്? വയറ് കാലിയാക്ക രുത് എന്നറിയില്ലേ? നിങ്ങൾക്കെന്താ? ഒക്കെ ഞാനല്ലേ കാണേണ്ടത്? നിങ്ങൾക്ക് മലർന്ന് കിടക്കുകയല്ലേ വേണ്ടൂ? ഇങ്ങനെ തുടർകഥ പോ ലെ തുടർ ചോദ്യങ്ങളുടെ ഒരു പേമാരി ആയിരിക്കും. ഇവളുടെ ചോ ദ്യങ്ങൾക്ക് മറുപടി പറയുന്നതിലും ഭേദം വയറുവേദന സഹിക്കുന്ന

താണ് എന്നുകരുതി വേണ്ടാത്ത ഭക്ഷണവും അശോകൻ കഴിക്കാ
റാണ് പതിവ്. ഒരു ഭാര്യയും ഭർത്താവുമായയുള്ള സമ്പർക്കം എങ്ങനെ
വേണമെന്ന് അറിയില്ല. അവരുടെ അവസരങ്ങളെ അവർ തിരിച്ചറിയു
ന്നില്ല എന്നതാണ് ശരി.

എങ്ങനെയാണ് ഇവളെ അവസരത്തിനൊത്ത് ഉയർത്തുക എന്ന
ത് അശോകൻ എത്ര ആലോചിച്ചിട്ടും ഒരു രൂപത്തിൽ എത്തുന്നില്ല.

ദൈവം എന്നും ഞങ്ങളെ പരീക്ഷിക്കില്ല. ഒരു ദിവസം ദൈവം
കാണിച്ചു തരും എന്ന പ്രത്യാശയിലാണ് അശോകൻ എപ്പോഴും.

അശോകൻ ഭാര്യയോട് എന്നും മൗനിയാണ്. അശോകൻ മാത്രമ
ല്ല ഒട്ടുമിക്ക ഭർത്താക്കന്മാരുടെയും സ്ഥിതി അശോകനിൽ നിന്ന് വി
ഭിന്നമല്ല. സ്ത്രീകളെ നമുക്ക് പലതും പഠിപ്പിക്കാം കാര്യബോധം ഒ
ഴിച്ച്. അശോകന് ഇല്ലാത്തതും അതു തന്നെ. സ്വന്തം ജോലിയുടെ
കാര്യത്തിൽ അശോകനെ കവച്ചുവെക്കുവാൻ ആരുമില്ല പക്ഷേ ഗാർ
ഹിക കാര്യബോധം അശോകന് തൊട്ടു തെറിപ്പിച്ചിട്ടില്ല. ഇക്കാരണ
ത്താൽ അശോകൻ ഭാര്യയോട് മൗനിയാണ്. മൗനം വിദ്വാന് ഭൂഷണ
മാക്കിയിരിപ്പാണ് അശോകനെന്നും.

ഭാര്യയോട് കാര്യങ്ങൾ പറഞ്ഞാൽ നടക്കില്ല. അവൾ കടലുപോ
ലെ ചിന്തിക്കുന്നവളാണ്. ഈ പ്രക്ഷുബ്ധമായ കടലിൽ നിന്ന് ഒരു
മീനിനേയും അവൾക്ക് പിടിച്ചെടുക്കാൻ സാധിക്കാറില്ല. അഥവാ പി
ടിച്ചാൽ തന്നെ അത് നെത്തോലി ആയിരിക്കും. നെത്തോലിയെ പിടി
ച്ചാൽ അയക്കൂറ പിടിച്ച ഭാവവും ആയിരിക്കും അവൾക്ക്.

നെത്തോലി അല്ല അയക്കൂറ തന്നെ ആണെന്ന് ഞാൻ അവളെ വി
ശ്വസിപ്പിക്കാറുമുണ്ട്.

നിങ്ങളെന്താണ് ഇങ്ങനെ ചിന്തിക്കുന്നത്?

ഞാൻ ഒന്നും ചിന്തിക്കുന്നില്ല. നിന്നെ ഞാൻ എങ്ങനെ മനസ്സിലാ
ക്കണം എന്നൊരാലോചനയിലാണ്.

ഈ ആലോചന എന്നു പറയുന്നതു തന്നെയാണ് ചിന്ത. അതു
പോലും അറിയാതെ, കാമനെ വച്ചതുപോലെ ഇങ്ങനെ ഇരിക്കും. ആർ
ക്കെങ്കിലും ഒരു ഉപകാരം വേണം ഒന്നുകിൽ മക്കൾക്ക് അല്ലെങ്കിൽ
കുടുംബത്തിന്. ആരെങ്കിലും നിങ്ങളെ കുറിച്ച് ഒരു നല്ല വാക്ക് പറ
യുന്നുണ്ടോ മനുഷ്യാ?

നല്ലതു പറഞ്ഞു കേട്ടിട്ട് എന്താണ് കിട്ടുന്നത്.

എന്റെ ഭർത്താവിനെ കുറിച്ച് നല്ലതു പറയുമ്പോൾ എനിക്ക് അഭി
മാനമല്ലേ?

അഭിമാനം.

ഞാൻ വീട്ടിലുള്ളപ്പോൾ എപ്പോഴെങ്കിലും എനിക്ക് മനസ്സമാധാ നം തന്നിട്ടുണ്ടോ? അതിന് ശേഷം പോരെ എന്നെക്കുറിച്ച് നീ അഭി മാനിക്കുന്നത്. മഹാത്മാഗാന്ധി ലോകം മുഴുവൻ അദ്ദേഹത്തെ കുറി ച്ച് നല്ലതു പറയിപ്പിച്ചിരുന്നു. അവസാനം എന്റെ ജീവിതമാണ് എന്റെ സന്ദേശം എന്നു അദ്ദേഹം പറഞ്ഞിരുന്നു എന്നിട്ട് അദ്ദേഹത്തിന് മരി ക്കുവാൻ പറ്റിയോ?

നല്ല ഉദാഹരണം?

ഗാന്ധി മനുഷ്യനല്ലേ?

നിങ്ങളെന്താണ് മനുഷ്യാ പറഞ്ഞു വരുന്നത്.

അദ്ദേഹത്തിന്റെ ആഗ്രഹം വരെ അദ്ദേഹത്തിന് ജീവിക്കാൻ പറ്റി യോ?

ഓരോ കാലന്മാർ അതിനായി വന്നാൽ എന്തു ചെയ്യാനാണ്?

അതു തന്നെയാണ് ഞാൻ അനുഭവിക്കുന്നത്.

മനസ്സിലായില്ല?

ഗാന്ധിജിയെ ഗോഡ്സെ ഒരു തവണ മാത്രമാണ് കൊന്നത്. ലോ കത്തുള്ള ഭൂരിഭാഗം ഭർത്താക്കന്മാരും ഭാര്യമാരുടെ വെടിയേറ്റ് ദിവ സവും ഹേ റാം എന്ന് വിളിക്കുകയയല്ലേ?

നിങ്ങളോടൊക്കെ ആര് വർത്തമാനം പറയുവാനാണ്.

നല്ല മനുഷ്യനായിട്ടൊന്നും കാര്യമില്ല. സന്തോഷത്തിലാണോ ജീ വിതം നയിക്കുന്നത് എന്നു മാത്രം നോക്കിയാൽ മതി. ഹെർളി പറ യുന്നതും ഊർമിള പറയുന്നതും അവരെ അനുകരിക്കാൻ പോകുന്ന തും ശരിയല്ല എന്നതാണ് എന്റെ ഭാഷ.

അപ്പോൾ എന്റെ ഭാഷ ഏതാണ്?

നല്ലതു തന്നെ.

ഞാനും നീയും മാത്രമല്ലേ ഇപ്പോൾ വീട്ടിൽ ഉള്ളൂ?

അതിനെന്താ?

ഒന്നുമില്ല.

അവൾ സമാധാനത്തോടെ അടുക്കളയിലേക്ക് പോകുന്നു. എന്തോ അടുക്കളയിൽ നിന്ന് വീണു പൊട്ടുന്ന ശബ്ദം കേൾക്കുന്നു. അശോ കൻ ഉടനെ അടുക്കളയിലേക്ക് ഓടിച്ചെന്നു.

എന്താണ് പറ്റിയത്?

ഒന്നുമില്ല.

ഒന്നുമില്ലാതെ ഒച്ച ഉണ്ടാവില്ലല്ലോ?

അത്.. കഴിഞ്ഞ വർഷം കല്യാൺ സിൽക്കിൽ നിന്ന് ഏപ്രിൽ 14 ന് ബുധനാഴ്ച്ച പിങ്ക് കാഞ്ചിപുരം സാരി വാങ്ങിയപ്പോൾ കിട്ടിയ കോ ഫി മഗ് തറയിൽ വീണതാണ്. അയൽപക്കത്തെ ഹർളി ചേച്ചിയുടെ രണ്ടാമത്തെ പ്രസവം നടന്നതും തെക്കേലെ ദിനേശേട്ടൻ തോട്ടിൽ വീണതും അന്നുതന്നെ ആയിരുന്നു

ഒരു മഗ് പൊട്ടിയ വിശദീകരണം കേട്ട് അശോകനൊന്ന് ഞെട്ടി. സ്ത്രീകളോട് കാര്യം ചോദിച്ചാൽ എന്നും ഇങ്ങനെ തന്നെ. രണ്ടു പു റം കവിയാതെ എസ്സെ എഴുതുന്നതുപോലെ ആയിരിക്കും വിശദീക രണം.

എത്ര നിസ്സാരമായ വെളിപ്പെടുത്തൽ എന്നായി അശോകൻ.

അതിനെന്താ? നിങ്ങളെ പോലെ ഒറ്റവാക്കിൽ ഉത്തരം എഴുതണ മോ?

എന്റെ കൈവശത്തു നിന്നാണ് പൊട്ടിയതെങ്കിൽ എന്തൊക്കെ ആ യിരിക്കുമായിരുന്നു പുകിൽ.

അതിന് ഞാനൊന്നും പറഞ്ഞില്ലല്ലോ?

പൊട്ടിയ മങ്ക് ഞാൻ പൊറുക്കി തരണമോ?

നിങ്ങൾക്ക് കുനിയുവാൻ പറ്റുമോ?

അതെന്താ?

കണ്ണാടിയിൽപ്പോയി നോക്കൂ.

എന്നെ കളിയാക്കുകയൊന്നും വേണ്ട. വേങ്ങയിൽ കുഞ്ഞിരാമൻ നായനാരുടെ വിധി പ്രകാരം പുരുഷനാണെന്ന് തെളിയിക്കുന്ന പ്രഥമ ലക്ഷണത്തെ ചൂണ്ടിക്കാട്ടി നീ എന്നെ വഷളനാക്കുകയൊന്നും വേ ണ്ട.

ഞാൻ വഷളനാക്കിയിട്ടൊന്നുമില്ല.

ആവട്ടേ.. പുരുഷന്മാർ എന്നും സ്ത്രീകളുടെ അടിമകളാണെന്നല്ലോ?

നീ അങ്ങനെ പറഞ്ഞില്ലെങ്കിലല്ലേ അതിശയമുള്ളൂ.

അടിമകൾ.. ഞങ്ങൾ ഇരുപത്തിനാലു മണിക്കൂറും അടുക്കളയിൽ ഒരു കരിവണ്ടിപോലെ പുകഞ്ഞു തീരുകയയല്ലേ. എന്നിട്ടും നിങ്ങൾ അടിമ.

ആദം മുതൽ തുടങ്ങിയതാണ് ഈ പ്രശ്നം അയാൾ എന്തിനാ ണാവോ വാരിയെല്ല് ഊരിയത്. ആ ശപിച്ച നിമിഷം ഉണ്ടായിരുന്നി ല്ലെങ്കിൽ..

ഇല്ലെങ്കിൽ?

ഒന്നുമില്ല.

പതുക്കെ മഗ്ഗിന്റെ ഒരോ കഷ്ണവും പെറുക്കുമ്പോൾ അവൾ വീ ണ്ടും ദേഷ്യത്തോടെ നോക്കുന്നുണ്ടായിരുന്നു.

പെറുക്കുന്നത് കണ്ടാൽ തോന്നും ഒക്കെ നിങ്ങളാണ് ഇവിടെ വൃ ത്തിയാക്കുന്നതെന്ന്.

ഞാൻ എന്തൊക്കെ നിനക്ക് ചെയ്തു തരുന്നുണ്ട്. എന്നിട്ടും ആ ക്കിയുള്ള നിന്റെ സംസാരം എന്നെ വേദനിപ്പിക്കുന്നുണ്ട് കേട്ടോ. ഈ അടിച്ചുവാരാനുള്ള ചൂല് നിനക്ക് ഞാൻ ഉണ്ടാക്കി തന്നതല്ലേ?

ചൂല് ഉണ്ടായാൽ മതി. ചൂല് താനേ വൃത്തിയായിക്കൊള്ളും.

ചൂല് ഇല്ലാതെ നീ എങ്ങനെ വൃത്തിയാക്കും.

അപ്പോ.. ഞാനൊരു പണിയും എടുക്കാറില്ല. ഒക്കെ നിങ്ങളുടെ ചൂലാണ് പണി എടുക്കുന്നത് അല്ലേ?

അങ്ങനെ ഞാൻ പറഞ്ഞില്ല.

പിന്നെ എന്താണ് പറഞ്ഞത്?

അപ്പോഴേക്കും കാണുന്ന കഷ്ണങ്ങളൊക്കെ കുടവയറിനെ പീ ഡിപ്പിച്ചുകൊണ്ട് അശോകൻ പെറുക്കിയെടുത്തു കഴിഞ്ഞിരുന്നു.

ഇങ്ങനെ ദിവസവും കുനിഞ്ഞു നിവർന്നിരുന്നുവെങ്കിൽ മനുഷ്യ നെ കാണാൻ എന്തു ചന്തം ഉണ്ടാവുമായിരുന്നു.

ഓ.. അപ്പോൾ നിനക്ക് നല്ല സൗന്ദര്യബോധമൊക്കെ ഉണ്ട് അല്ലേ?

പെണ്ണുങ്ങളുടെ ഇടയിൽ നിങ്ങളെ പറ്റി ഒരു ചൊല്ലുണ്ട്?

എന്താ?

ബേക്കും മുൻപും തികഞ്ഞ ഒരു മനുഷ്യനാണെന്ന്. എനിക്ക് അ ത് കേൾക്കുമ്പോൾ ചൊറിഞ്ഞു കയറും.

നീയും നല്ല വണ്ണം ചൊറിഞ്ഞോ... ഏറ്റവും സുഖമുള്ള അസുഖ മാണ് ചൊറിച്ചൽ എന്ന് നിനക്ക് അറിയില്ലേ?

അത്ര പോലും നിങ്ങൾക്ക് കുടവയർ കുറക്കാൻ പറ്റില്ല അല്ലേ?

വേങ്ങയിൽ കുഞ്ഞിരാമൻ നായനാർ എന്തുവിചാരിക്കും.

അയാളാരാ നിങ്ങളെ..

ആരുമല്ല.

നേരത്തെ തുടങ്ങിയിട്ടുണ്ടല്ലോ വേങ്ങയിൽ നായനാര്? ഞാൻ വി ചാരിച്ചു നിങ്ങളുടെ അമ്മോച്ഛൻ ആയിരിക്കുമെന്ന്.

അയാള് തങ്കപ്പെട്ട മനുഷ്യനല്ലേ.. അങ്ങനെ ഒക്കെ പറയാമോ?

ഇതിനിടയിൽ അവൾ ധാരാളം കാര്യങ്ങൾ ചെയ്യുന്നുണ്ടായിരുന്നു. പച്ചക്കറിക്കുള്ള സാധനങ്ങൾ മുറിച്ചു കഴിഞ്ഞിരുന്നു.

അടുപ്പിലെ വറവ് ഇറക്കിവച്ചിരുന്നു. അതിനിടയിൽ പാൽക്കാരി

വന്ന് പാലിന്റെ പൈസ വാങ്ങി കൊണ്ടുപോയിരുന്നു. മീൻകാരനോ ട് ഇന്ന് മീൻ വേണ്ട എന്നു പറഞ്ഞിരുന്നു. അലക്കുവാനുള്ള എല്ലാ ഡ്രസ്സുകളും വേർതിരിച്ചു കഴിഞ്ഞിരുന്നു. അശോകൻ ഒട്ടാകെ ചെയ് തത് കോഫി മഗ്ഗ് പൊട്ടിയത് പെറുക്കിയത് മാത്രം.

അടുത്ത വീട്ടിലെ ശോഭ പുറത്തു വന്നു നിൽപ്പുണ്ട്. നിങ്ങള് അ പ്പുറം പോയാട്ടേ. അവൾക്ക് എന്തൊക്കെയോ പറയുവാൻ കാണും.

അശോകൻ മാറി ഡ്രോയിങ് ഹാളിൽ ഇരിപ്പായി. ശോഭയുമായി അവർ സംഭാഷണത്തിലായി.

എന്താ ശോഭേ..

വീട്ടിൽ വിറകൊന്നുമില്ല. നിങ്ങളുടെ പറമ്പിലെ ഓലയും മട്ടലും ഞാൻ എടുത്തോട്ടേ.

രണ്ടോ മൂന്നോ ഓല അവിടെ വച്ച് ബാക്കി ഒക്കെ നീ എടുത്തോ ളൂ. തികച്ചും നീ എടുത്താൽ എനിക്ക് അടുപ്പ് കത്തിക്കുവാൻ ബുദ്ധി മുട്ടാകും.

എന്നാൽ ഞാൻ ഉച്ചകഴിഞ്ഞ് വന്ന് എടുക്കാം.

ഇതു പറഞ്ഞ് ശോഭ അവളുടെ വീട്ടിലേക്ക് പോയി. ശോഭ ഭാര്യ യുടെ ഉറ്റ സുഹൃത്താണ്. ഉപകാരമൊന്നുമില്ല. ഇടക്കിടക്ക് പറമ്പിൽ വന്ന് വിറകൊക്കെ എടുത്തു കൊണ്ടുപോകുമ്പോൾ അതിന്റെ പ്രതി ഫലം എന്ന നിലയിൽ നാട്ടിലെ എല്ലാ വർത്തമാനങ്ങളും രഹസ്യങ്ങ ളും ശോഭ ഭാര്യക്ക് നൽകും.

അവളെന്തിനാണ് വന്നത്?

അവക്ക് പറമ്പിലെ ഓലയും മട്ടലും വേണം പോലും.

എന്നിട്ട്?

ഞാൻ എടുത്തോളാൻ പറഞ്ഞു.

അപ്പോൾ ഇവിടെ ഉടമ ആരാണ്?

മട്ടലിനും ഉടമയുണ്ടോ?

വീട്ടിന്റെ ഉടമ അവിടെയുള്ള സ്ത്രീകൾ തന്നെയാണെന്ന് അശോ കൻ അവളെ ബോധിപ്പിച്ചു. പക്ഷേ അവൾക്ക് അത് മനസ്സിലായില്ല.

ആണുങ്ങൾ വീട്ടിലെ വഴിപോക്കർ മാത്രം. ഏതു സമയം വീട്ടിൽ വന്നു കയറാം. ഏതു സമയവും ഭക്ഷണത്തിന് ആവശ്യപ്പെടാം. കു ളിക്കാം. ഒക്കെ ആവാം. ഒരു സത്രം എന്ന കണക്കെ.

ചിലർ വീട്ടിൽ എത്തിയാൽ മിണ്ടുക പോലുമില്ല. എല്ലാം ഉം എന്ന അക്ഷരത്തിൽ ഒതുക്കും. അഥവാ രണ്ടക്ഷരം പറഞ്ഞു പോയെങ്കിൽ കെണിഞ്ഞതുതന്നെ. പിന്നെ അതുമായി ബന്ധപ്പെട്ട് ആവശ്യമുള്ള

തും ഇല്ലാത്തതുമായ ആയിരത്തിയെട്ട് ചോദ്യങ്ങൾ. ഈ ചോദ്യങ്ങൾ
ക്ക് ഉത്തരം പറയുവാൻ മടി കാരണം അധികം വർത്തമാനം ആരും
പറയാറില്ല. അശോകനും. അതുകൊണ്ട് എന്നും അവൾക്ക് പരാതി
യുമാണ്.

മറ്റുള്ളവരുമായി കൊഞ്ചി കുഴയുവാൻ എന്തു ഉത്സാഹമാണ്. ഞ
ങ്ങളോട് ഒരിക്കലും കൊഞ്ചാനും കുഴയുവാനും നേരമില്ല.

ഇതൊക്കെ കേട്ടുകൊണ്ട് അശോകൻ ബെഡ് റൂമിൽ കയറിയപ്പോൾ
ചങ്ങലാട്ടക്ക് കുത്തുവിളക്ക് പോലെ അവൾ പിറകിൽ തന്നെ.

നിനക്ക് അടുക്കളയിൽ പണിയയില്ലേ?

ഇതെന്താ എന്നെ കല്യാണം കഴിച്ചു കൊണ്ടു വന്നത് അടുക്കള
യിൽ കുഴിച്ചിടാനാണോ? എനിക്ക് ചോദിക്കുവാനും പറയുവാനും ആ
ങ്ങളമാരുണ്ട്.

എന്നിട്ട് എവിടെ?

ആവശ്യം ആകുമ്പോൾ വരും.

എപ്പോഴാണ് ആവശ്യം വരിക?

നിങ്ങള് നിങ്ങളുടെ പണിയെടുത്തോളൂ.

അവൾ ടിവി വച്ചു. ചാനലുകൾ മറിച്ചും തിരിച്ചും കാണുന്നു. എ
ല്ലാം സ്ത്രീകൾക്ക് അനുയോജ്യമായ സീരിയലുകൾ. എല്ലാ സീരിയ
ലിലും ആണുങ്ങൾ മോശപ്പെട്ടവർ. അവരവരുടെ ഭർത്താക്കന്മാരെ
ഏതു രൂപത്തിൽ പകയോടെ കാണുന്നുവോ അത്തരം കഥാപാത്ര
ങ്ങളുടെ ശ്രേണിയാണ് ഇന്നത്തെ സീരിയലുകൾ. അല്ലാതെ സ്ത്രീ
കളെ അവർക്ക് പിടിച്ചിരുത്തുവാൻ സാധ്യമല്ല. അതുകൊണ്ട് എല്ലാ
സീരിയലുകളും അവർ കാണും. ഒരേ സമയം നാലും അഞ്ചും സീരി
യലുകൾ കാണുന്നവർ വരെ ഉണ്ട്. പക്ഷേ അശോകന്റെ ഭാര്യ അത്ത
രത്തിലുള്ളവളല്ല. ഇവൾ മൂന്നിൽ ഒതുക്കും. ഈ മൂന്നിലും ഭാര്യമാർ
ചതച്ചരക്കുന്ന ഭർത്താക്കന്മാരാണ്. അതുകൊണ്ട് അവൾക്ക് ഭയങ്കര
ഇഷ്ടമാണ് ആ മൂന്ന് സീരിയലുകളും. വാതിലിന്റെ പുറത്ത് ഡോൺട്
ഡിസ്റ്റർബ് എന്ന ബോഡ് വെച്ചാണ് സാധാരണ കാണാറ്. ഇന്ന് അ
ശോകൻ അകത്തായിപ്പോയി.

ഒന്ന് പുറത്ത് പോയാട്ടേ

ശരി ഞാൻ പുറത്ത് പോകുന്നു.

വാതിൽ അടക്കണം.

ശരി.

അശോകൻ പതുക്കെ അടുക്കളയിൽ പോയി ഒരു ഗ്ലാസ്സ് വെള്ള

വുമെടുത്ത് വരുമ്പോൾ നേരത്തെ പൊട്ടിയ മഗ്ഗിന്റെ ഒരു കഷ്ണം കാലിൽ തറച്ചു. അശോകൻ അപ്രതീക്ഷിതമായി അമ്മേ എന്ന് വിളിച്ചു. കുറച്ചു സമയം അനങ്ങാതിരുന്നു. പക്ഷേ അവൾ എത്തിയില്ല. ഭർത്താവിന്റെ നിലവിളിയൊന്നും അവൾ കേൾക്കില്ല. പൂച്ച കരയുന്നതും പട്ടി കുരക്കുന്നതും കൊതുക് മൂളുന്നതും അവൾ നല്ലവണ്ണം കേൾക്കും.

പതുക്കെ അശോകൻ കാലിൽ തറച്ചിരിക്കുന്ന ഗ്ലാസ്സ് കഷ്ണം എടുത്തു മാറ്റി. രക്തം വരുന്നുണ്ട്. ഫ്രിഡ്ജ് തുറന്നു ഒരു കഷ്ണം ഐസ് എടുത്ത് കാലിൽ കെട്ടി. അപ്പോഴേക്കും രക്തം വരുന്നത് നിന്നിരുന്നു. ഒരു കണക്കിന് അവൾ നിലവിളി കേൾക്കാത്തതും വരാത്തതും നന്നായി. അല്ലെങ്കിൽ കാലിൽ തറച്ച ഗ്ലാസ്സിൻ കഷ്ണം മര്യാദക്കാരനും ഞാൻ വൃത്തികെട്ടവനുമായി അവൾ ചിത്രീകരിക്കുമായിരുന്നു. അഥവാ മറിച്ചാണെങ്കിൽ മൂലക്കിരുന്ന ഗ്ലാസ്സിൽ കഷ്ണം നിങ്ങളോട് എന്തു പിഴച്ചു എന്ന് പറഞ്ഞ് ഗ്ലാസ്സിൻ കഷ്ണത്തിന്റെ വശം കൂടുക യല്ലാതെ മറ്റൊന്നും അവൾ ചെയ്യുകയില്ല. അവനവനെ സഹായിക്കാ തെ ആരാനെ സഹായിക്കുവാനാണ് അവൾ ഏറേ മിടുക്ക് കാണി ക്കാറ്.

അതൊക്കെ പോകട്ടേ. നമുക്ക് നമ്മുടെ പണി തുടങ്ങാം എന്ന് ക രുതി അശോകൻ കുപ്പി എടുത്ത് മേശമേൽ വച്ചപ്പോൾ അവൾ അറി ഞ്ഞു. നിലവിളിച്ചപ്പോൾ അറിഞ്ഞില്ല. കുപ്പിയുടെ ശബ്ദം അവൾ തിര ച്ചറിഞ്ഞു. എന്റെ നിലവിളി കേട്ടിട്ട് വരാതിരുന്നതു തന്നെയാണെന്ന അപ്പോൾ അശോകന് മനസ്സിലായി.

എന്താ മനുഷ്യാ നിങ്ങളുടെ പുറപ്പാട്?

മനുഷ്യനെ സുഖിക്കാനും വിടില്ലേ?

കള്ളുകുടിച്ചുള്ള സുഖമൊന്നും ഇവിടെ വേണ്ട.

എന്നാൽ കുപ്പി കളയാമല്ലേ?

അതാണ് നല്ലത്.

ഞാൻ ചോര നീരാക്കി പണിയെടുക്കുമ്പോൾ എനിക്കുള്ള ഏക സമാധാനം വൈകുന്നേരത്തെ ഈ മധുസേവ തന്നെയാണ്. ഇവൻ തന്നെയാണ് എനിക്ക് പണിയെടുക്കുമ്പോൾ പ്രതീക്ഷയായി ശക്തി യായി നിൽക്കുന്നത്. നല്ലകാര്യങ്ങൾ നടന്നാലും മോശമായ കാര്യ ങ്ങൾ നടന്നാലും, നടക്കുമ്പോഴും ഏക ആശ്വാസം ഈ മധുവിലാ ണ്. അവനെ നീ കളയുക എന്നു പറയുമ്പോൾ ഞാൻ തന്നെ ഇല്ലാ താകുന്നതുപോലെയാണ്.

നിനക്ക് ഞാനൊരു മദ്യപാനിയൊന്നുമല്ലല്ലോ? പിന്നെ നീ എന്തി
ന് മുടക്കണം. ഒരാൾ സന്തോഷിക്കുമ്പോൾ ആ സന്തോഷത്തിൽ എ
ങ്ങനെ ഞാനും പങ്കുചേരാം എന്നാലോചിക്കാതെ അതിനെ എതിർ
ക്കുന്നത് ഒട്ടും ശരിയല്ല. അവസരങ്ങൾ എങ്ങനെ എന്റേതാക്കാം എ
ന്ന ചിന്തയാണ് മനുഷ്യനെ മനുഷ്യനാക്കുന്നത്. അല്ലാതെ മറ്റുള്ളവ
രുടെ സന്തോഷത്തിൽ എനിക്കെന്തു കാര്യമെന്നും പൊന്നുരുക്കുന്നി
ടം പൂച്ചക്കെന്തുകാര്യം എന്ന ചോദ്യത്തോടെ അല്ലെങ്കിൽ വെറുപ്പോ
ടെ പ്രതികരിക്കുന്നത് ശരിയല്ല. അതുകൊണ്ട് നീ മദ്യസേവ നടത്ത
ണം എന്നല്ല ഇതിനർത്ഥം. മദ്യം കഴിക്കുമ്പോൾ എന്റെ വശം ചേർ
ന്ന് ഇരിക്കാം. മിണ്ടാതിരുന്ന് മദ്യസേവ കണ്ടിരിക്കുമ്പോൾ എനിക്ക്
നിന്നോട് അനുകമ്പ തോന്നുകയും അവിടെ നീ ആഗ്രഹിക്കുന്ന സം
സാരം തുടങ്ങുകയും ചെയ്യുന്നു. അല്ലാതെ മദ്യസേവ നടത്തുമ്പോൾ
മുന്നിൽ വന്നിരുന്ന് എന്റെ കുറ്റവും കുറവും പറയുമ്പോൾ ഭാര്യ ആ
യ നിന്നോട് എനിക്ക് ഒന്നും പറയുവാൻ കാണില്ല . മാത്രമല്ല നീ പ
റയുന്നത് മദ്യവും കേൾക്കും. എന്നെ പോലെ തന്നെ മദ്യത്തിന്റെ ശ
ക്തിയും ക്ഷയിക്കും. മദ്യത്തിലുള്ള ലഹരി എന്നെ വെറുക്കുക മാത്ര
മല്ല എവിടെ നിന്ന് ഇവളെ കിട്ടി സാറേ എന്ന് ചോദ്യത്തിന് ഞാൻ ഉ
ത്തരവും പറയേണ്ടതായിവരും.

നിങ്ങൾക്ക് എന്നെക്കാൾ ഇഷ്ടം ഈ മദ്യത്തിനോടും അതിലുള്ള
ലഹരിയോടുമല്ലേ?

ശരിയായിരിക്കാം. അതുകൊണ്ട്?

അതുകൊണ്ട് ഒന്നുമില്ലേ? എനിക്ക് നിങ്ങൾ മറ്റൊരാളെ ഇഷ്ടപ്പെ
ടുന്നത് ഇഷ്ടമല്ല.

നീ വിദ്യാഭ്യാസമുള്ളവളല്ലേ? നിർജ്ജീവങ്ങളായ വസ്തുക്കളെ
സ്നേഹിക്കുവാനും പറ്റില്ലേ?

ആരു പറഞ്ഞു മദ്യം നിർജ്ജീവമാണെന്ന്?

അല്ലേ? മദ്യം വെള്ളത്തിന്റെയും ആൽക്കഹോളിന്റെയും മിശ്രിതമ
ല്ലേ?

ആണ്. അവർക്ക് നിങ്ങളോട് സംസാരിക്കുവാനും നിങ്ങളെ കൊ
ണ്ട് സംസാരിപ്പിക്കുവാനും കഴിവുണ്ടല്ലോ?

ഓ.. നിനക്കും ബുദ്ധി ഉദിക്കുന്നുണ്ട്.

കുറച്ചു കഴിഞ്ഞാൽ നിർജ്ജീവമായവൻ നിങ്ങളുടെ കൂടെ പാമ്പാ
യി കളിക്കുന്നതും അവർ തന്നെയല്ലേ?

നീ മിടുക്കി ആണെല്ലോ. ഇത്രയും ബുദ്ധി ഉണ്ടായിരുന്നു എന്ന്

ഞാനറിഞ്ഞില്ല.

എന്നെ എപ്പോഴെങ്കിലും നിങ്ങൾ അംഗീകരിച്ചിട്ടുവേണ്ടേ?

നിന്നെ എപ്പോഴാണ് അംഗീകരിക്കാതിരുന്നത്?

എപ്പോഴാണ് അംഗീകരിച്ചിട്ടുള്ളത്?

എന്റെ അംഗീകാരമല്ലേ നീ എന്റെ ഭാര്യ ആയത്. അതിനപ്പുറം എ ന്ത് അംഗീകാരമാണ് നിനക്ക് ഞാൻ തരേണ്ടത്?

എന്നെ ഭാര്യ ആക്കിയെങ്കിലും നിങ്ങൾക്ക് അപ്പുറത്തെ ഹർളിയോ ട് സംസാരിക്കുമ്പോൾ എത്ര നാവാണ്? അതുപോലെ എന്താ എ ന്നോട് സംസാരിച്ചാൽ..

അതു മനുഷ്യസഹജമല്ലേ? അതുകൊണ്ട് നിന്നെ വെറുക്കുന്നു എ ന്നാണോ? നിന്റെ ഇത്തരം ചിന്തകളാണ് നിന്നെ നീയല്ലാതാക്കുന്ന ത്. ഞാൻ നിനക്കു മാത്രം അവകാശപ്പെട്ടതാണ് എന്നിരുന്നാലും ഒ രോരുത്തർക്കും അവരവരുടെ സന്തോഷത്തിന്റെതായ ചില വഴികൾ കാണും. ആ വഴിയിൽ ഭർത്താവ് സന്തോഷിക്കുമ്പോൾ അതിൽ നീ പങ്കുചേരുമ്പോഴാണ് ഏതൊരു ഭർത്താവിനും ഭാര്യയിൽ കാണുന്ന തേജസ്സ് തിരിച്ചറിയുവാൻ സാധിക്കുക. അല്ലാതെ ഭർത്താവിന്റെ സ ന്തോഷത്തിൽ കളങ്കമാവുന്നതില്ല.

ഞാനും ഇങ്ങനെ ചെയ്താൽ നിങ്ങൾ ഇഷ്ടപ്പെടുമോ?

ഇല്ല. പക്ഷേ സമൂഹം ചില വേർതിരിവുകൾ ഞങ്ങൾ ജനിക്കുന്ന തിന് മുന്നേ ഇവിടെ ഉണ്ടാക്കി വച്ചിട്ടുണ്ട്. ഞാൻ സ്ത്രീയാണെങ്കി ലും നിന്റെ തന്നെയാണ് എന്റെയും അവസ്ഥ. അതിൽ മറുചോദ്യം ചോദിച്ച് ഭർത്താവിനെ ഒന്നും അല്ലാതാക്കുകയല്ല വേണ്ടത്.

പിന്നെ സ്ത്രീകൾ എന്തു വേണം?

സ്ത്രീകൾ സ്ത്രീകളായി തന്നെ കഴിയണം. സ്ത്രീ ജന്മം പുണ്യ ജന്മമാണ്. ആണുങ്ങളാക്കുവാൻ ശ്രമിക്കരുത്. സ്ത്രീ ആണുങ്ങളു ടെ സ്വഭാവത്തിൽ വന്നാൽ അവിടെ സ്ത്രീയുടെ സൗന്ദര്യം നശിച്ചു പോകും. നിനക്ക് ദൈവത്തിൽ വിശ്വാസമുണ്ടല്ലോ? എന്തിനാണ് സ്ത്രീ യേയും പുരുഷനേയും ഉണ്ടാക്കിയത്. അതും വ്യത്യസ്ഥ സ്വഭാവത്തി ലും ശരീരത്തിലും ഘടനയിലും. ദൈവത്തിന്റെ സൃഷ്ടിയിൽ ഇതുവ രെ ആർക്കും മാറ്റം കൊണ്ടുവരുവാൻ സാധിച്ചിട്ടില്ല. ദൈവത്തിന്റെ സൃഷ്ടികൾ ഇതുവരെ തെറ്റിയിട്ടുമില്ല.

അതുകൊണ്ട്?

അതുകൊണ്ട് നീ നിന്റെ സൃഷ്ടി സ്വഭാവത്തിൽ കഴിയുക. ഞാൻ എന്റെ സൃഷ്ടി സ്വഭാവത്തിലും. നിനക്ക് അറിയുമോ എന്നറിയില്ല പ

ണ്ട് വാരഫലം എഴുതിയിരുന്ന എം കൃഷ്ണൻ നായർ പി.ടി ഉഷ ഇ
ന്ത്യക്ക് സ്വർണ്ണം നേടിക്കൊണ്ടിരിക്കുമ്പോൾ എഴുതിയത് ഇങ്ങനെ
യാണെന്ന് അറിയാമോ?

എങ്ങനെ ആണെന്നാണ് പറഞ്ഞു വരുന്നത്?

പ്രകൃതി നൽകിയ ശരീരത്തെ പരിരക്ഷിച്ച് സ്ത്രീത്വം നശിപ്പിക്കാ
തെ ജീവിക്കുന്നതാണ് ഉത്കൃഷ്ടമായതെന്ന ഉപദേശമാണ് എം. കൃ
ഷ്ണൻ നായർ നൽകിയത്. അതുകൊണ്ട് നീ ഒരിക്കലും ഞാൻ ഹർ
ളിയോട് സംസാരിക്കുന്നതിൽ വേവലാതിപ്പെടരുത്.

എന്നാൽ ഞാൻ അപ്പുറത്തെ ഹരിനോട് സംസാരിക്കും.

ഞാൻ പറഞ്ഞു ദൈവ വിശ്വാസിയായ നിന്നെ ദൈവം വെറുക്കും.
നീ ദൈവത്തിന്റെ സൃഷ്ടിയാണ്. എന്റെ സൃഷ്ടിയല്ല. നീ എന്നെ അനു
കരിക്കുന്നത് ദൈവകോപത്തിന് ഇടവരും.

അപ്പോഴെക്കും അശോകൻ രണ്ടെണ്ണം വീശിക്കഴിഞ്ഞിരുന്നു. അ
വളുടെ കണ്ണുകളിൽ വെള്ളം നിറഞ്ഞു കവിയുന്നത് അശോകൻ കാ
ണുന്നുണ്ടെങ്കിലും, എന്തു പറയണം എന്നറിയാതെ ഇരിക്കുമ്പോൾ
അവൾ അവളുടെ തല ഡൈനിംങ് ടേബിളിൽ വച്ചു കഴിഞ്ഞിരുന്നു.
അവളുടെ തലയിലെ ചിന്താഭാരം അത്രയും കൂടുതലായിരുന്നു. ഹരി
യേട്ടനോട് സംസാരിക്കാൻ പറ്റാത്ത ആവലാതിയും ഹർളിയോട് സം
സാരിക്കുന്ന വേവലാതിയും അവളുടെ തലയിൽ ഭാരമായി വന്നുകൊ
ണ്ടിരിന്നു.

കണ്ണുനീരുകൾ ടേബിളിൽ നിന്ന് ഒഴുകുവാൻ തുടങ്ങിയപ്പോൾ അ
ശോകൻ മൂന്നാമത്തേത് കുപ്പിയിൽ നിന്ന് ചഷകത്തിലേക്ക് ഒഴുകു
വാനും തുടങ്ങിയിരുന്നു.

എന്താണ് നിനക്ക് പറ്റിയത്? ഇത്ര അധികം കണ്ണുനീർ മേശപ്പുറ
ത്ത്.

വെറുതെ ഉള്ളിൽ കിടക്കുന്നതല്ലേ. അതങ്ങ് പോയിക്കൊള്ളട്ടേ.

അതും ശരിയാണ്. അധികമുള്ളത് കളയുന്നത് നല്ലതാണ്. ഡാമു
കൾ നിറയുമ്പോൾ സ്പിൽവേകൾ തുറന്നു വിടുന്നതുപോലെ.

നിങ്ങൾ പറഞ്ഞത് ശരിയാണ് റിസർവ്വോയറിൽ എത്ര കണ്ണുനീർ
ഉണ്ടെന്ന് നിങ്ങൾക്കറിയാമല്ലോ. അതു മതി എന്റെ ജീവിതം ധന്യമാ
കാൻ.

എന്താണ് ഇത്രയും ഭാരം നിന്നിൽ. ഞാൻ എന്തു ഭാരമാണ് നി
ന്നിൽ ഉണ്ടാക്കിയിരിക്കുന്നത്. നിന്റെ അനാവശ്യ ചിന്തകൾ ആണ്
നിന്റെ റിസർവ്വോയർ മുഴുവൻ. നിറഞ്ഞു നിൽക്കുന്ന റിസർവോയർ

എന്നും ഭീതിജനകമാണ്. നിന്റെ എല്ലാ ഓട്ടലെറ്റുകളും തുറന്നു വി
ട്ടു. അവിടെ നീയൊരു ശാശ്വത സത്യത്തെ തിരച്ചറിയും.

ഏതു സത്യത്തെ?

നിനക്കു ഞാനും എനിക്ക് നീയും എന്ന സത്യത്തെ. ഇനി മറ്റാരും
നമ്മുടെ സഹസഞ്ചാരികളായി വരുവാനില്ല.ഞാൻ എന്തു ചിന്തിക്കു
ന്നുവോ അതു തന്നെ നീയും ചിന്തിക്കണം അതാണ് എന്റെ ആശ.

ഞാനൊരമ്മയാണ്.

അതുകൊണ്ട്? ജീവിത കാലം മുഴുവൻ പ്രാരാബ്ധവുമായി കഴി
യണമെന്നുണ്ടോ?

അതാണല്ലോ നാട്ടാചാരം.

നീയൊക്കെ എന്നാണ് ജീവിതം തുടങ്ങുക.കുറച്ച് അവനവനെ
ക്കുറിച്ച് ചിന്തിക്കണം. എന്നും മറ്റുള്ളവരെക്കുറിച്ച് ചിന്തിക്കുന്നത് ന
ല്ലതല്ല. ചിന്ത തന്നെ മൃതമാണ്. എന്നും ഭൂതത്തെക്കുറിച്ചും ഭാവിയെ
ക്കുറിച്ചും ചിന്തിക്കുന്ന നീ ഇതുവരെ എന്തു നേടി. ഭൂതവും ഭാവി
യും എന്നും ദുഃഖം മാത്രമെ സംഭാവന ചെയ്യുകയുള്ളൂ. നീ വർത്ത
മാനത്തിൽ ജീവിക്കാൻ പഠിക്കൂ. അപ്പോൾ നീ കൂടുതൽ സുന്ദരിയാ
കും. വർത്തമാനത്തിലാണ് സന്തോഷങ്ങളുള്ളത്. അല്ലാതെ ഭാവിയിൽ
അല്ല. അതുകൊണ്ട് വർത്തമാനത്തിൽ ജീവിക്കാൻ പഠിക്കൂ. ഞാൻ
ഇപ്പോൾ മൂന്നു കഴിഞ്ഞു. ഞാൻ സന്തോഷവാനാണ്. എനിക്ക് നീ
കൂടുതൽ സംസാരിക്കുവാൻ വിഷയം തരൂ.

മകളുടെ ഈ വർഷത്തെ കൊല്ലപ്പരീക്ഷ കഴിഞ്ഞാൽ അവൾക്ക്
മെഡിസിനുള്ള ട്യൂഷൻ തുടങ്ങണം.

ഒക്കെ നീ കളഞ്ഞു. മൂന്ന് അടിച്ചത് ഒന്നായി മാറിയതുപോലെ
ആയി.

ഇത്ര പെട്ടെന്നോ?

ഹും..

അപ്പോൾ ഇനിയും മൂന്നെണം വീശണം?

വീശേണ്ടിവരും.

എന്നാൽ ഞാൻ ഒന്നും മിണ്ടുന്നില്ല.

അതാണ് എനിക്കും നിനക്കും നല്ലതെന്ന് തോന്നുന്നു.

അപ്പോൾ നിങ്ങൾ എനിയും മൂന്നടിക്കും.

പെട്ടെന്ന് തന്നെ നിർത്തിയതിനാൽ കുറച്ചേ താണുള്ളൂ.

എന്നാലും ഇനിയും രണ്ട് വേണ്ടിവരും.

അപ്പോൾ അഞ്ചാവില്ലേ? അഞ്ച് കഞ്ചാവിന് സമമല്ലേ ?

അതെ.

നീയല്ലേ എന്നെ അങ്ങനെ ആക്കിയത്.

ഇപ്പം എന്റെ കുഴപ്പമായി, പിന്നെമക്കളെ ആരാണ് നോക്കുക.

നിന്നെ ആരാണ് നോക്കിയത്?

അച്ഛൻ.

ആ അച്ഛൻ ഏതു സമയവും മകളെക്കുറിച്ച് ആലോചിച്ച് ഇരിപ്പാ യിരുന്നുവോ അതോ അദ്ദേഹത്തിന്റെ തൊഴിൽ ചെയ്യുക ആയിരു ന്നുവോ?

അച്ഛൻ ജോലി ചെയ്തു കൊണ്ട് എന്നെ നോക്കി.

തെറ്റാണ്.

എന്താണ് അതിൽ തെറ്റ്?

അച്ഛൻ ജോലി ചെയ്തു കൊണ്ടും നീ നിന്നെ ശ്രദ്ധിച്ചു കൊണ്ടും ഇതാണ് ശരി. അല്ലെങ്കിൽ പറയൂ.

അങ്ങനെയാണോ ഇപ്പോൾ?

ഇപ്പോൾ എങ്ങനെയാണ്?

മക്കളുടെ കാര്യങ്ങൾ ഞങ്ങൾ ശ്രദ്ധിക്കണം. നിങ്ങളുടെ ഊർമിള യുടെ മകളൊക്കെ പറക്കുന്ന എം.ഡി. ഡോക്ടറാണ്. അവർ മകളെ അങ്ങനെ നോക്കിയിട്ടാ.

നിനക്ക് ഊർമിളയേയും അറിയുമോ?

മണ്ണാങ്കട്ട.

ഊർമിള മകളെ നോക്കിയതൊക്കെ എനിക്കറിയാം. നിലത്തു വ ച്ചാൽ ഉറുമ്പരിക്കും തലയിൽ വച്ചാൽ പേനരിക്കും എന്നു പറഞ്ഞതു പോലെ തന്നെ. എം.ഡി. ഡോക്ടറുമായി.. എന്നിട്ട് എന്തായി. ഓള് അന്യ മതക്കാരന്റെ കൂടെ ഒളിച്ചോടിയില്ലേ. അതൊക്കെ ബ്രോയിലർ കോഴികളാണ്. നീ അതറിയണം. എട്ടും പൊട്ടും തിരിയാത്ത മക്കളെ ഉണ്ടാക്കി എടുത്താൽ ഇങ്ങനെ തന്നെ.

എനിക്ക് നിങ്ങൾ ചിന്തിക്കുന്നതുപോലെ ഒന്നും പറ്റില്ല. എനിക്ക് ഊർമിള ചെയ്ത രീതിയോടാണ് താല്പര്യം. മകള് മറ്റൊരുവന്റെ കൂ ടെ പോയി എന്നതു തെറ്റു തന്നെ. എന്നിട്ട് എം.ഡി. പഠിക്കുന്നവർ മു ഴുവൻ അങ്ങനെയാണോ?

അങ്ങനെ അല്ല. നിന്റെ ഇഷ്ടം.

എന്റെ തലം വേറെ നിന്റെ തലം വേറെ.

എന്താണ് തലം.

സന്തോഷം കണ്ടെത്തുവാനുള്ള തലം.

എന്റെ സന്തോഷം ഞാൻ പറഞ്ഞതിലാണ്.

നിന്റെ വിശ്വാസം നിന്നെ രക്ഷിക്കട്ടെ. എന്റെ ഇത്തരം കാര്യങ്ങളി
ലെ വിശ്വാസസംഹിത മറ്റൊന്നാണ്.

എന്താണ് നിങ്ങളുടെ സംഹിത എന്ന് കേൾക്കട്ടെ.

ഒറ്റവാക്കിൽ പറയാംതീയിൽ മുളച്ചത് വെയിലത്ത് വാടില്ല.

മനസ്സിലായില്ല?

സമയം എടുക്കും.

എന്തിന്?

മനസ്സിലാക്കാൻ.

നിങ്ങൾ കാര്യം പറയൂ?

കുട്ടികൾ എല്ലാ കാര്യത്തിലും സ്വയംപര്യാപ്തത നേടണം എ
ന്നർത്ഥം.

എന്റെ മകൾ അലക്കണം അടിച്ചു വാരണം എന്നൊക്കെയാണോ
പറഞ്ഞു വരുന്നത്?

പിന്നെ അല്ലാതെ?

അതിനാണോ ഞാൻ അവളെ പൊന്നുപോലെ നോക്കി വളർത്തി
യത്?

നിന്റെ ഇഷ്ടംഎന്റെ വിവരക്കേടായിരിക്കാം.

അതെന്താ നിങ്ങൾ ഇത്ര നിർവികാരതയിൽ.

അല്ല സ്ത്രീകൾ ചെയ്യുന്ന ജോലി ആര് ചെയ്യും പിന്നെ?

എന്നെ പോലെ അവളെ അടുക്കളയിൽ തളച്ചിടുവാനാണോ നി
ങ്ങളുടെ പരിപാടി?

അല്ല.സ്ത്രീകളുടെ പരിമിതികൾക്കുള്ളിൽ നിന്നു കൊണ്ടായിരി
ക്കണം നമ്മുടെ മകൾ പെരുമാറേണ്ടത്. അവിടെയാണ് അവൾ ആ
ഗ്രഹിക്കുന്നത് അവൾക്ക് നേടാൻ പറ്റുക. ഒരു പുരുഷനും ഒരു സ്
ത്രീക്ക് എതിരല്ല. സ്വന്തം പുരുഷനിൽ സ്ത്രീകൾ അവസരങ്ങൾ ക
ണ്ടെത്തുക എന്നതിലായിരിക്കണം ശ്രദ്ധ. അല്ലാതെ എന്റെ രീതിയിൽ
പുരുഷൻ അനുസരിക്കണം എന്ന് ചിന്തിക്കുന്നത് ആണിനും പെണ്ണി
നും ആപത്താണ്.

നിങ്ങൾ പറഞ്ഞു വരുന്നത് എന്താണ്?

നീ മനസ്സിലാക്കിയത് എന്താണ്?

സ്ത്രീകൾ പുരുഷന്മാർ പറയുന്നത് അനുസരിക്കണമന്ന്.

തെറ്റാണ്.

സ്ത്രീ പുരുഷനെ അനുസരിക്കുകയൊന്നും വേണ്ട. പക്ഷേ സ്വ

ന്തം പുരുഷനിലെ അവസരങ്ങൾ കണ്ടെത്തുക എന്നതിലായിരിക്ക
ണം ശ്രദ്ധ. അല്ലാതെ ആവശ്യങ്ങൾ അനുസരിപ്പിക്കലിൽ ആവരുത്.

സ്വന്തം പുരുഷനിൽ അവസരങ്ങൾ ഉണ്ടാക്കി അവസരങ്ങൾ കണ്ടെ
ത്തണം. അതിന് ഇവൻ ആര് എന്ന ചിന്ത വെടിയണം. സ്ത്രീ അബ
ലകളല്ല ചപലകളല്ല എന്ന മുദ്രാവാക്യം ഒഴിവാക്കണം. പുരുഷന്മാ
രെക്കാൾ എല്ലാം കൊണ്ടും ശക്തി ഉള്ളവർ സ്ത്രീകളാണ്. പക്ഷേ
സ്ത്രീകൾ അതറിയുന്നില്ല. ഒന്ന് നീ മനസ്സിലാക്കണം ദൈവങ്ങളെ
ശ്രദ്ധിച്ചു നോക്കിക്കൊള്ളൂ. ആൺ ദൈവത്തെ നോക്കൂ ഏത് ആൺ
ദൈവമാണ് രൗദ്രഭാവത്തിൽ. ആരുമില്ലെന്ന് പറയാം.

അപ്പോൾ ശിവനോ?

ശിവൻ തലയോട്ടിയും പാമ്പും പുലിത്തോലും ആഭരണമായി ഉപ
യോഗിക്കാറുണ്ടെങ്കിലും സംഹാരമൂർത്തി ആണെങ്കിലും ആരും വ
ലിയ രൂപത്തിൽ ഭയപ്പെടുന്ന രൂപമല്ല ശിവനിൽ, പക്ഷേ ഭൂരിഭാഗം
സ്ത്രീ ദൈവങ്ങളും അതീവശക്തിവതികളാണ്. അതീവ രൗദ്രഭാവം
വച്ചുപുലർത്തുന്നവരുമാണ്. പക്ഷേ ഇവിടെയുള്ള സ്ത്രീകളാണ് ഏ
റ്റവും കൂടുതൽ അവരെ അബല, ചപല എന്ന വാക്കുകൾ പൂരക
ങ്ങളാക്കുന്നത്.

നിങ്ങൾക്ക് ഇങ്ങനെ ഒക്കെ പറയാം. പക്ഷേ ഞങ്ങൾക്ക് ഇത്രയും
ശക്തി ഉണ്ട് എന്ന് പറയുന്ന നിങ്ങളും ഞങ്ങളെ അംഗീകരിക്കുന്നില്ല
ല്ലോ?

ഞാൻ ഹർളിയെ അംഗീകരിക്കുന്നില്ലേ? ഊർമ്മിളയെ അംഗീകരി
ക്കുന്നില്ലേ? സ്വന്തം പുരുഷന്മാരിൽ അവസങ്ങൾ കണ്ടെത്തുന്ന സ്ത്രീ
കളാണ് വിജയിക്കുന്നത്. നീ എന്നിൽ ഒന്നും കണ്ടെത്തുന്നില്ല. ഒട്ടാ
കെ കണ്ടെത്തുന്നത് ഞാൻ ഒളിപ്പിച്ചു വെക്കുന്ന എന്റെ കള്ളും കുപ്പി
മാത്രം. നീ ഉയരണം.

ഒരുപാട് ഉയരണം. നീ ഒരു പാട് ഉയരുവാനുണ്ട്.

എന്നെ ആക്കിയതാണോ?

നമുക്ക് നിങ്ങളുടെ മുന്നിൽ ഇരിക്കുവാൻ തന്നെ യോഗ്യതയില്ലാ
ത്തവരാണ്.

അങ്ങനെ ആണോ?

എന്താ തെറ്റ്?

എവിടെയും ഭർത്താവിനെക്കാൾ ഒരു പടി ഉയരത്തിലാണ് ഭാര്യ
അത് നിനക്കറിയാമോ?

ഭർത്താവ് മേജറാണെങ്കിൽ ഭാര്യ മേജർ ജനറലാണ്. വെറുതെ

പറയുന്നതല്ല. എഴുതപ്പെടാത്തതും അംഗീകരിച്ചതുമായ ഒരു സത്യ
മാണ്.

അത് മനസ്സിലാക്കണം നിങ്ങൾ.

ഈ വൈകിയ വേളയിൽ ഇതൊക്കെ മനസ്സിലാക്കിയിട്ട് എന്തു
നേടാൻ . നിങ്ങൾക്ക് ചെറുപ്പത്തിലേ എന്നെ വന്ന് കെട്ടിക്കൂടായിരു
ന്നോ?

അതുകൊണ്ട് എന്താ കാര്യം?

നിങ്ങളിലെ അവസരങ്ങൾ കണ്ടെത്തുവാൻ എളുപ്പമാകുമായിരു
ന്നു.

നാലാമത്തേത് ഗ്ലാസ്സിൽ പതുക്കെ ഒഴിക്കുമ്പോൾ അവൾ പതുക്ക
കൈയ്യിൽ തട്ടി മുഖം കുറച്ച് ചരിച്ചു പിടിച്ച് കണ്ണ് പകുതി അടച്ചു
കൊണ്ടും കുറച്ച് തല ഇടതു വശം ചെരിച്ചുകൊണ്ടും ശബ്ദമില്ലാതെ
അവൾ സ്നേഹത്തോടെ പറഞ്ഞു

മതി ചേട്ടാ..

ഞാൻ പറഞ്ഞില്ലേ അവസരങ്ങൾ മുതലാക്കണമെന്ന്. നീ ഇപ്പോൾ
ഒരു ചെറിയ അവസരം മുതലാക്കി. നിന്റെ സ്നേഹമുള്ള പറയാത്ത
വാക്കും നിന്റെ ആത്മാർത്ഥസ്നേഹത്തിന്റെ മുഖമായ ആ മുഖത്തി
ന്റെ ഭാവവും എന്റെ ഹൃദയത്തിന്റെ ആഴങ്ങളിൽ സ്പർശിക്കുവാൻ
കഴിഞ്ഞിട്ടുണ്ട്. അവിടെ നീ വിജയിച്ചു ഞാൻ പരാജയപ്പെട്ടു. നേര
ത്തെ പറഞ്ഞതുപോലെ രണ്ടു പേരും ഒരേ ദിശയിൽ ചിന്തിച്ചു എ
ന്നർത്ഥം. മാത്രമല്ല ഞാൻ സേവിച്ച മദ്യത്തിന്റെ ലഹരിക്ക് ഒട്ടും പരി
ഭവവും പരാതിയുമില്ലാതെ അവനും നിന്നെ അംഗീകരിച്ചു കഴിഞ്ഞി
രിക്കുന്നു. ഇവിടെയാണ് ഐക്യവും സ്നേഹവും സന്തോഷവും നി
റഞ്ഞുനിൽക്കുന്നത്. ഇത്തരം അവസരങ്ങൾ ഉണ്ടാക്കുവാൻ ശ്രമിക്കു
ക. നിന്റെ ആഗ്രഹം പോലെ നിനക്ക് ധാരാളം എന്നോടു സംസാരി
ക്കുവാൻ സാധിച്ചു അതുപോലെ എനിക്കും.

ഇനി നമുക്ക് ഭക്ഷണം കഴിക്കാം.

ഭക്ഷണമൊക്കെ തയ്യാറാണ്. ഞാൻ ഇവിടെ ഇരിക്കാം. ഇന്ന് നി
ങ്ങൾ വിളമ്പി തന്നാൽ മതി.

എന്നാൽ അങ്ങനെ ആവട്ടേ

അശോകൻ അടുക്കളയിൽ നിന്ന് ഉണ്ടാക്കിവച്ച സാധനങ്ങൾ ഒ
രോന്നായി ഡൈനിങ് ടേബിളിൽ എത്തിച്ചു. ഓരോ വിഭവങ്ങളായി
അവളുടെ പ്ലേറ്റിൽ വിളമ്പി കൊടുക്കുമ്പോൾ അവൾ നിസ്സംഗതയോ
ടെ അശോകനെ നോക്കിക്കൊണ്ടിരിക്കുകയായിരുന്നു.

എന്താണ് ഇങ്ങനെ എന്നെ നോക്കിക്കൊണ്ടിരിക്കുന്നത്?

നിങ്ങളുടെ വിളമ്പൽ. നിങ്ങൾ വിളമ്പുന്നത് കാണാൻ ഒരു രസവു മില്ല

എന്തുകൊണ്ടാണ്?

നിങ്ങൾ നേരത്തെ പറഞ്ഞില്ലേ. സ്ത്രീകൾ എടുക്കേണ്ടത് സ്ത്രീ കൾ തന്നെ എടുക്കണം. അതാണ് ഭംഗി.

ശരിയാണ്. ചിലപ്പോഴൊക്കെ ഇങ്ങനെ ചെയ്യുന്നതിൽ വലിയ തെ റ്റില്ല.

നിങ്ങൾ ആലോചിക്കൂ. അലക്കു കല്ലിൽ നിന്ന് നിങ്ങൾ തുണി അ ലക്കുന്നത്. ഒരു ഭംഗിയും ഒരു താളവും ഉണ്ടാകില്ല. നിങ്ങൾക്ക് മക്ക ളെ നോക്കുവാൻ പറ്റുമോ?

പറ്റാതില്ല. ഒരു അമ്മ നോക്കുന്ന ഗുണം അച്ഛൻ നോക്കിയാൽ കി ട്ടില്ല.

നിങ്ങൾ പറയുന്നതാണ് ശരി. പക്ഷേ ഇവിടെയുള്ള സ്ത്രീകൾ ആണുങ്ങളുമായി മത്സരിക്കുകയല്ലേ. ശരിയാണ്. റോഡിൽ ഇറങ്ങി യാൽ ഇപ്പോൾ ഭൂരിഭാഗവും സ്ത്രീകളാണ്. ജീവിതത്തിന്റെ രണ്ടറ്റം മുട്ടിക്കുവാൻ ബദ്ധപ്പെടുന്നവർ കാണും. എന്നിരുന്നാലും ഒരു വിഭാ ഗം സ്ത്രീകൾ പുരുഷന്മാർക്ക് തോറ്റുകൊടുക്കാത്തവരാണ്. അവർ സ്വന്തം ജയിക്കുക എന്നല്ലാതെ മറ്റുള്ളവർ പറയില്ല അവർ ജയിച്ചു വെന്ന്.

വാശിക്ക് ജോലി ചെയ്യുന്നവർ ധാരാളമുണ്ട്. വീട്ടുജോലി എടുക്കാൻ മടിച്ചു ജോലിക്കുപോകുന്നവർ മുതൽ മക്കളെ നോക്കാതെ മറ്റുള്ളവ രെ ഏൽപിച്ച് പോകുന്നവർ വരെ.

മക്കളെ ഡേ കേയർ സെന്ററിൽ ആക്കി ജോലിക്ക് പോകുന്നവരു ടെ കാര്യം വിചിത്രമാണ്. ഇവരൊക്കെ എന്താണ് ചിന്തിക്കുന്നത് എ ന്നറിയില്ല. ഇത്രയും ധൃതി പിടിച്ച് ജോലി ചെയ്യുന്നവർ മര്യാദക്ക് ജോ ലി ചെയ്യുവാൻ അറിയുന്നവരുമല്ല എന്നതാണ് ഏറെ വിചിത്രം. വീ ട്ടിൽ പണിയെടുക്കുന്ന ടെൻഷന്റെ പതിന്മടങ് ടെൻഷനുമായാണ് ഓഫീസിലെ പരാക്രമങ്ങൾക്ക് സ്ത്രീകൾ ചിലവഴിക്കുന്ന സമയം.

ഇതൊക്കെ നിങ്ങളെന്തിനാണ് സംസാരിക്കുന്നത് എന്ന് എനിക്ക റിയാം. എനിക്ക് ജോലിക്ക് പോകാത്തതിൽ ഇപ്പോൾ പരിഭവങ്ങളൊ ന്നുമില്ല. എന്റെ പരിഭവങ്ങളൊക്കെ ഞാൻ പണ്ടേ മടക്കി വച്ചിരുന്നു. എന്നിരുന്നാലും എല്ലാവരും ബാഗും തൂക്കി പോകുമ്പോൾ എനിക്കും അങ്ങനെ പോകണമെന്നുണ്ടായിരുന്നു. ഈ വൈകിയ വേളയിൽ

ഞാൻ മനസ്സിലാക്കി. എനിക്കും മക്കൾക്കും അതിലുപരി നിങ്ങളിലും ഞാൻ സന്തോഷവതിയാണ്.

മനസ്സിന്റെ സന്തോഷമാണ് ഏറ്റവും വലിയ സമ്പാദ്യം. അല്ലാതെ ധനമല്ല. ധനം എന്നും ഞങ്ങളെ ബുദ്ധിമുട്ടിച്ചുകൊണ്ടിരിക്കുന്ന ഒന്നാണ്. പണ്ട് പൂന്താനം പാടിയതുപോലെ ഒന്ന് കിട്ടിയാൽ രണ്ടാവണമെന്നും പത്തു കിട്ടിയാൽ നൂറാകണമെന്നും നൂറ് കിട്ടിയാൻ പതിനായിരമാകണമെന്നും ആണ് മനുഷ്യന്റെ ചിന്ത. അതുകൊണ്ട് ധനത്തിൽ ഒരിക്കലും സന്തോഷം കണ്ടെത്തുവാൻ സാധ്യമല്ല. ആശകൾക്ക് കണ്ടെത്തുവാൻ സാധിക്കുമായിരിക്കും. ആശകൾ എന്നും ദു:ഖം നിറഞ്ഞതുമാണ്.

അതൊക്കെ പോകട്ടേ നീ ഇവിടെ ഇരിക്കു പാത്രങ്ങളൊക്കെ ഇന്നു ഞാൻ കഴുകാം.

അങ്ങനെ പാത്രങ്ങളൊക്കെ അശോകൻ കഴുകി അടുക്കി വച്ചതിനു ശേഷം അടുക്കള അടച്ചു.

ഞാൻ എന്തിനാണ് നിങ്ങളോട് നേരത്തേ ദേഷ്യപ്പെട്ടത്?

എനിക്കറിയില്ല. ഞാൻ ഇന്ന് ധാരാളം നിന്നോട് സംസാരിച്ചു.

എനിക്കും സംസാരിച്ച് തൃപ്തിയായി.

നിങ്ങൾക്കെന്തൊ ദിവസവും ഇങ്ങനെ സംസാരിച്ചാൽ?

ഞാൻ എല്ലാ ദിവസവും നിന്നോട് സംസാരിക്കുവാൻ തന്നെയാണ് ഓടിച്ചാടി വരുന്നത്. പക്ഷേ ഇവിടെ എത്തിയാൽ കുടുംബനാഥയുടെ മട്ടും ഭാവവും എന്നെ തളർത്തും. പിന്നെ കണ്ടില്ല കേട്ടില്ല എന്ന രീതിയിൽ യാന്ത്രികമായി പതിവ് മൂലലിൽ ഒതുക്കും.

ഇല്ല. ഞാൻ നാളെ മുതൽ ഒരു പുതിയ ഭാര്യ ആയിരിക്കും. കുളിച്ച് സുന്ദരിയായി പൂമുഖപ്പടിയിൽ പൂർണ്ണ തേജസ്സിൽ ചേട്ടന്റെ ജോലിഭാരം മറന്നു പോകുന്ന തരത്തിൽ കസവണിഞ്ഞ് തലയിൽ മുല്ലപ്പൂ മാലയണിഞ്ഞ് കണ്ണെഴുതി നെററിയിൽ വലിയ പൊട്ടു വച്ച് ചേട്ടന് കുളിരേകുന്ന രൂപത്തിൽ ഞാൻ കാത്തിരിക്കും.

എങ്കിൽ ഞാൻ നിന്നിലൂടെ സുകൃതം ചെയ്തവനാകും. അത് എന്നെ വലിയവനാക്കും.

•••